SERYE NG SERMON: MAHAHALAGANG PAGTUTURO SA BIBLIYA

W. A. ALMILLA

Inilimbag sa Estados Unidos ng Amerika
ISBN (Paperback): 979-8-3492-9558-4

Sa Panginoong Diyos na Makapangyarihan sa lahat, ang nagbibigay ng bawat mabuti at sakdal na kaloob,na sa pamamagitan ng Kanyang Espiritu ay nagpapagaling sa Kanyang mga lingkod upang magturo, mangaral, at ipahayag ang katotohanan— ang akdang ito ay para sa Iyong kaluwalhatian lamang.

Sa mga Pastor, Ebanghelista, at mga Tagapanguna ng Ministeryo, na hindi hinahabol ang katanyagan kundi ginagabayan ng matinding pagnanais na mag-akay ng kaluluwa at mag-alaga ng kawan patungo sa Kaharian ng Diyos— hindi nawawalan ng kabuluhan ang inyong mga pagpapagal.

At sa bawat Mananampalataya, na may pusong sabik sa katotohanan, may pandinig na handang makinig, at may espiritung gutom sa hindi nasisira at walang hanggang Salita ng Diyos— na kayo nawa'y mapalakas, maliwanagan, at mahamon sa pamamagitan ng mga katuruang ito.

Talaan ng mga Nilalaman

Panimula

Ang buhay ay isang paglalakbay na puno ng mga tanong, hamon, at mahahalagang sangandaan na humuhubog sa ating kasalukuyang katotohanan at sa ating walang hanggang kapalaran. Sa kaibuturan ng paglalakbay na ito ay matatagpuan ang walang hanggang karunungan at mga katotohanang nagbabago ng buhay na nasa Salita ng Diyos—ang Biblia. Ang mga mahahalagang aral na ito ay hindi lamang para sa kaalamang teolohikal, kundi mga makapangyarihang prinsipyo na may epekto sa ating pamumuhay ngayon at sa ating paghahanda para sa walang hanggan.

Sa aklat na ito, *"Serye ng Sermon: Mahahalagang Pagtuturo sa Biblia,"* ating sasaliksikin ang mga saligang doktrinang biblikal at mga praktikal na katuruan na nagbibigay-liwanag sa ating pagkaunawa tungkol sa kasalanan at kaligtasan, ang buhay ng pananampalataya, pagharap sa mga pagsubok at pagdurusa, walang hanggang paghatol, panalangin, bautismo, at ang mapagbagong papel ng Banal na Espiritu.

Habang ikaw ay naglalakbay sa bawat sermon, matutuklasan mo ang lalim at kapangyarihan ng Salita ng Diyos, makakamtan ang linaw at direksyon para sa iyong araw-araw na lakad, at matatagpuan ang panibagong pag-asa at kalakasan para sa walang hanggan. Ang aming panalangin ay nawa'y lalong lumalim ang iyong pananampalataya at ikaw ay maging ganap na handa upang mamuhay nang may layunin, na matibay ang pagkakatatag sa mga pangako at katotohanan ng Kasulatan.

Ihanda mo ang iyong puso na maantig, mahikayat, at mabago habang sabay-sabay nating niyayakap ang mga katotohanang nagbibigay-buhay—na mahalaga hindi lamang sa buhay dito kundi hanggang sa buhay na walang hanggan.

Kasalanan at Kaligtasan

Sa isang mundong puno ng pagkasira, kalituhan, at paghahanap ng layunin, patuloy na hinaharap ng sangkatauhan ang katotohanan ng kasalanan at ang malalim na pangangailangan ng kaligtasan. Ang kwento ng kasalanan ay hindi lamang tungkol sa mga pagkakamali o kabiguang moral; ito ay isang salamin ng ating matinding pagkakahiwalay sa isang mapagmahal na Diyos at ang mga bunga nito na sumasaklaw sa bawat aspeto ng buhay. Ngunit sa gitna ng kuwentong ito ay nahahabi nang may kagandahan ang kahanga-hangang plano ng Diyos ng pagtubos—ang Kanyang makapangyarihan at puspos ng biyayang tugon sa ating kalagayan.

Sa nakapagpapalinaw na serye ng mga sermon na ito, na pinamagatang "Kasalanan at Kaligtasan," sabay-sabay tayong maglalakbay mula sa pagbagsak ng sangkatauhan hanggang sa maluwalhating pag-asa na iniaalok sa lahat sa pamamagitan ni Jesu-Cristo.
Susuriin natin ang mahahalagang katotohanan gaya ng pinagmulan at bunga ng kasalanan, ang ating kawalang-kakayahang makamit ang katuwiran sa sariling gawa, at ang kamangha-manghang kaloob ng biyaya ng Diyos na malayang iniaalok sa pamamagitan ni Cristo lamang.

Sama-sama nating tutuklasin ang makapangyarihang papel ng pagsisisi, pananampalataya, at bautismo bilang mga mahalagang tugon sa paanyaya ng Diyos. Ating madidiskubre ang katiyakan na taglay ng mga mananampalataya kay Cristo—isang katiyakang nagbibigay ng kapayapaan at lakas sa ating kaligtasan. At sa huli, ating ipagdiriwang ang kamangha-manghang katotohanan na ang kaligtasan ng Diyos ay isang pangkalahatang paanyaya, na bukas at malayang iniaalok sa bawat tao—anuman ang pinagmulan, lahi, o mga nakaraang karanasan.

Ihanda ang iyong puso at isipan habang ating sinisiyasat ang lalim ng pagkawasak ng tao at tinatahak ang kataasan ng banal na pagtubos. Sa pamamagitan ng seryeng ito, nawa'y ikaw ay lubos na maantig, mapalakas, at mapuno ng katiyakan sa walang hanggang pag-ibig at nakapagliligtas na biyaya na inihandog sa iyo ng Diyos sa pamamagitan ni Jesu-Cristo.

1: Ang Pinagmulan at Bunga ng Kasalanan

Susing Talata: *Roma 5:12 – "Kaya't kung paanong ang kasalanan ay pumasok sa sanlibutan sa pamamagitan ng isang tao, at ang kamatayan sa pamamagitan ng kasalanan, at sa ganitong paraan ay lumaganap ang kamatayan sa lahat ng tao, sapagkat ang lahat ay nagkasala."*

Panimula:

Ano ang Kasalanan?

Ngayong araw ay sisimulan natin ang isang makapangyarihang paglalakbay sa temang Kasalanan at Kaligtasan, at ang ating unang hakbang ay ang pag-unawa sa pinagmulan at mga bunga ng kasalanan.

Magsimula tayo sa isang batayang tanong: Ano ang kasalanan? Ang kasalanan ay hindi basta pagkakamali. Hindi ito simpleng paglabag sa pamantayan ng lipunan. Ayon sa Banal na Kasulatan, ang kasalanan ay paghimagsik laban sa Diyos. Ito ay sinadyang paglabag sa Kanyang kautusan — ang pagkakamit sa sariling kagustuhan kaysa sa pagsunod sa Tagapagligtas.

Sabi ni Apostol Juan sa 1 Juan 3:4, *"Ang bawat taong nagkakasala ay lumalabag sa kautusan; ang kasalanan ay paglabag sa kautusan."*

Ito ay pagsira sa banal na kaayusan at hadlang sa ganap na ugnayan ng Manlilikha at ng Kanyang nilikha.

---

1. Nagsimula ang Kasalanan kay Adan (Genesis 3)

Upang maunawaan ang pinagmulan ng kasalanan, balikan natin ang Aklat ng mga Pasimula — ang Genesis.

Nilikha ng Diyos sina Adan at Eva at inilagay sa Halamanan ng Eden — isang paraisong walang sakit, kamatayan, o kahihiyan. Binigyan Niya sila ng dangal, pamamahala, at presensiya ng Diyos araw-araw. Ngunit sila rin ay binigyan ng kalayaang pumili — isang pagsubok ng kanilang pagsunod.

Sabi sa Genesis 2:16-17, *"Malaya kang makakakain ng bunga mula sa alinmang punong-kahoy sa halamanan; ngunit mula sa punong-kahoy ng pagkakilala ng mabuti at masama ay huwag mong kakanin..."* Alam na natin ang kwento — tinukso ng ahas si Eva, at si Adan ay sadyang sumuway sa utos ng Diyos.

Ang Genesis 3 ang sandaling pumasok ang kasalanan sa mundo sa pamamagitan ni Adan. Sa kanyang pagsuway, pumasok ang kasalanan at kamatayan — pisikal, espirituwal, at walang hanggang paghihiwalay sa Diyos. Ito ang tinutukoy ni Pablo sa Roma 5:12 - Pumasok ang kasalanan sa pamamagitan ng isang tao, at kasama nito ay dumating ang kamatayan — pisikal na kamatayan, espirituwal na kamatayan, at walang hanggang pagkahiwalay sa Diyos.

---

2. Ang Kasalanan ay Naglalayo sa Tao sa Diyos (Isaias 59:2; Roma 6:23)

Ang kasalanan ay hindi maliit na bagay. Hindi ito dapat palampasin, ipaliwanag, o balewalain — sapagkat ang kasalanan ay naghihiwalay sa atin sa Diyos.

Sabi sa Isaias 59:2, *"Ang inyong mga kasamaan ang naglayo sa inyo sa Diyos; ang inyong mga kasalanan ang nagtakip sa Kanyang mukha kaya hindi Niya kayo dinirinig."*

At ayon sa Roma 6:23, *"Sapagkat ang kabayaran ng kasalanan ay kamatayan..."* Ang Diyos ay banal at ganap na makatarungan — hindi Niya kinukunsinti ang kasalanan. Nang nagkasala sina Adan at Eva, sila'y pinalayas sa Eden — larawan ng espirituwal na paghihiwalay. Ito ang dahilan kung bakit kailangang harapin ang kasalanan — sapagkat may walang hanggang bunga ito.

---

3. Ang Lahat ay Nagkasala (Roma 3:23)

Maaaring sabihin ng ilan, "Hindi ko kasalanan ang ginawa ni Adan." Ngunit malinaw ang sinabi ng Kasulatan: Lahat tayo ay lumakad sa parehong landas ng pagsuway.

Roma 3:23 – *"Sapagkat ang lahat ay nagkasala at hindi nakaabot sa kaluwalhatian ng Diyos."*

Walang sinuman ang ligtas — mayaman man o mahirap, marunong o mangmang, relihiyoso man o hindi — lahat tayo ay nagmana ng makasalanang likas at sariling piniling gumawa ng kasalanan.

Ito ang masamang balita — lahat tayo ay may kasalanan. Lahat tayo ay nangangailangan ng awa.

---

4. Ang Pagsuway nina Adan at Eva (Genesis 3)

Ang kwento nina Adan at Eva ay hindi lang kasaysayan — ito'y salamin ng ating sariling mga buhay. Tulad nila Adan at Eba, tayo ay natutukso sa mga bagay na kaaya-aya sa paningin. Tayo ay nag-aalinlangan sa kapangyarihan at utos ng Diyos. Tayo ay nakikinig sa mga kasinungalingan ng kaaway. At kapag tayo ay nagkakasala, tayo'y nagtatago sa kahihiyan sa halip na lumapit sa Diyos.

Ngunit sa gitna ng kanilang pagkabigo, hindi sila iniwan ng Diyos. Genesis 3:21, gumawa ang Panginoong Diyos ng kasuotan mula sa balat ng hayop para kina Adan at Eva. Ito ay sagisag ng pagtatakip — isang paunang larawan ng sakripisyong darating sa pamamagitan ni Jesus.

Pangwakas:

Ang Pangangailangan sa Tagapagligtas ay Bunga ng Katotohanan ng Kasalanan

Ang kasalanan ay totoo. Ang bunga nito ay malubha — paghihiwalay sa Diyos, kamatayan, at kawalang-pag-asa.

Ngunit narito ang magandang balita: Kung saan sumagana ang kasalanan, higit na sumagana ang biyaya.

Roma 5:18-19 – [18] *Kaya kung paanong ang isang kasalanan ay nagbunga ng kaparusahan para sa lahat, gayundin naman, ang isang matuwid na gawa ay nagbubunga ng pagpapawalang-sala at buhay para sa lahat.* [19] *Sapagkat kung paanong naging makasalanan ang marami dahil sa pagsuway ng isang tao, gayundin naman, ang marami ay ituturing na matuwid dahil sa pagsunod ng isang tao.*

Dumating si Jesus upang bawiin ang ginawa ni Adan. Sa pagsuway ni Adan ay dumating ang kamatayan, ngunit sa pagsunod ni Jesus sa krus, dumating ang buhay. Ito ang ebanghelyo — dumating si Cristo upang iligtas ang mga makasalanan, upang tayo'y muling makipagkasundo sa Ama at tumanggap ng buhay na walang hanggan.

Kung hindi mo pa inaamin ang iyong kasalanan, ngayon na ang panahon upang kilalanin ang iyong pangangailangan sa Tagapagligtas. Kung ikaw ay naligaw at lumayo sa katotohanan, bumalik sa Diyos na handang tumanggap at magtakip. At kung ikaw ay nasa kay Cristo, alalahanin mong hindi ka na alipin ng sumpa ni Adan — ikaw ay pinalaya na sa biyaya ni Jesus.

2: Ang Kautusan at ang Ating Kawalang-Kakayahang Iligtas ang Sarili

Susing Talata: *Galacia 3:24 – "Kaya't ang kautusan ay naging tagapagturo natin hanggang sa pagdating ni Cristo upang tayo'y ariing-ganap sa pamamagitan ng pananampalataya."*

Panimula: Ang Layunin ng Kautusan

Ipinagpapatuloy natin ngayon ang ating serye tungkol sa Kasalanan at Kaligtasan, at ang ating pagtutuunan ng pansin ay ang Kautusan — ang banal na pamantayan ng Diyos na ibinigay kay Moises — at ang papel nito sa ating espirituwal na buhay.

Ngunit itanong natin: Bakit ibinigay ng Diyos ang Kautusan kung hindi naman ito makapagliligtas? Hindi ba't para bang binigyan mo ng gamot ang isang tao na hindi naman nakagagaling?

Sa totoo lang hindi ito ganoon. Ang Kautusan ay hindi lunas kundi salamin, isang tagapagturo, isang tagapag-ingat ayon sa Galacia 3:24. Layunin nitong ihayag ang kasalanan, hindi alisin ito. Upang ituro tayo kay Cristo, hindi Siya palitan.

---

1. Inihahayag ng Kautusan ang Kasalanan

Roma 7:7 – "Hindi ko sana nalaman kung ano ang kasalanan kung hindi dahil sa kautusan."

Malinaw ang sinasabi ni Apostol Pablo: ang layunin ng Kautusan ay upang ihayag ang kasalanan. Ipinapakita nito ang perpektong pamantayan ng Diyos — kung ano ang banal, matuwid, at kalugud-lugod sa Kanya.

Sabi ni Pablo, *"Hindi ko sana nalaman kung ano ang pag-iimbot kung hindi sinabi ng kautusan, 'Huwag kang mag-iimbot.'"*

Sa madaling salita, ang Kautusan ang nagbibigay ng depinisyon ng kasalanan. Parang pagpasok mo sa isang silid na may ultraviolet light — lumilitaw ang mga mantsa na dati'y di mo nakita.

Ganoon ang Kautusan — ang liwanag ng mga utos ng Diyos ay tumatagos sa ating puso.

Ngunit ang makitang marumi ka ay hindi ibig sabihin na ikaw ay malinis na — ito'y nagsasabi lang: "Kailangan mong linisin."

At kapag sinukat natin ang ating sarili sa pamantayan ng Kautusan — tayong lahat ay bigo.

---

2. Hindi Nakapagliligtas ang Kautusan; Ito ay Naghahatol

Galacia 2:16 – "...sa pamamagitan ng mga gawa ng kautusan ay walang taong ituturing na matuwid."

Ito ang mahalagang katotohanan: ang Kautusan ay banal — ngunit tayo ay hindi.

Ang pagnanais na maligtas sa pamamagitan ng pagsunod sa Kautusan ay parang pagtangkang umakyat sa hagdang-abot langit — walang nakakarating.

Galacia 2:16 ang nagsasabing walang ituturing na matuwid sa pamamagitan ng gawa ng kautusan.

Bakit?

Sapagkat kahit 99% ng utos ay masunod mo, ang paglabag sa isa ay katumbas ng paglabag sa lahat (Santiago 2:10).

Hindi ka pinapaging-matuwid ng Kautusan — kundi hinahatulan ka nito. Ito ang korte kung saan binabasa ang hatol — hindi ang lugar ng kapatawaran.

Kaya kung hinahatulan tayo ng Kautusan, saan tayo maaaring lumapit?

---

3. Tinupad ni Cristo ang Kautusan

Mateo 5:17 – "Huwag ninyong akalaing naparito ako upang ipawalang-bisa ang Kautusan o ang mga isinulat ng mga propeta. Naparito ako hindi upang ipawalang-bisa kundi upang tuparin ang mga ito."

Hindi dumating si Jesus upang sirain ang Kautusan — kundi upang tuparin ito.

Ang hindi natin magawa, ginawa Niya ng perpekto.

Sinunod Niya ang bawat utos, tinupad ang bawat kahilingan, namuhay nang walang kasalanan sa ilalim ng Kautusan — at pagkatapos ay dinala ang kaparusahang para sa atin.

Sa pamamagitan ng Kanyang kamatayan at muling pagkabuhay, natugunan Niya ang hinihingi ng Kautusan minsan at magpakailanman.

At ngayon, hindi na tayo nasa ilalim ng hatol kundi nasa ilalim ng biyaya — kung tayo ay kay Cristo.

Roma 8:1 – Kaya ngayon, wala nang kahatulang parusa sa mga nakipag-isa kay Cristo Jesus.

Purihin ang Diyos! Kung saan nagtatapos ang Kautusan, doon nagsisimula ang biyaya.

Halimbawa mula sa Lumang Tipan: Kabiguang Sundin ang Kautusan ng Israel

Balikan natin ang Exodo 32.

Pagkatapos tanggapin ni Moises ang Sampung Utos — bago pa man niya ito maibaba mula sa bundok — ang mga Israelita ay lumabag na agad sa unang utos sa pagsamba sa gintong guya.

Ipinapakita nito kung gaano kabilis tayong bumabagsak sa kasalanan, at kung gaano tayo kahina upang sundin ang Kautusan sa sarili nating lakas.

Mayroon na silang Kautusan, presensiya ng Diyos, at pinuno — pero sila'y naghimagsik pa rin. Hindi lang ito kwento ng Israel — ito ang kwento ng sangkatauhan. Ngunit salamat sa Diyos, hindi roon nagtatapos ang kwento natin.

Pangwakas: Ang Ating Pag-asa ay Nasa Biyaya, Hindi sa Gawa

Saan tayo ngayon lalagay?

Hindi natin itinatapon ang Kautusan. Pinararangalan pa rin natin ito dahil sa katotohanang ipinapakita nito. Ngunit hindi tayo umaasa rito para sa kaligtasan — sapagkat hindi ito kailanman nagligtas.

Ang ating pag-asa ay si Jesus. Siya ang katuparan ng lahat ng ipinapahiwatig ng Kautusan. At sa pamamagitan ng pananampalataya sa Kanya, tinatanggap natin ang hindi kayang ibigay ng Kautusan — pagpapawalang-sala, pag-aampon, at buhay na walang hanggan.

Ngayong araw, inaanyayahan kitang huwag umasa sa sarili mong katuwiran o mabubuting gawa. Hayaan mong ang Kautusan ay ituro ka kay Cristo. Hayaan mong ang iyong kasalanan ay dalhin ka sa krus. At hayaan mong ang Kanyang biyaya ang siyang magbago sa iyong buhay.

3: Ang Biyaya ng Diyos: Ang Kaloob na Kaligtasan

Susing Talata: *Efeso 2:8–9 – "Sapagkat sa biyaya kayo ay naligtas sa pamamagitan ng pananampalataya—at ito'y hindi galing sa inyong sarili, ito'y kaloob ng Diyos—hindi sa pamamagitan ng mga gawa, upang walang sinuman ang magmapuri."*

Panimula: Ano ang Biyaya?

Ngayon, tatalakayin natin ang isa sa mga pinakamakapangyarihan at mapagpalayang katotohanan ng ating pananampalatayang Kristiyano — ang biyaya ng Diyos. Sabi ni Apostol Pablo sa Efeso 2:8–9, *"Sapagkat sa biyaya kayo ay naligtas..."*

Ngunit ano nga ba ang tunay na kahulugan ng salitang biyaya?

Ang biyaya ay ang hindi karapat-dapat, hindi kinita, at walang kapalit na pabor ng Diyos. Ito ang pagbibigay sa atin ng Diyos ng mga bagay na hindi natin karapat-dapat — kaligtasan, kapatawaran, at buhay na walang hanggan. Ang biyaya ay puso ng ebanghelyo. Ito ang pundasyon ng ating kaligtasan.

Maging malinaw tayo: Ang biyaya ay hindi gantimpala sa mga matuwid, kundi kaloob para sa mga makasalanan. Halina't ating tuklasin kung paanong ang biyayang ito ay kumikilos sa ating buhay — at bakit ito lamang ang daan tungo sa tunay na kaligtasan.

---

1. **Ang Biyaya ay Hindi Karapat-dapat na Pabor**

Roma 5:8 – "Ngunit ipinapakita ng Diyos ang Kanyang sariling pag-ibig sa atin sa ganito: Noong tayo'y makasalanan pa, si Cristo ay namatay para sa atin."

Ang biyaya ay hindi bagay na maaari nating pagtrabahuan o bayaran. Sabi sa Roma 5:8, hindi tayo hinintay ng Diyos na magbago o gumanda ang ating buhay bago Niya tayo inibig. Hindi! Ipinadala Niya si Cristo upang mamatay para sa atin habang tayo'y makasalanan pa.

Isipin mo ito: Ang pag-ibig ng Diyos ay umabot sa atin hindi sa ating kabutihan, kundi sa ating pagiging makasalanan. Ang biyaya ay ang hakbang ng Diyos patungo sa atin. Sinimulan niya ang misyong pagliligtas noong tayo'y lubhang nawawala na at hindi na natin kayang humingi ng tulong.

Halimbawa - Isang taong nalulunod sa gitna ng dagat — hindi makasigaw, hindi makakilos. Ngunit ang tagapagligtas ay lumusong, lumangoy, at iniligtas siya — hindi dahil tinawag siya, kundi dahil mahalaga siya.

Iyan ang biyaya.

---

2. Ang Kaligtasan ay Hindi sa Pamamagitan ng Gawa

Tito 3:5 – "Iniligtas niya tayo, hindi dahil sa mga gawa ng katuwiran na ating ginawa, kundi ayon sa kanyang kaawaan..."

Ito ay isang katotohanang mahirap tanggapin ng marami. Sa mundong ating ginagalawan, lahat ay base sa performance — kung magtrabaho ka, babayaran ka; kung sumunod ka, paparangalan ka. At kadalasan, dala natin ang ganitong kaisipan sa ating relasyon sa Diyos.

Ngunit malinaw ang sinasabi ng Kasulatan: Ang kaligtasan ay hindi suweldo — ito ay kaloob.

Sabi ni Pablo sa Tito 3:5, *"Iniligtas niya tayo, hindi dahil sa ating mabubuting gawa, kundi dahil sa kanyang habag."* Hindi sa madalas na pagsisimba, pagtulong, o relihiyosong ritwal ang makapagliligtas sa atin.

Hindi natin kailangang akyatin ang hagdan patungo sa Diyos — dahil Siya mismo ang bumaba upang abutin tayo.

Iyan ang biyaya.

---

3. Ang Biyaya ay Naghahatid ng Pagbabago

Tito 2:11–12 – "Sapagkat nahayag ang biyaya ng Diyos na nagdadala ng kaligtasan sa lahat ng tao. Itinuturo nito sa atin na tumalikod sa kasamaan at makamundong pagnanasa..."

Narito ang kagandahan ng biyaya: hindi lamang ito nagpapatawad — ito'y nagpapabago.

Ang biyaya ay hindi lisensya para magkasala, kundi kapangyarihang tumalikod sa kasalanan. Kapag tunay mong naranasan ang biyaya, ayaw mo nang bumalik sa dating ikaw. Bakit? Dahil ang biyaya ay hindi lang panlabas na paglilinis — ito'y pagbabago ng puso.

Kapag alam mong gaano ka pinatawad, hindi mo na basta binabalewala ang kasalanan. Ayaw mong saktan ang Diyos na nagligtas sa iyo.

Dito nagiging pagsunod ang tugon sa biyaya. Tinuturuan tayo, sinasanay tayo, at hinuhubog tayo upang mamuhay nang banal — hindi dahil obligado tayo, kundi dahil tayo'y nagpapasalamat.

Iyan ang biyaya.

Halimbawa sa Lumang Tipan: Si Noe ay Nakasumpong ng Biyaya

Genesis 6:8 – "Ngunit si Noe ay nakasumpong ng biyaya sa paningin ng Panginoon."

Balikan natin ang Lumang Tipan. Sa panahon ni Noe, ang mundo ay puno ng kasamaan. Dumarating na ang hatol ng Diyos. Ngunit sa gitna ng lahat ng kabulukan, sinasabi ng Biblia: *"Ngunit si Noe ay nakasumpong ng biyaya sa paningin ng Panginoon."*

Hindi perpekto si Noe, pero siya ay lumakad na kasama ang Diyos. At dahil sa biyaya, siya at ang kanyang pamilya ay naligtas sa kapahamakan. Ang arko ay naging simbolo ng kaligtasan — isang paunang larawan ng biyaya na natagpuan natin ngayon kay Cristo, ang ating tunay na Arko ng Kaligtasan.

Pinili si Noe ng biyaya. Iningatan siya ng biyaya. At binigyan siya ng bagong simula.

Pangwakas:

<u>Mamuhay sa Pasasalamat at Pagsunod</u>

Ano ngayon ang gagawin natin sa kahanga-hangang biyayang ito? Tanggapin ito. Magalak dito. At higit pa — mamuhay bilang tugon sa biyaya. Hindi tayo sumusunod para maligtas — sumusunod tayo dahil tayo'y ligtas na. Hindi tayo gumagawa para tanggapin — kundi dahil tayo'y tinanggap na.

Ang biyaya ay dapat mag-udyok sa atin ng pasasalamat. Ang pasasalamat ay magbubunga ng pagsunod. At ang pagsunod ay magdadala sa iba upang maranasan din ang biyayang nagligtas sa atin.

Kung hindi mo pa tinatanggap ang biyaya ng Diyos — ngayon ang araw. Hindi mo ito kailangang bayaran — tanggapin mo ito sa pananampalataya.

At sa mga naligtas na sa biyaya — huwag mong kalilimutan kung saan ka nagmula. Hayaan mong ang biyaya ang magpakumbaba sa iyo. Hayaan mong ito ang magpalakas sa iyo.At hayaang ito ay dumaloy mula sa iyo patungo sa buhay ng iba.

4: Jesus: Ang Tanging Daan sa Kaligtasan

Susing Talata: *Juan 14:6 – "Sumagot si Jesus, 'Ako ang daan, ang katotohanan, at ang buhay. Walang makapupunta sa Ama kundi sa pamamagitan ko.'"*

Panimula: Isa lang ba Talaga ang Daan Patungo sa Diyos?

Ngayon ay haharap tayo sa isang tanong na nasa sentro ng pananampalatayang Kristiyano — "Isa lang ba talaga ang daan patungo sa Diyos?" Sa mundo na puno ng iba't ibang paniniwala, pilosopiya, at relihiyon, ito ay tila isang kontrobersyal na tanong. Sinasabi ng lipunan, "Lahat ng daan ay patungo sa Diyos," ngunit matapang na sinabi ni Jesus ang kabaligtaran.

Sa Juan 14:6, hindi sinabi ni Jesus na Siya ay isa sa maraming daan — sinabi Niya na Siya ang tanging daan, ang katotohanan, at ang buhay. At idinugtong pa Niya: *"Walang makapupunta sa Ama kundi sa pamamagitan ko."*

Ang pahayag na ito ay maaaring ituring na pinakamatapang o pinakatotoong katotohanan. Ngayon, sisiyasatin natin ang patotoo mula sa Lumang Tipan at Bagong Tipan upang pagtibayin na si Jesus lamang ang daan sa kaligtasan.

---

1. Si Jesus ang Ipinangakong Mesiyas

Lucas 24:44 – "Kinakailangang matupad ang lahat ng nasusulat tungkol sa akin sa Kautusan ni Moises, sa mga Propeta, at sa mga Awit."

Matapos ang Kanyang muling pagkabuhay, nagpakita si Jesus sa Kanyang mga alagad at ipinaalala sa kanila na ang lahat ng nasusulat tungkol sa Kanya ay kailangang matupad. Ang pagdating ng Mesiyas ay inihula na sa buong Lumang Tipan — mula Genesis hanggang Malakias. Si Jesus ay tumupad ng higit sa 300 hulang mesiyaniko, kabilang ang Kanyang kapanganakan sa isang birhen (*Isaias 7:14*), ang lugar ng kapanganakan sa Bethlehem (*Mikas 5:2*), ang Kanyang pagdurusa at kamatayan (*Isaias 53*), at ang Kanyang muling pagkabuhay (*Awit 16:10*).

Ito'y nagpapakita na si Jesus ay hindi isang biglaang plano. Siya ang plano mula pa noong simula. Ipinangako ng Diyos ang isang Tagapagligtas, at si Jesus ang katuparan ng pangakong iyon. Hindi lamang siya pumarito – siya'y ipinadala, sa isang layunin, para sa ating ikaliligtas.

Pagsasabuhay:
Si Jesus ay hindi lamang isang mabuting guro o propeta — Siya ang Mesiyas, ang Pinahiran ng Diyos. Magtiwala sa Kanya na siyang tinupad ang lahat ng ipinangako ng Diyos.

---

2. Walang Ibang Pangalan ang Makapagliligtas

Gawa 4:12 "Walang kaligtasan sa kaninuman sapagkat walang ibang pangalan sa silong ng langit na ibinigay sa mga tao na sukat nating ikaligtas."

Matapang na tumindig si Pedro sa harap ng Sanedrin at ipinahayag na si Jesus lamang ang tanging daan ng kaligtasan. Ito ang parehong Pedro na minsang ikinaila si Jesus — ngayon ay buong tapang na nagsasabi na wala nang ibang pangalan ang makapagliligtas.

Hindi relihiyon ang makapagliligtas. Hindi mabubuting gawa. Hindi pagsisimba. Tanging si Jesus lamang ang makapagliligtas. Dapat nating maunawaan ito: Ang Kristiyanismo ay hindi tungkol sa moralidad o ritwal — ito ay tungkol sa isang persona, si Jesu-Cristo, na Siya lamang ang may kapangyarihang magpatawad ng kasalanan at magbigay ng buhay na walang hanggan.

Kung ikaw ay umaasa sa kahit sino o anuman maliban kay Jesus para sa kaligtasan, nasa buhangin ka na unti-unting lumulubog. Ituon ang iyong pananampalataya sa pangalan ni Jesus — ang Pangalan na higit sa lahat ng pangalan.

---

3. Ang Kamatayan at Muling Pagkabuhay ni Jesus ang Nagkaloob ng Kaligtasan

1 Corinto 15:3–4 "Si Cristo ay namatay para sa ating mga kasalanan ayon sa Kasulatan, Siya'y inilibing, at Siya'y muling binuhay sa ikatlong araw ayon sa Kasulatan."

Ang ebanghelyo ay hindi lamang mabuting payo — ito ay mabuting balita! At ito ang balita - Si Jesus ay namatay para sa ating mga kasalanan, inilibing, at muling nabuhay. Ito ang puso ng mensaheng Kristiyano. Ang krus ay hindi aksidente — ito ay isang banal na pagpapalit: Kinuha Niya ang ating kasalanan at ibinigay ang Kanyang katuwiran. Ang Kanyang muling pagkabuhay ay patunay na tinanggap ng Diyos ang Kanyang alay at tinalo Niya ang kamatayan magpakailanman.

Dahil sa krus — bayad na ang utang mo. Dahil sa walang laman na libingan — may pag-asa ka. Manampalataya sa tinapos na gawa ni Cristo — hindi sa sariling pagsisikap.

---

4. Halimbawa mula sa Lumang Tipan: Ang Tansong Ahas

Bilang 21:8–9; Juan 3:14–15

Sa ilang, ang mga Israelita ay nagkasala at pinarusahan sa pamamagitan ng makamandag na mga ahas. Nang sila'y humingi ng tulong, inutusan ng Diyos si Moises na itaas ang isang tansong ahas sa patpat. Ang sinumang tumingin dito na may pananampalataya ay gumaling.

Sa Juan 3:14, ginamit ni Jesus ang kwentong ito: *"Kung paanong itinaas ni Moises ang ahas sa ilang, gayundin naman ang Anak ng Tao ay dapat itaas, upang ang sinumang sumampalataya sa Kanya ay magkaroon ng buhay na walang hanggan."*

Ang tansong ahas ay hindi inalis ang mga ahas, ngunit nagbigay ng kagalingan sa sinumang tumingin.

Ganoon din si Jesus — inilagay sa krus, at ang sinumang tumingin sa Kanya sa pananampalataya ay maliligtas.

Tumingin kay Jesus! Huwag sa iyong sarili, sa iba, o sa gawa. Tulad ng mga Israelita, ang pananampalataya ang susi sa kagalingan at kaligtasan.

Pangwakas: Manampalataya kay Jesus bilang Tagapagligtas at Panginoon

Si Jesus ang Daan — hindi isa sa mga daan. Siya ang Katotohanan — hindi lamang isa sa maraming katotohanan. Siya ang Buhay — hindi lamang pandagdag sa buhay, kundi ang mismong buhay.

Walang makapupunta sa Ama kundi sa pamamagitan Niya. Ito ay hindi mensahe ng pagtatakwil, kundi paanyayang mula sa Diyos. Ang pintuan ay bukas — ngunit iisa lamang ang pintuan, at ang pangalan Niya ay Jesus.

Kung hindi mo pa itinatalaga ang iyong pananampalataya kay Cristo lamang para sa kaligtasan, ang paanyaya ay bukas ngayon. Tumingin ka sa Kanya — at mabubuhay ka.

Tabungin ang Sarili

Para sa hindi mananampalataya: Titingin ka ba kay Jesus upang maligtas?

Para sa mananampalataya**:** Patitibayin mo ba muli ang iyong pananampalataya kay Cristo lamang, at buong tapang na ibabahagi ang katotohanang ito?

5: Pagsisisi at Pananampalataya: Ang Ating Tugon sa Kaligtasan

Susing Talata: *Gawa 2:38 – "Magsisi kayo, at magpabautismo ang bawat isa sa inyo sa pangalan ni Jesu-Cristo para sa kapatawaran ng inyong mga kasalanan. At matatanggap ninyo ang kaloob na Espiritu Santo."*

Panimula: Paano Tayo Tutugon sa Ebanghelyo?

Ipinagpapatuloy natin ang ating serye tungkol sa *Kasalanan at Kaligtasan*, at ngayon ay dadako tayo sa isang napakapersonal at mahalagang tanong: Paano tayo tutugon sa ebanghelyo?

Ang mabuting balita ng kamatayan, paglilibing, at muling pagkabuhay ni Jesu-Cristo ay nangangailangan ng tugon. Hindi ito mensaheng naririnig lang at lilimutin. Noong araw ng Pentecostes sa Gawa 2, matapos ang pangangaral ni Pedro, ang mga tao ay "nasaktan ang puso" at nagtanong, *"Mga kapatid, ano ang dapat naming gawin?"*

Ang sagot ni Pedro ay nananatiling tawag ng Diyos sa atin ngayon: "*Magsisi at magpabautismo... sa pangalan ni Jesu-Cristo... at matatanggap ninyo ang kaloob na Espiritu Santo.*"

Lumakad tayo sa tatlong mahalagang bahagi ng tugon na ito: Pagsisisi, Pananampalataya, at Bagong Buhay.

---

1. Ang Pagsisisi ay Pagbabago ng Puso at Direksyon

Lucas 15:17–20

Ano nga ba ang tunay na pagsisisi? Hindi ito basta pagsisisi dahil nahuli o pagdadalamhati lang. Ang tunay na pagsisisi ay pagbabago ng puso na nagbubunga ng pagbabago ng direksyon.

Sa Lucas 15, ikinuwento ni Jesus ang Alibughang Anak. Matapos lustayin ang kanyang mana, siya'y nauwi sa pagpapakain ng baboy — gutom, marumi, at hiyang-hiya. Ngunit sa talatang 17: *"Nang siya'y matauhan..."* — dito nagsimula ang pagsisisi. Sinabi niya, *"Babalik ako sa aking ama..."*

Iyon ang pagliko. Iyon ang pagbabago.

Ang pagsisisi ay pagtigil sa pagtakbo palayo sa Diyos, at paglalakad pabalik sa Kanya. Ito ay pagtalikod sa kasalanan at paglapit sa Diyos.

At mga kapatid, huwag nating kalimutan — ang pagsisisi ay hindi isang beses lang na gawain. Ito ay patuloy na saloobin ng puso. Habang tayo ay nabubuhay sa mundong ito, kailangang patuloy nating ibaling ang ating mga puso sa Diyos.

---

2. Ang Pananampalataya ay Pagtitiwala sa Tinapos na Gawa ni Cristo

Ang pagsisisi ay naghahanda ng puso, ngunit ang pananampalataya ang kamay na tumatanggap ng kaligtasan.

Sabi ni Pablo sa Roma 10:9–10: *"Kung ipahahayag mo sa iyong bibig na si Jesus ay Panginoon at mananampalataya ka sa iyong puso na Siya'y muling binuhay ng Diyos, ikaw ay maliligtas."*

Ang kaligtasan ay hindi dumarating sa pamamagitan ng pagsisikap. Hindi ito dahil mas marami tayong mabuting ginawa kaysa masama. Ito ay dumarating sa pamamagitan ng pananampalataya kay Cristo.

Ang pananampalataya ay hindi lang pagsang-ayon sa isip — ito ay buong pagtitiwala. Isinasandal mo ang buo mong buhay kay Jesus — naniniwala na namatay sya para sa iyong kasalanan, nabuhay na muli, at sya ang Panginoon ng lahat.

Ang ating pananampalataya ay nakasalalay hindi sa ating gawa para sa Diyos, kundi sa tinapos na gawa ni Cristo para sa atin.

---

3. Ang Kaligtasan ay Naghahatid ng Bagong Buhay

2 Corinto 5:17 "Kaya't kung ang sinuman ay na kay Cristo, siya'y isang bagong nilalang: ang dati ay lumipas na, narito't ang bago ay dumating na!"

Kapag tayo'y nagsisi at sumampalataya, hindi lang tayo inayos — tayo'y ginawang bago.

Ang ating pagkakakilanlan ay hindi na batay sa ating nakaraan. Tayo ngayon ay pag-aari ni Cristo. Ang bagong buhay na ito ay may bagong layunin, bagong direksyon, at bagong kapangyarihan — ang kapangyarihan ng Espiritu Santo na nananahan sa atin.

Mga kapatid, kung walang ebidensya ng pagbabago, dapat nating suriin kung tunay ang ating pagsisisi at pananampalataya.

Halimbawa mula sa Lumang Tipan: Pagsisisi ng Nineve (Jonas 3)

Tingnan natin ang larawan ng pagsisisi sa Lumang Tipan — ang lungsod ng Nineve.

Isinugo ng Diyos si Jonas upang magpahayag ng paghatol. Hindi niya dala ang mensahe ng biyaya — kundi paghatol. Ngunit nang marinig ng hari at ng mga tao ng Nineve ang mensahe, sila ay naniwala sa Diyos, nag-ayuno, nagsuot ng sako, at tumalikod sa kanilang kasamaan.

At ano ang nangyari? *"Nang makita ng Diyos ang kanilang ginawa... hindi Niya itinuloy ang kapahamakang Kanyang binalak laban sa kanila."* (Jonas 3:10)

Ito ang kapangyarihan ng pagsisisi — kahit ang pinakamasamang lungsod ay maaaring makatagpo ng awa sa mata ng Diyos.

Pangwakas: Isang Araw-Araw na Lakad ng Pagsisisi at Pananampalataya

Mga kapatid, ang mensahe ng ebanghelyo ay nangangailangan ng tugon — at ang tugon na iyon ay hindi lang panalangin o isang sandali. Ito ay isang araw-araw na pamumuhay.

Ang pagsisisi at pananampalataya ay parang dalawang paa na ginagamit natin upang magpatuloy sa ating lakad-Kristiyano. Patuloy tayong tumatalikod sa kasalanan at patuloy na nagtitiwala kay Jesus.

<u>Tanungin ang Sarili:</u>

Tunay ba akong nagsisi sa aking mga kasalanan?

Buo ba ang pagtitiwala ko kay Jesus?

Nakikita ba sa aking buhay ang bagong nilalang na ginawa ako ng Diyos?

Huwag tayong magsawang bumalik sa krus. Doon natin matatagpuan ang biyaya.

Doon natin natatagpuan ang pag-asa. Doon natin natatagpuan ang buhay.

6: Bautismo: Pampublikong Pahayag ng Kaligtasan

Susing Talata: *Roma 6:4 – "Tayo nga ay inilibing na kasama Niya sa pamamagitan ng bautismo sa kamatayan, upang kung paanong si Cristo ay binuhay mula sa mga patay sa pamamagitan ng kaluwalhatian ng Ama, tayo rin ay makalakad sa panibagong buhay."*

Panimula: Ano ang kahulugan ng bautismo?

Mga kapatid kay Cristo, ngayon ay tututok tayo sa isang napakagandang gawaing espirituwal — ang bautismo — isang banal na simbolo, hakbang ng pagsunod, at pampublikong pahayag ng pananampalataya kay Jesu-Cristo.

Ang bautismo ay higit pa sa isang ritwal na panrelihiyon. Hindi lang ito basta pagbuhos o paglubog sa tubig. Ito ay isang makapangyarihang pahayag sa mundo: *"Ako ay kay Jesus!"* Isa itong espirituwal na hakbang na nagsasabing: *"Ang dati kong pagkatao ay patay na; ako ay isang bagong nilalang."*

Ngunit dapat malinaw: hindi tayo naliligtas ng bautismo. Ang kaligtasan ay dumarating sa pamamagitan ng pananampalataya sa tinapos na gawa ni Jesus Cristo. Ang bautismo ay panlabas na pahayag ng panloob na pagbabago na naganap na sa ating puso.

Tingnan natin ang mga espirituwal na katotohanang sinasagisag ng bautismo at kung bakit ito ay dapat yakapin ng bawat mananampalataya nang may kagalakan at paggalang.

---

1. Simbolo ng Kamatayan, Paglilibing, at Muling Pagkabuhay

Colosas 2:12 – "Sa bautismo, kayo ay inilibing na kasama Niya, at sa bautismo rin, kayo ay muling binuhay na kasama Niya sa pamamagitan ng inyong pananampalataya sa kapangyarihan ng Diyos na muling bumuhay sa Kanya mula sa mga patay."

Kapag tayo'y binautismuhan, ating ipinangangaral ang ebanghelyo sa paraang nakikita — sa ating sarili at sa mga nanonood. Ang paglubog sa tubig ay simbolo ng kamatayan at paglilibing — ang dati nating makasalanang pagkatao ay inilibing na kasama ni Cristo.

At kapag tayo'y umaahon mula sa tubig, ating ipinapahayag na tayo'y nabuhay na muli kasama Niya — lumalakad sa panibagong buhay. Tulad ng pagkatalo ni Cristo sa kamatayan, tayo ngayon ay namumuhay hindi sa laman kundi sa Espiritu.

Ang bautismo ay nagsasalaysay ng krus at ng walang laman na libingan. Sinasabi nito: *"Ako'y ipinako na kasama ni Cristo, at hindi na ako ang nabubuhay kundi si Cristo ang nabubuhay sa akin."*

Isipin ang bautismo na parang kasal sa harap ng publiko. Maaaring ginawa mo na ang pangako sa puso, ngunit sa bautismo, tumatayo ka sa harap ng mga saksi at sinasabing: "Ako ay sa Kanya."

---

2. Isang Hakbang ng Pagsunod

Gawa 8:36–38 – "Habang sila'y naglalakbay, dumating sila sa isang lugar na may tubig. Sinabi ng bating: 'Narito ang tubig. Ano ang makakahadlang upang ako'y mabautismuhan?'"

Ang bautismo ay pagsunod sa utos ni Jesus. Sa Dakilang Utos, sinabi ni Cristo: *"Humayo kayo at gawin ninyong alagad ang lahat ng bansa, bautismuhan sila..."* (*Mateo 28:19*) Hindi ito mungkahi — ito ay utos.

Nang marinig ng bating mula sa Etiopia ang ebanghelyo mula kay Felipe, agad siyang nagnasang sumunod at mabautismuhan. Walang pag-aatubili. “Narito ang tubig. Ano ang hadlang?”

Ganoon din ang ginawa ng unang iglesya. Kapag may sumampalataya, agad silang binautismuhan. Hindi ito opsyonal — ito ay deklarasyon ng kanilang katapatan kay Cristo.

Ang pagsunod ay laging may kasamang pagpapala. Kung ikaw ay naniwala kay Jesus ngunit hindi pa nababautismuhan, hayaan mong ito ang maging mahinahong paalala: *Ang pagsunod ay nagdudulot ng kagalakan, linaw, at mas malalim na pagtatalaga*.

---

3. Pagpasok sa katawan ni Cristo

1 Corinto 12:13 – “Sapagkat tayong lahat ay binautismuhan sa pamamagitan ng isang Espiritu upang maging isang katawan...”

Ang bautismo ay tanda rin ng pagsasama sa pamilya ng Diyos. Ipinapakita nito na tayo ngayon ay bahagi ng isang bagong espirituwal na pamilya — ang Iglesya, ang Katawan ni Cristo.

Sa bautismo, ipinahahayag natin na hindi na tayo naglalakad nang mag-isa. Tayo ay kabilang na sa isang katawan, may isang Espiritu, at isang Panginoon. Ito ay nagkakaisa sa atin kasama ng ibang mga mananampalataya sa kabila ng denominasyon, kultura, at buong mundo.

Parang suot mo na ang “uniform” ng iyong bagong koponan. Ngayon, kinakatawan mo si Cristo at ang Kanyang katawan sa mundo. Ikaw ay pag-aari na hindi lamang ng Diyos, kundi ng Kanyang bayan.

Kaugnayan sa Lumang Tipan: Pagdaan sa Dagat na Pula

1 Corinto 10:1–2 "Ang ating mga ninuno ay nasa ilalim ng ulap at silang lahat ay tumawid sa dagat. Sila'y lahat ay nabautismuhan kay Moises..."

Sa Lumang Tipan, inihambing ni Pablo ang pagdaan ng mga Israelita sa Dagat na Pula sa bautismo. Tulad ng kanilang pagdaan sa tubig upang iwan ang pagkaalipin, tayo rin ay dumaraan sa tubig ng bautismo upang iwan ang ating lumang buhay.

Ang kanilang paglalakbay sa dagat ay paglipat mula sa pagkaalipin tungo sa kalayaan — mula sa Egipto patungo sa Lupang Pangako. Ganoon din ang bautismo: Ito ay paglipat mula sa kaharian ng kadiliman patungo sa kaharian ng Anak ng Diyos.

Pangwakas:

<u>Ang Bautismo ay Hindi Nagliligtas, Kundi Nagsasabi na Tayo'y Naligtas na</u>

Muling paalala: Hindi bautismo ang nagpapaligtas. Tayo ay naliligtas sa biyaya sa pamamagitan ng pananampalataya, hindi sa mga gawa — kabilang ang gawa ng bautismo.

Ngunit tulad ng sing-sing sa kasal na hindi gumagawa ng kasal ngunit nagsasabi na may kasal, ang bautismo ay nagpapahayag na may tunay na pagbabago na nangyari sa ating puso.

Ito ay makapangyarihang patotoo sa mundo, sa ating pamilya, at sa ating iglesya. Ito ang ating pampublikong deklarasyon: *"Ako ay tagasunod ni Jesus. Ako'y namatay na kasama Niya, at ngayon ay nabubuhay sa Kanya."*

Kung ikaw ay naniwala na kay Cristo ngunit hindi pa nababautismuhan — Ano ang pumipigil sa iyo?

Kung ikaw ay nabautismuhan na — Mamuhay ka nang karapat-dapat sa panawagang iyong ipinahayag. Hayaan mong makita sa araw-araw mong pamumuhay ang katapatan mong inihayag sa tubig.

Nawa'y lumakad tayong lahat sa panibagong buhay na binili ni Cristo para sa atin.

7: Kasiguruhan ng Kaligtasan

Susing Talata: *1 Juan 5:13 – "Sinusulat ko ito sa inyo na sumasampalataya sa pangalan ng Anak ng Diyos, upang malaman ninyo na kayo ay may buhay na walang hanggan."*

Panimula: Maari bang Maging Tiyak ang Isang Mananampalataya sa Kanyang Kaligtasan?

Mga kapatid, nais kong simulan ngayon sa isang tanong na madalas iniisip ng maraming Kristiyano, lalo na sa tahimik na sandali ng kanilang buhay o kapag sila'y nadarapa:

"Tiyak ba talaga akong ligtas?"

May mga pagkakataong tila malayo tayo sa Diyos — kapag tayo'y nabibigo, kapag may bumabagabag na pagkakasala, at kapag tinitingnan natin ang ating mga nagawa at napapaisip tayo, *"Karapat-dapat ba ako?"* At sa mga sandaling iyon, ibinubulong ni Satanas: "Totoo ka bang ligtas?"

Ngunit pakinggan mo ito: Ang kasiguruhan ng kaligtasan ay hindi kayabangan. Hindi ito pagyayabang. Ito ay biblikal. Sabi ni Juan sa 1 Juan 5:13, *"Sinusulat ko ito sa inyo... upang malaman ninyo na kayo ay may buhay na walang hanggan."* Hindi upang "umasa," Hindi upang "manghula," Kundi upang malaman ninyo.

Ngayon, tingnan natin ang tatlong mahalagang katotohanan tungkol sa kasiguruhan ng kaligtasan — at kung paano tayo mabubuhay nang may pagtitiwala sa ginawa ng Diyos.

---

1. Ang Kasiguruhan ay Nakasalig sa Pangako ng Diyos, Hindi sa Ating Damdamin

Una, mga kapatid, ang kasiguruhan ay hindi batay sa emosyon. Ang damdamin ay pabago-bago — naaapektuhan ng panahon, balita, kalusugan, o kahit ang kinain natin sa agahan! Ngunit ang Salita ng Diyos ay matatag at mapagkakatiwalaan.

Sabi ni Juan: *"Sinulat ko ang mga bagay na ito upang malaman ninyo..."*

Ano ang mga "bagay" na ito? Ang mga ebidensyang isinulat niya sa kanyang liham — Pananampalataya kay Jesus, pag-ibig sa kapwa mananampalataya, pagsunod sa mga utos ng Diyos. Hindi ito mga pagsubok upang makamit ang kaligtasan, kundi mga palatandaan na ang kaligtasan ay gumagawa na sa ating buhay.

Kung ikaw ay sumampalataya na kay Jesus bilang Panginoon at Tagapagligtas, nagtiwala sa Kanyang kamatayan at muling pagkabuhay, at isinuko ang iyong buhay sa Kanya — sinasabi ng Biblia: ikaw ay may buhay na walang hanggan. Hindi "maaaring magkaroon." Hindi "darating pa lang." Kundi mayroon ka na.

Juan 5:24 – "Katotohanang sinasabi ko sa inyo, ang nakikinig ng Aking salita at sumasampalataya sa Kanya na nagsugo sa Akin ay may buhay na walang hanggan at hindi na hahatulan kundi lumipat na mula sa kamatayan tungo sa buhay."

Nakatawid ka na.

---

2. Ang Katunayan ay ang Nabagong Buhay at Bunga ng Espiritu

Pangalawa, ang kasiguruhan ay may kasamang pagbabago. Bagama't hindi tayo naliligtas sa pamamagitan ng gawa, ang tunay na kaligtasan ay may ebidensya — ito ang bunga ng Banal na Espiritu.

Sabi ni Pablo sa Galacia 5:22–23, ang bunga ng Espiritu ay: *"pag-ibig, kagalakan, kapayapaan, pagtitiis, kagandahang-loob, kabutihan, katapatan, kahinahunan, at pagpipigil sa sarili..."*

Maaaring sabihin mong, *"Pastor, hindi ako perpekto."* Tama — ni ako rin. Pero itanong mo ito sa sarili mo:

- Mas nasasaktan ka ba ngayon kapag nagkakasala ka?
- May pagnanais ka bang kalugdan ang Diyos?
- May pagbabago ba sa iyong mga layunin at prioridad?
- Minamahal mo ba ang kapwa mananampalataya at nagugutom ka ba sa Salita ng Diyos?

Kung oo — yan ay mga senyales na ang Espiritu ay gumagawa sa'yo. Ang bunga ng Espiritu ay hindi biglaan — ito'y dahan-dahang tumutubo. Pero kung may buhay, tiyak na may paglago.

---

3. Ang Banal na Espiritu ang Nagpapatunay na Tayo ay Pag-aari ng Diyos

Sa Roma 8:16, binabanggit ang panloob na pagpapatotoo ng Espiritu:

"Ang Espiritu mismo ang nagpapatotoo sa ating espiritu na tayo ay mga anak ng Diyos."

Ito ang panloob na katiyakan — isang tinig sa puso, isang banal na kaaliwan na nagsasabing: "Ikaw ay Akin." Kahit sa iyong pagkadapa, ang Espiritu ay hindi nagtutulak sa'yo palayo, kundi naglalapit pabalik.

Siya'y nagpaparusa hindi para sirain, kundi para ituwid at ibalik sa landas. Ang pag-uudyok na manalangin, sumamba, o manatili sa pananampalataya kahit sa kahinaan — iyon ay pagpapatunay na ikaw ay sa Diyos nga.

Halimbawa mula sa Lumang Tipan: Tiwala ni David sa Awa ng Diyos

Huwag nating kalimutan si Haring David. Nagkasala siya — nangalunya, pumatay, nagsinungaling. Ngunit sa Awit 23:6, buong tapang niyang sinabi:

"Tiyak na ang kabutihan at awa ay susunod sa akin sa lahat ng araw ng aking buhay, at ako'y tatahan sa bahay ng Panginoon magpakailanman."

Hindi siya umaasa lang — tiyak ang kanyang sinabi. Hindi sa kanyang sarili siya nagtitiwala — kundi sa awa ng Diyos.

Alam niyang ang Panginoon ang kanyang Pastor — kaya't panatag ang kanyang kaluluwa.

Pangwakas:

Mamuhay nang May Pagtitiwala kay Cristo

Kaya mga minamahal, paano tayo mabubuhay ngayon?

- Huwag hayaang nakawin ng kaaway ang iyong kagalakan.
- Huwag kang mabuhay na parang may "spiritual probation."
- Huwag mong sukatin ang iyong kaligtasan sa iyong gawa, kundi sa pangako ng Diyos.

Tayo ay naligtas sa biyaya, sa pamamagitan ng pananampalataya kay Jesu-Cristo. Tayo ay tinatakan ng Banal na Espiritu. At tayo ay unti-unting binabago araw-araw.

Kaya mamuhay nang may tapang. Paglingkuran ang Diyos nang may kagalakan. At ibahagi ang ebanghelyo nang may kasiguruhan.

Sapagkat maaari mong malaman... Ikaw ay may buhay na walang hanggan.

Kung hindi ka tiyak sa iyong kaligtasan — lumapit ngayon. Hayaan mong ipanalangin ka namin.

Kung ikaw ay may kasiguruhan — purihin ang Diyos at hilingin mong lalong lumalim ang iyong lakad sa Kanya.

At kung may kakilala kang may pag-aalinlangan — palakasin mo sila gamit ang katotohanan.

8: Kaligtasan para sa Lahat: Ang Pangkalahatang Paanyaya ng Diyos

Susing Talata: *2 Pedro 3:9 – "Hindi mabagal ang Panginoon sa pagtupad ng Kanyang pangako, gaya ng sinasabi ng ilan. Sa halip, Siya ay mapagpasensya sa inyo, na hindi nagnanais na sinuman ay mapahamak, kundi na ang lahat ay dumating sa pagsisisi."*

Panimula: Sino ang Maaaring Maligtas?

Ang mundo ay nahahati-hati sa pamamagitan ng bansa, kultura, wika, katayuan, at kasalanan. At minsan, kahit sa mga iglesya, may di-nasasambit na pag-aakala na ang ilang tao ay masyado nang malayo para abutin ng kaligtasan. Ngunit malinaw at malakas ang sinasabi ng Salita ng Diyos: Ang kaligtasan ay para sa lahat.

Ang puso ng Diyos ay hindi makitid ni mapili. Ang Kanyang awa ay malawak. Ang Kanyang mga bisig ay bukás. At ang Kanyang panawagan ay umuukilkil sa kasaysayan at sa buong daigdig.

Ating pag-aaralan ang pangkalahatang paanyaya ng Diyos tungo sa kaligtasan — Hindi lamang para sa matuwid, Hindi lamang para sa Israel, Hindi lamang para sa mga laging nasa simbahan — Kundi para sa lahat.

---

1. Nais ng Diyos na Lahat ay Maligtas

1 Timoteo 2:3–4 "Ito ay mabuti at kalugod-lugod sa paningin ng Diyos na ating Tagapagligtas, na nagnanais na ang lahat ng tao ay maligtas at makaalam ng katotohanan."

Hindi ideya ng tao na ang lahat ay maaaring maligtas — Ito ay nais ng Diyos mismo.

Sa sulat ni Pablo kay Timoteo, binigyang-diin niya ang panalangin para sa lahat ng tao — sapagkat ang puso ng Diyos ay nagnanais ng kaligtasan para sa lahat. Hindi lamang para sa mabubuting tao. Hindi lamang para sa mga Hudyo. Hindi lamang para sa "pinili." Kundi para rin sa magnanakaw sa krus, bantay sa Bilangguan sa Filipos, babaeng Samaritana, lalaking sinasaniban ng demonyo sa libingan... lahat!

Ito'y dapat magwawasak sa anumang palagay natin na may mga taong hindi karapat-dapat sa kaligtasan. Dahil ang katotohanan ay — wala naman talaga sa atin ang karapat-dapat. Iyan ang kagandahan ng biyaya!

Ang puso ng Ama ay sabik na ang alibugha ay makabalik sa tahanan. Siya'y naghihintay. Siya'y tumatakbo sa atin. Siya'y nagdiriwang kapag ang nawawala ay natagpuan.

---

2. Ang Ebanghelyo ay Para sa Bawat Bansa at Lahi

Pahayag 7:9 – "Pagkatapos nito ay tumingin ako, at naroon ang isang napakaraming taong di mabilang, mula sa bawat bansa, lipi, bayan, at wika, na nakatayo sa harap ng trono at ng Kordero."

Ang pangitain na tinanggap ni Juan sa Pahayag ay kumpirmasyon ng layunin ng Diyos — ang kaligtasan ay iniaalok sa bawat bansa, bawat tao, bawat wika.

Hindi ito Kanluraning ebanghelyo, hindi rin ito Hudyo lamang — ito ay pandaigdigang ebanghelyo. Hindi tumitingin ang Diyos gaya ng pagtingin ng tao. Hindi Siya naaapektuhan ng kulay ng balat, pinanggalingang kultura, antas ng edukasyon, o nasyonalidad. Tinitingnan Niya ang puso. At pinalawak Niya ang Kanyang paanyaya sa lahat:

- Sa mayaman at sa mahirap,
- Sa nakakulong at sa malaya,
- Sa marunong at sa mangmang,
- Sa Hudyo at sa Hentil.

Sa Kaharian ng Diyos, walang nakatataas na lahi. Ang ebanghelyo ay sumisira ng mga hadlang at bumubuo ng isang katawan.

---

3. Tayo ay Tinawag upang Ibahagi ang Mensahe

Mateo 28:19 – "Kaya't humayo kayo at gawin ninyong alagad ang lahat ng bansa..."

Narito na ang punto ng pagkilos: Nais ng Diyos na lahat ay maligtas — at tayo, ang Kanyang iglesya, ay inatasan upang ihatid ang mensahe. Hindi ito bulag na pag-asa. Ito ay aktibong utos. Hindi ito mungkahi ni Jesus. Ito ay Kanyang kautusan. Sinabi Niya: *"Humayo... gawin ninyong alagad... ng lahat ng bansa."*

Kasama na diyan ang iyong kapitbahay, iyong katrabaho, yung nasa pila sa tindahan, ang Ateista, ang Muslim, ang adik, ang naligaw, ang Buddhist. Ang ebanghelyo ay dapat ipahayag — hindi lang ng mga misyonero sa ibang bansa, kundi ng mga mananampalataya sa kanilang mga kapitbahay.

Hindi lang tayo tagatanggap ng kaligtasan — tayo rin ay mga sugo ng kaligtasan. Ipinagkatiwala Niya sa atin ang ministeryo ng pagkakasundo (2 Corinto 5:18–19).

Halimbawa sa Lumang Tipan: Si Rahab na Patutot na Iniligtas sa Pananampalataya (Josue 2; Hebreo 11:31)

Si Rahab ay isang babaeng Canaanita na patutot sa isang lungsod ng mga pagano — Jerico — na itinakdang wasakin. Ngunit nang marinig niya ang balita tungkol sa Diyos ng Israel, siya'y naniwala. Itinago niya ang mga espiya, ipinahayag ang kanyang pananampalataya kay Yahweh, at siya ay iniligtas nang bumagsak ang Jerico.

Anong patotoo!

Isang babaeng may makasalanang nakaraan, na kabilang sa isang taong hinatulan, naligtas sa pamamagitan ng pananampalataya. Hindi siya lumaki sa tipan. Hindi siya kabilang sa Israel. Ngunit inarok siya ng biyaya ng Diyos, at isinama pa ang kanyang pangalan sa talaan ng lahi ni Jesus (*Mateo 1:5*).

Iyan ang puso ng Diyos. Iyan ang kapangyarihan ng kaligtasan. At iyan ang ating misyon: Sabihin sa mga Rahab ng mundong ito — "May pag-asa!"

Pangwakas: Maging Saksi sa Iba ng Biyayang Nagliligtas ng Diyos

Mga kapatid, ang kaligtasan ay hindi nililimitahan ng ating mga hangganan. Hindi ito nakatali sa lahi, antas ng buhay, o relihiyon. Ito ang pinakadakilang paanyaya na ibinigay sa mundo. At tayo, hindi lamang mga tinanggap — tayo rin ay mga tagapaghatid ng paanyaya.

Ang Diyos ay matiyaga, hindi nagnanais na sinuman ay mapahamak, kundi ang lahat ay dumating sa pagsisisi.

Tayo ba ay magiging tapat sa Kanyang misyon? Humayo tayo nang may pag-ibig. Humayo tayo nang may pananabik. Humayo tayo nang may katapangan.

Sapagkat ang aanihin ay sagana — at ang panahon ay ngayon.

Ang Buhay ng Isang Mananampalataya

Ang buhay ay isang paglalakbay na punô ng mga hamon, kagalakan, katanungan, at mga sandali ng malalim na pagkatuklas. Ngunit para sa mga lumalakad kay Cristo, ang paglalakbay na ito ay nagkakaroon ng mas malalim at makahulugang kahulugan. Hindi ito basta pamumuhay lamang—ito ay ang mamuhay nang ganap sa isang makabuluhang ugnayan sa Manlilikha, at araw-araw ay hinuhubog ng Kanyang biyaya at katotohanan.

Sa nakapagpapabagong serye ng mga sermon na ito, na pinamagatang "Ang Buhay ng Isang Mananampalataya," ating susuriin ang mga pangunahing salik na humuhubog at nagbibigay-lakas sa lakad ng isang Kristiyano kasama ang Diyos.

Tutuklasin natin kung paano ang pananampalataya ang siyang pundasyon ng buhay ng bawat mananampalataya—nagbibigay ng katatagan at layunin sa gitna ng mga hindi tiyak na kalagayan ng buhay. Sabay-sabay tayong lalakbay sa mga praktikal na aspeto ng araw-araw na pananampalataya, at ating mauunawaan kung ano ang tunay na kahulugan ng lumakad nang malapit at palagian kasama ang Diyos. Ating tatalakayin ang mahahalagang katangiang ugali na makikita sa buhay ng isang mananampalataya, gayundin ang mga layunin at responsibilidad na ipinagkakatiwala sa atin ng Diyos. Sama-sama rin nating pag-aaralan kung paanong ang panalangin ang nagpapalalim sa ating kaugnayan sa Diyos, nagbibigay-lakas sa ating espirituwal na paglago, at nagsisilbing lifeline natin sa bawat sitwasyon. Ang pagsamba, na likas na tugon ng pusong puspos ng pasasalamat, ay tatalakayin bilang pagpupuri ng mananampalataya sa kabutihan at kadakilaan ng Diyos.

Sa huli, haharapin natin ang katotohanang may mga banta sa ating pananampalataya, at tayo'y maghahanda sa pamamagitan ng karunungan at tapang upang mapagtagumpayan ang mga pagsubok at tukso na nagnanais sirain ang ating lakad kay Cristo.

Ihanda ang iyong puso para sa isang paglalakbay ng espirituwal na pagpapayaman, personal na paglago, at panibagong pagtatalaga, habang muli nating natutuklasan kung ano ang tunay na kahulugan ng masaganang buhay na iniaalok ni Cristo sa bawat mananampalataya.

1: Pananampalataya – Ang Pundasyon ng Buhay ng Mananampalataya

Susing Talata: *Hebreo 11:1 "Ang pananampalataya ay katiyakan sa mga bagay na inaasahan at paninindigan sa mga bagay na hindi nakikita."*

Panimula

Ang pananampalataya ang nasa puso ng ating paglakad kasama ang Diyos. Kung wala ito, hindi natin masisimulan ang paglalakbay, hindi tayo lalago sa Espiritu, at hindi natin matutupad ang layunin ng Diyos sa ating buhay. Ang pananampalataya ay hindi basta pakiramdam—ito ay matatag na pagtitiwala sa karakter at mga pangako ng Diyos, kahit na hindi pa natin nakikita ang buong larawan.

---

1. Kahulugan ng Pananampalataya (Hebreo 11:1–3)

- Ang pananampalataya ay katiyakan sa mga bagay na ating inaasahan.
- Ito ay paninindigan sa mga bagay na hindi nakikita.
- Ito ang pundasyong kinatatayuan ng ating espirituwal na pag-unawa.
- Sa pananampalataya, nakikita natin ang buhay mula sa pananaw ng Diyos.

---

2. Pananampalatayang Nakalulugod sa Diyos (Hebreo 11:6)
Kung walang pananampalataya, hindi maaaring kalugdan ng Diyos.

- Ang pananampalataya ay naniniwala na ang Diyos ay umiiral at ginagantimpalaan Niya ang mga masigasig na humahanap sa Kanya.
- Hindi sapat ang paniniwalang intelektwal—dapat tayong magtiwala sa Kanya nang personal at patuloy.

---

3. Pananampalataya bilang Pundasyon ng Buhay Kristiyano (Roma 1:17)

"Ang matuwid ay mabubuhay sa pamamagitan ng pananampalataya."

- Ang pananampalataya ay hindi isang beses na hakbang, kundi isang araw-araw na paglakad.
- Nagsisimula sa pananampalataya ang buhay Kristiyano at nagpapatuloy rin sa pananampalataya —mula simula hanggang wakas.
- Ang pananampalataya ang nagdudulot ng pagiging matuwid —hindi sa pamamagitan ng ating gawa kundi sa biyaya ng Diyos.

---

4. Mamuhay sa Pananampalataya, Hindi ayon sa Nakikita (2 Corinto 5:7)

Itinuturo ng sanlibutan na mamuhay ayon sa nakikita, ngunit ang mananampalataya ay lumalakad nang kakaiba.

- Ang pananampalataya ay nagtuturo sa atin na magtiwala sa tamang panahon (timing) , gabay, at kapangyarihan ng Diyos, kahit na hindi malinaw ang daan.
- Ang buhay na may pananampalataya ay sumusunod sa Diyos kahit hindi alam ang patutunguhan.

Halimbawa sa Lumang Tipan: Si Abraham (Genesis 12:1–4; Genesis 15:1–6)

Sumunod si Abraham sa tawag ng Diyos kahit hindi niya alam kung saan siya pupunta.

- Naniwala siya sa pangako ng Diyos na magkaanak at magiging dakilang bansa kahit tila imposibleng mangyari iyon.
- *Genesis 15:6 – "Sumampalataya si Abram sa Panginoon, at ito'y ibinilang sa kanya bilang katuwiran."*
- Ipinapakita sa atin ng pananampalataya ni Abraham na ang tunay na pananampalataya ay masunurin, matiyaga, at ginagantimpalaan.

Pangwakas

Ang pananampalataya ay hindi bulag—ito ay nakakakita sa pamamagitan ng espirituwal na paningin. Hindi ito pabaya — ito'y nagtutulak sa atin upang kumilos. Tulad ni Abraham, nawa'y maging isang bayan tayo na nagtitiwala sa mga pangako ng Diyos at sumusunod sa Kanyang tinig. Bilang mga mananampalataya, mamuhay tayo sa pananampalataya, lumakad tayo sa pananampalataya, at lumago tayo sa pananampalataya— sapagkat ito ang buhay na kalugud-lugod sa Diyos.

2: Buhay ng Pananampalataya – Araw-araw na Paglakad Kasama ang Diyos

Susing Talata: *Galacia 2:20 "Ako'y ipinakong kasama ni Cristo. Hindi na ako ang nabubuhay, kundi si Cristo ang nabubuhay sa akin. At ang buhay na ikinabubuhay ko ngayon sa katawan ay ikinabubuhay ko sa pananampalataya sa Anak ng Diyos, na sa akin ay umibig at naghandog ng kanyang sarili para sa akin."*

Panimula

Ang pananampalataya ay hindi isang minsanang desisyon kundi isang araw-araw na pamumuhay. Ang buhay ng isang mananampalataya ay isang paglalakbay na puspos ng pananampalataya na sumasalamin kay Cristo sa bawat hakbang. Ang ating pagka-kakilanlan ay hindi na batay sa lumang pagkatao kundi sa buhay ni Cristo na nasa atin.

Ang pamumuhay sa pananampalataya ay ang magtiwala kay Jesus sa bawat aspeto ng ating buhay—maging sa ating mga desisyon, pagsubok, at kinabukasan.

---

1. Ipinako Kasama ni Cristo, Buhay sa Kanya (Galacia 2:20)

Ang ating dating pagkatao ay ipinako na sa krus—wala nang kapangyarihan sa atin.

- Si Cristo ngayon ang nabubuhay sa atin—gumagabay, humuhubog, at nagbibigay-lakas.
- Ang ating bagong buhay ay hindi bunga ng sariling pagsisikap kundi ng pananampalataya sa Anak ng Diyos.

---

2. Araw-araw na Paglakad sa Pananampalataya (Colosas 2:6-7)

- *".... mamuhay kayo na nasa kanya, mag-ugat at magpatatag sa kanya."*
- Ang pananampalataya ay hindi lang minsang paniniwala—ito ay araw-araw na paglakad, patuloy na ugnayan kay Cristo.
- Tayo ay lumalago sa pamamagitan ng pagiging malalim sa Kanyang Salita at pinatitibay ng Kanyang presensya.

---

3. Pagtitiwala sa Diyos sa Lahat ng Kalagayan (Filipos 4:11-13)

- Natutunan ni Pablo ang masiyahan sa anumang sitwasyon—sa pamamagitan ng pananampalataya.
- Binibigyan tayo ng pananampalataya ng kapayapaan sa gitna ng kakulangan at kasaganaan.
- *"Lahat ng bagay ay aking magagawa sa pamamagitan niya na nagpapalakas sa akin."*

---

4. Pagtitiis sa Pananampalataya sa Gitna ng Pagsubok (Santiago 1:2-4)

- Ang mga pagsubok ay sumusubok at nagpapadalisay sa ating pananampalataya. Ang pagtitiis ay nagbubunga ng espiritwal na paglago – pananampalataya ay tumitibay sa pakikibaka o pakikipaglaban.
- Ang pamumuhay sa pananampalataya ay sinusubok, ngunit nagbubunga ng pangmatagalang bunga.

Halimbawa sa Lumang Tipan: Jose (Genesis 37–50)

- Pinagtaksilan ng mga kapatid, ipinagbili, inakusahan ng di totoo, nakulong—ngunit hindi nawalan ng pananampalataya.
- Nagtiwala siya sa plano ng Diyos, at sa huli ay nagpahayag: *"Ang inisip ninyong masama laban sa akin ay ginamit ng Diyos para sa kabutihan."* (Genesis 50:20)
- Tinuturuan tayo ng buhay ni Jose na lumakad sa pananampalataya kahit hindi natin maintindihan ang nangyayari.

Pangwakas

Ang pamumuhay sa pananampalataya ay hindi laging madali, ngunit ito ay laging makabuluhan. Habang tayo'y araw-araw na sumusuko kay Cristo, nagtitiwala sa Kanyang mga pangako, at matiyagang humaharap sa mga pagsubok, nararanasan natin ang kapangyarihan ng Tagapagligtas na nabubuhay sa loob natin. Mamuhay tayo hindi ayon sa paningin kundi ayon sa pananampalataya— nakakapit kay Cristo na umiibig at laging sumasaatin.

3: Ang Pagkatao ng Mananampalataya

Susing Talata: *Galacia 5:22-23* - *"Ngunit ang bunga ng Espiritu ay pag-ibig, kagalakan, kapayapaan, pagtitiyaga, kabaitan, kabutihan, katapatan, kahinahunan, at pagpipigil sa sarili. Laban sa ganitong mga bagay ay walang batas."*

---

1. Pagbabagong-Buhay sa Pamamagitan ng Banal na Espiritu

- Ang tunay na pagkatao ng isang Kristiyano ay hindi nakukuha sa sariling pagsisikap, kundi bunga ng paggawa ng Banal na Espiritu sa kalooban ng mananampalataya.
- *2 Corinto 5:17 – "Kaya't kung ang sinuman ay na kay Cristo, siya'y bagong nilalang. Ang mga lumang bagay ay lumipas na; narito, ang lahat ay naging bago."*
- Ang pagbabago ay nagsisimula sa pagtanggap kay Cristo at nagpapatuloy na proseso sa pagpapabanal.

---

2. Bunga ng Espiritu vs. Gawa ng Laman

- *Galacia 5:19-21* – Ang likas na kasalanan ng tao ay nagbubunga ng masasamang gawa at ugali.
- Ang bunga ng Espiritu ay nagpapakita ng katangian ni Cristo sa buhay ng mananampalataya.
- Araw-araw nating piliing lumakad sa Espiritu upang labanan ang pita ng laman (Galacia 5:16).

---

3. Isuot ang Bagong Pagkatao

- *Efeso 4:22-24 – "Hubarin ninyo ang dating pagkatao... at isuot ang bagong pagkatao na nilikha ayon sa wangis ng Diyos sa tunay na katuwiran at kabanalan."*
- Isang panawagan sa intensyonal na pamumuhay—araw-araw na pagsuko at pagbabago ng puso at isipan.

---

4. Pagiging Katulad ni Cristo

Roma 8:29 – "... upang maging katulad ng larawan ng kanyang Anak."

Ang pagiging kawangis ni Cristo ang layunin ng ating espiritwal na paglagô. Tayo'y lumalago sa pamamagitan ng Salita, panalangin, pagsubok, at pagsunod.

Halimbawa sa Lumang Tipan: Daniel

Daniel 1:8 – "Ipinasya ni Daniel sa kanyang puso na hindi niya dudungisan ang kanyang sarili..."

Daniel 6:10 – Patuloy siyang nanalangin kahit sa banta ng kamatayan.

Ipinakita ng buhay ni Daniel ang integridad, katapangan, disiplina, at hindi matitinag na pananampalataya.

Pangwakas

Ang pagkatao ng isang Kristiyano ay hindi opsyonal—ito ang patunay ng isang binagong buhay. Ang bunga ng Espiritu ay ebidensya na si Cristo ay nasa atin. Tulad ni Daniel, nawa'y makilala tayo sa ating tapat na debosyon sa Diyos at sa asal na kawangis ni Cristo, kahit sa gitna ng pagsubok.

Magtanong: Lumalago ba ang bunga ng Espiritu sa aking buhay?

Magnilay: Aling bahagi ng aking pagkatao ang kailangang mas hubugin pa ng Espiritu?

Kumilos: Magsimula ng isang araw-araw na paglakad kasama ang Espiritu at layuning paglago sa ugali at asal.

4: Ang Gawain ng Mananampalataya

Susing Talata: *Mateo 28:19-20 - "Kaya't humayo kayo at gawin ninyong alagad ang lahat ng mga bansa, bautismuhan sila sa pangalan ng Ama at ng Anak at ng Espiritu Santo, at turuan silang sundin ang lahat ng mga bagay na iniutos ko sa inyo. At ako'y laging kasama ninyo hanggang sa katapusan ng panahon."*

Panimula

Ang buhay Kristiyano ay hindi isang tamad na pamumuhay—ito ay isang buhay na may layunin at misyon. Bilang mga mananampalataya, tayo ay pinagkatiwalaan ng isang banal na gawain: luwalhatiin ang Diyos sa pamamagitan ng paggawa ng mga alagad at paglilingkod sa kapwa sa pag-ibig ni Cristo.

---

1. **Ang Dakilang Utos – Ang Ating Misyon na Ibahagi ang Ebanghelyo**

- Mateo 28:19-20 – Huling tagubilin ni Jesus sa Kanyang mga alagad.
- Ang paghayo ay hindi opsyonal—ito ay mahalaga.
- Ginagamit ng Diyos ang mga ordinaryong tao upang tuparin ang Kanyang kamangha-manghang plano.

---

2. **Pagiging Asin at Ilaw sa Sanlibutan**

- *Mateo 5:13-16* – Impluwensya sa pamamagitan ng ating ugali at asal.

- Ang asin ay nagpepreserba at nagbibigay-lasa—ang mga mananampalataya ay pumipigil sa moral na pagkasira at nagbibigay ng espirituwal na kayamanan.
- Ang ilaw ay naglalantad ng kadiliman—ang ating buhay ay dapat sumasalamin kay Cristo sa harap ng mundo.

---

3. Paglilingkod sa Kapwa na may Pag-ibig

- *Galacia 5:13 – "Maglingkod kayo sa isa't isa nang may kababaang-loob at pag-ibig."*
- Ang tunay na kadakilaan ay makikita sa paglilingkod, hindi sa pagpapasakop sa atin (*Marcos 10:45*).
- Ang ating pang-araw-araw na buhay ay mga pagkakataon para sa ministeryo.

---

4. Paggamit ng Ating Espirituwal na Kaloob para sa Katawan ni Cristo

- 1 Corinto 12:4-7 – Iba't ibang kaloob, iisang Espiritu, iisang layunin.
- Bawat mananampalataya ay may bahagi sa iglesia.
- Mas epektibo ang iglesia kapag ang bawat miyembro ay nakikibahagi.

Halimbawa sa Lumang Tipan: Nehemias – Huwarang Lingkod at Pinuno

- Nehemias 2–6 – Iniwan ni Nehemias ang palasyo upang muling itayo ang mga pader ng Jerusalem.

- Siya'y nanalangin, nagplano, at nagpatuloy kahit may pagsalungat.
- Pinakilos niya ang mga Israelita, nanatiling nakatuon, at naglingkod para sa kaluwalhatian ng Diyos.

Pagtupad sa Gawaing Ipinagkaloob ng Diyos

- Magtanong: Ano ang aking papel sa misyon ng iglesia?
- Magnilay: Nakakaimpluwensya ba ako sa aking paligid para kay Cristo?
- Mangako: Gamitin ang iyong oras, talento, at kayamanan para sa kaharian ng Diyos.

Pangwakas

Ang gawain ng mananampalataya ay parehong pribilehiyo at pananagutan. Tayo ay tinawag upang humayo, maglingkod, magliwanag, at magtayo—gaya ni Nehemias. Ibinigay na ni Jesus ang misyon at ang Kanyang pangako: *"Ako'y laging kasama ninyo."* Kaya't tayo'y Manindigan at gumawa, sapagkat dakila ang gawain at ang Diyos ay kasama natin!

5: Panalangin ng Mananampalataya

Susing Talata: *1 Tesalonica 5:17 – "Manalangin kayong walang patid."*

Panimula

- Ang panalangin ay ang lifeline ng bawat mananampalataya—isang patuloy na koneksyon sa Diyos.
- Ang "manalangin nang walang patid" ay hindi nangangahulugang walang tigil na pagsasalita, kundi patuloy na pakikipag-ugnayan sa Diyos.
- Sa mensaheng ito, ating susuriin kung paanong ang buhay na may panalangin ay humuhubog sa isang mananampalataya.

---

1. Ang Kapangyarihan ng Matiyagang Panalangin (Lucas 18:1-8)

- Isinalaysay ni Jesus ang talinghaga ng babaeng balo upang turuang tayo'y laging manalangin at huwag mawalan ng pag-asa.
- Pinapahalagahan ng Diyos ang pagkamatapat at pagtitiyaga sa panalangin.
- Ang matiyagang panalangin ay nagtuturo ng pagtitiwala at nagtatatag ng tibay sa pananampalataya.

---

2. Ang Pagtuturo ni Jesus Tungkol sa Panalangin (Mateo 6:9-13)

Ibinigay ni Jesus ang huwaran ng panalangin ("The Lord's Prayer") na naka-pokus sa:

- Kabanalan ng Diyos at Kanyang kaharian
- Araw-araw na pagdepende sa Kanya
- Kapatawaran at proteksyon

Ang panalangin ay dapat umaayon sa kalooban ng Diyos at nagpapakita ng pagsamba, kahilingan, at pagsuko.

---

3. Panalangin Bilang "Lifestyle" (Filipos 4:6)

- *"Huwag kayong mabalisa tungkol sa anuman... sa halip, sa lahat ng bagay, sa pamamagitan ng panalangin..."*
- Pinapalitan ang pag-aalala ng kapayapan, sa pamamagitan ng pananalangin at pasasalamat.

Ang isang mapanalangining buhay ay isang mapayapang buhay.

---

4. Pananalangin sa Espiritu (Efeso 6:18)

- *"Manalangin kayo sa lahat ng pagkakataon, sa patnubay ng Espiritu. Manatili kayong gising at laging manalangin para sa lahat ng mga hinirang ng Diyos"*
- Nagpapakita ito ng pagiging bukas sa paggabay ng Diyos at pakikiayon sa kapangyarihang espiritwal.

Ang Banal na Espiritu ang nagpapalakas at gumagabay sa ating panalangin.

Halimbawa sa Lumang Tipan: Hana (1 Samuel 1:9-20)

- Ang panalangin ni Hana ay mula sa puso, may kababaang-loob at puspos ng pananampalataya.

- Sinagot ng Diyos ang kanyang dalangin, at ibinalik niya kay Yahweh ang kanyang natanggap (si Samuel).

Ang taos-puso at masigasig na panalangin ay humahaplos sa puso ng Diyos.

Pangwakas

Ang panalangin ay hindi lamang tungkulin—ito ay kagalakan at araw-araw na disiplina. Ang buhay ng mananampalataya ay dapat mamarkahan ng patuloy, tapat, at pinangungunahang panalangin ng Espiritu.

Lumago tayo sa ugnayan natin sa Diyos sa pamamagitan ng paninindigan na manalangin nang walang patid.

6: Pagsamba ng Mananampalataya

Susing Talata: *Roma 12:1- "Kaya nga, mga kapatid, alang-alang sa masaganang habag ng Diyos, ako'y nakikiusap sa inyo: ialay ninyo ang inyong mga katawan bilang handog na buhay, banal at kalugud-lugod sa Diyos. Ito ang karapat-dapat na pagsamba ninyo sa Kanya."*

---

1. Pagsamba Bilang "Lifestyle"

- Ang pagsamba ay higit pa sa musika o pagsisimba tuwing Linggo—ito ay ang ating araw-araw na pamumuhay para sa Diyos.
- Ang tunay na pagsamba ay ang buong pagsuko ng ating buhay: kaisipan, kilos, oras, at yaman.
- *Colosas 3:17 – "Anuman ang inyong ginagawa... gawin ninyo ang lahat sa pangalan ng Panginoong Jesus."*

---

2. Espirituwal na Pagsamba kumpara sa Ritwal

- Juan 4:23-24 – Binigyang-diin ni Jesus ang pagsamba sa espiritu at katotohanan, hindi lamang panlabas na ritwal.
- Hinahanap ng Diyos ang pagsambang nagmumula sa tapat na puso, hindi sa hungkag na tradisyon.
- *Isaias 29:13 – "Pinararangalan ako ng bayang ito sa pamamagitan ng kanilang mga labi, ngunit malayo ang kanilang puso sa akin."*

---

3. Papuri at Pasasalamat

- *Hebreo 13:15 – "Sa pamamagitan ni Jesus, patuloy tayong mag-alay ng hain ng papuri sa Diyos..."*
- Ang pagsamba ay may kasamang pagpapahayag: awitin, patotoo, pasasalamat, at pagdadakila sa Diyos.
- *Awit 100 – "Pumasok kayo sa kanyang mga tarangkahan na may pasasalamat, at sa kanyang mga looban na may papuri."*

---

4. Pagsamba sa Espiritu at Katotohanan

- Espiritu: Pinangungunahan at pinalalakas ng Banal na Espiritu, hindi lamang emosyon.
- Katotohanan: Umaayon sa Salita ng Diyos at sa kapahayagan ni Cristo.
- Efeso 5:18-20 – Mapuspos ng Espiritu, umaawit at nagpapasalamat sa Diyos.

Halimbawa sa Lumang Tipan: David

Isang lalaking ayon sa puso ng Diyos (1 Samuel 13:14), si David ay huwaran sa pagsamba sa pamamagitan ng:

- Awitin: Mga awit ng papuri at panaghoy (*Awit 23*).
- Sayaw: Pagsamba na may kagalakan sa harapan ng Panginoon (*2 Samuel 6:14*).
- Debosyon: Pusong masigasig sa paghahanap sa Diyos sa lahat ng kalagayan (*Awit 27:4*).

Pangwakas

Ang pagsamba ay hindi nakatali sa isang gusali o isang sandali lamang—ito ay ang pag-aalay ng ating buong buhay sa Diyos. Bilang mga mananampalataya, tinawag tayo upang mabuhay bilang mga buhay na handog, na niluluwalhati ang Diyos sa lahat ng ating ginagawa. Nawa'y ang ating pagsamba ay maging totoo, masaya, at nakasentro kay Cristo.

Tanungin ang Sarili

Ang aking buhay ba ay repleksyon ng araw-araw na pagsamba?

Ako ba ay sumasamba lamang tuwing Linggo, o bawat araw?

Paano ako lalago sa pagsamba sa Diyos na may katapatan at sigasig?

7: Mga Banta sa Buhay ng Pananampalataya

Susing Talata: *1 Pedro 5:8-9 - "Maging mapagbantay kayo at magpakatino sa pag-iisip. Ang kaaway ninyong diyablo ay parang leong umaatungal na gumagala, naghahanap ng masisila. Labanan ninyo siya, at magpakatatag kayo sa inyong pananampalataya..."*

Panimula:

Manatiling gising sa labanan. Ang buhay Kristiyano ay hindi isang palaruan kundi isang larangan ng labanan. Ang ating pananampalataya ay patuloy na inaatake ng kaaway - mula sa panlabas na anyo at sa loob, sa pamamagitan ng ating makasalanang laman.

---

1. Totoo ang Espirituwal na Labanan (Efeso 6:10-13)

- Isuot ang buong baluti ng Diyos.
- Kilalanin na ang ating laban ay hindi laban sa laman at dugo.
- Magpakatatag sa Panginoon at panindigan ang ating posisyon.

---

2. Mag-ingat sa Tukso at Panlilinlang (Santiago 1:14-15)

- Ang tukso ay nagsisimula sa pagnanasa; kapag hindi napigil, humahantong ito sa kasalanan at kamatayan.
- Madalas gamitin ni Satanas ang mga tusong kasinungalingan upang iligaw ang mga mananampalataya.

- Ingatan ang iyong puso sa pamamagitan ng panalangin at Salita ng Diyos.

---

3. Ang Pagdududa at Takot ay Maaaring Yumanig sa Pananampalataya (Mateo 14:30-3)

- Nakalakad si Pedro sa tubig sa pamamagitan ng pananampalataya, ngunit nang siya'y nagduda, siya'y lumubog.
- Agad siyang inabot ni Jesus—ang pananampalataya ay maaaring manghina, ngunit ang biyaya ay muling nagpapalakas.
- Ituon ang paningin kay Jesus sa gitna ng mga bagyo ng buhay.

---

4. Pagtitiyaga at Pag-iingat sa Pananampalataya (2 Timoteo 4:7)

- *"Nakipaglaban ako ng mabuting pakikipaglaban, natapos ko na ang takbuhin, at iningatan ko ang pananampalataya."*
- Ang pananampalataya ay kailangang bantayan, linangin, at ingatan hanggang wakas.
- Huwag sumuko—kahit madapa, bumangon muli.

Halimbawa sa Lumang Tipan: Samson (Mga Hukom 13–16)

- Tinawag si Samson ng Diyos ngunit siya'y bumagsak dahil sa mga kompromiso.
- Naging kampante sya at hindi sya naging maingat - hindi niya nilayuan ang tukso, at nawala ang kanyang lakas.

- Ang kanyang buhay ay babala—ngunit isa ring kwento ng pagtubos sa huli.

Pangwakas

Ang buhay ng pananampalataya ay mahalaga—kaya ito'y dapat ingatan. Totoo ang ating kaaway, ngunit higit na makapangyarihan ang ating Diyos. Manatiling gising, magpakatatag, at ipaglaban ang mabuting laban. Ingatan natin ang ating mga puso, takasan ang tukso, at magpatuloy sa biyaya ng Diyos hanggang sa katapusan.

<u>Tanungin ang Sarili</u>

Ano ang mga bahagi ng aking buhay na nagbabanta sa aking pananampalataya?

Ako ba ay espirituwal na gising, o natutulog?

Paano ko mapapagyaman ang aking sarili sa pamamagitan ng baluti ng Diyos at manatiling matatag sa pananampalataya?

Pagsubok at Pagtitiis – Paglakad sa Apoy na may Pananampalataya

Ang buhay ay puno ng bundok at lambak—mga panahon ng kagalakan at mga sandali ng matinding dalamhati. Ang mga pagsubok at pagtitiis, bagama't mahirap at madalas ay nakakapanghina, ay hindi mga walang saysay na abala sa ating buhay. Sa halip, ito ay mga malalalim na pagkakataon upang lalong lumalim ang ating ugat ng pananampalataya, pagtitiwala, at ugnayan sa Diyos.

Sa pagbubukas ng seryeng ito na pinamagatang "Mga Pagsubok at Pagtitiis – Paglakad sa Apoy na may Pananampalataya," ating pag-aaralan kung paano harapin ang pinakamabibigat na sandali ng buhay habang mahigpit na kumakapit sa mga pangako ng Diyos. Ating tutuklasin ang makapangyarihang katotohanan mula sa Kasulatan na magpapaalala sa atin: kahit sa gitna ng matitinding laban, hindi tayo nag-iisa. Ang Diyos ay kumikilos, hinuhubog ang ating pagkatao, at inihahanda tayo para sa mas dakilang layunin.

Habang tayo'y naglalakbay sa seryeng ito, nawa'y mapalakas ang iyong pananampalataya, mabigyang-lakas ang iyong puso, at matatag ang iyong kaluluwa sa hindi matinag na pag-ibig at katapatan ng Diyos.

Alalahanin natin ang mga salita ni Apostol Pedro:

"Kaya't nagagalak kayo, kahit na sa kasalukuyan ay maaaring kailanganin ninyong magdanas ng iba't ibang pagsubok sa maikling panahon. Ang mga ito'y dumating upang subukin ang katapatan ng inyong pananampalataya... upang ito'y magbunga

ng papuri, kaluwalhatian, at karangalan kapag nahayag na si Jesu-Cristo." - (1 Pedro 1:6-7)

1: Ang Layunin ng mga Pagsubok

Susing Talata: *Santiago 1:2-4 - "Ituring ninyong kagalakang lubos, mga kapatid, kapag kayo'y dumaranas ng iba't ibang uri ng pagsubok. Sapagkat alam ninyo na sa pagsubok sa inyong pananampalataya ay nabubuo ang pagtitiyaga. Hayaang ganap ang pagtitiyaga upang kayo'y maging ganap at buo, at walang kakulangan."*

Panimula

Ngayon ay sisimulan natin ang bagong serye na pinamagatang *"Mga Pagsubok at Pagtitiis: Paglakad sa Apoy na may Pananampalataya."* Ang buhay ay puno ng hamon—ang ilan ay inaasahan, ngunit marami ang biglaan. Ngunit bilang mga tagasunod ni Cristo, hindi na natin kailangang manghula kung bakit dumarating ang mga pagsubok. Malinaw at makapangyarihan ang sinasabi ng Salita ng Diyos tungkol sa layunin ng mga ito. Si Santiago, kapatid sa ina ni Jesus, ay nagsimula ng kanyang sulat sa isang nakagugulat na panawagan: *"Ituring ninyong kagalakang lubos... kapag kayo'y dumaranas ng mga pagsubok."*

Bakit kagalakan? Bakit hindi takot o pagdadalamhati? Sapagkat kapag tiningnan natin ang mga pagsubok sa mata ng pananampalataya, hindi ito basta-bastang pangyayaring walang saysay—ito ay mga kasangkapan sa kamay ng Diyos upang tayo ay hubugin, patatagin, at palaguin.

---

1. Ang Pagsubok ay Nagbubunga ng Pagtitiyaga

Sabi ni Santiago: *"Ituring ninyong kagalakang lubos... kapag kayo'y dumaranas ng iba't ibang uri ng pagsubok..."* Bakit?

Sapagkat ang pagsubok sa pananampalataya ay nagbubunga ng pagtitiyaga.

Tulad ng isang kalamnan, ang pananampalataya ay lumalakas kapag ito'y nasusubok. Kung walang pagsalungat, ito ay nananatiling mahina at hindi buo. Ang mga pagsubok ay hindi parusa—ito'y espirituwal na ehersisyo para sa ating paglago.

Sinabi rin ni Pablo sa Roma 5:3-4: *"Nagagalak din tayo sa ating mga paghihirap, sapagkat alam natin na ito'y nagbubunga ng pagtitiyaga; ang pagtitiyaga naman ay nagbubunga ng katatagan, at ang katatagan ay umaakay sa pag-asa."*

Kapag tayo'y dumaraan sa pagsubok, hindi tayo winawasak kundi itinatayo. Pinapahintulutan ng Diyos ang mga pagsubok, hindi upang tayo'y maging mapait, kundi upang tayo'y maging mas mabuti. Pinauunlad Niya sa atin ang uri ng pagtitiyaga na hindi sumusuko—isang pananampalatayang matibay kahit sa kahirapan.

---

2. Ang Pagtitiyaga ay Nagdudulot ng Kaganapan

Sabi sa talatang 4: *"Hayaang ganap ang pagtitiyaga upang kayo'y maging ganap at buo, at walang kakulangan."* Ang paglago ay nangangailangan ng panahon. Hindi tayo agad nagiging espirituwal na mature—ito'y isang proseso.

Pinaalala ng Hebreo 12:11 - *"Walang disiplina ang kasiya-siya habang isinasagawa, kundi masakit. Ngunit pagkatapos niyon, nagbubunga ito ng katuwiran at kapayapaan sa mga tinuruan nito."*

Ang layunin ng Diyos ay lumago tayo bilang mga ganap na alagad—matatag sa pananampalataya, mayaman sa karakter, at buo kay Cristo. Ang mga pagsubok ay nagpapadalisay sa atin, inilalantad ang nasa loob ng ating puso, at hinuhubog tayo ayon sa Kanyang kalooban. Hindi lamang kaginhawaan ang nais ng Diyos—ang Kanyang layunin ay ang ating kabanalan.

---

3. Layunin ng Diyos ay Paglago, Hindi Parusa

Minsan kapag tayo'y dumaranas ng paghihirap, naitatanong natin, *"Pinarurusahan ba ako ng Diyos?"* Ngunit pinatotohanan ng Salita ng Diyos: Ang layunin ng Diyos ay hindi ang manakit, kundi ang magpagaling; hindi upang parusahan, kundi upang tayo'y paunlarin.

Jeremias 29:11 – "Sapagkat nalalaman ko ang mga plano ko para sa inyo... mga planong hindi kayo kapahamakan kundi bigyan ng pag-asa at magandang kinabukasan."

Ang mga pagsubok ay mga kasangkapan, hindi mga sandata. *Hebreo 12:6 – "Ang dinidisiplina ng Panginoon ay ang mga minamahal Niya."* Ang disiplina ay hindi pagtanggi—ito ay patunay ng pagiging anak. Pinahihintulutan ng Diyos ang mahihirap na panahon hindi upang durugin tayo, kundi upang hubugin, turuan, at itaas tayo ayon sa Kanyang wangis.

---

4. Halimbawa sa Lumang Tipan: Jose (Genesis 37–50)

Tingnan natin si Jose, isang makapangyarihang halimbawa ng taong nagtiis sa mga pagsubok na may pananampalataya.

- Ipinagkanulo ng kanyang mga kapatid.
- Ibinenta bilang alipin.
- Inakusahan ng kasinungalingan at ibinilanggo.
- Nakalimutan at iniwan.

Ngunit sa bawat yugto ng kanyang paghihirap, nanatiling tapat si Jose. At sa huli, ginamit ng Diyos ang kanyang mga pagsubok upang tuparin ang banal na layunin. Sinabi mismo ni Jose sa

Genesis 50:20: *"Ang balak ninyo'y masama laban sa akin, ngunit ito'y ginamit ng Diyos para sa kabutihan—upang maisakatuparan ang nangyayari ngayon: ang kaligtasan ng maraming buhay."*

Tinuturuan tayo ng buhay ni Jose na ang mga pagsubok ay madalas na hakbang tungo sa ating tadhana. Ang tila kabiguan ay maaaring paghahanda ng Diyos para sa mas dakilang bagay.

Pangwakas

Mga kapatid, ang mga pagsubok ay hindi tanda ng kawalan ng Diyos—ito ay ebidensiya ng Kanyang paggawa sa ating buhay. Mas higit ang interes ng Diyos sa ating walang hanggang paglago kaysa sa pansamantalang kaginhawaan. Nakikita Niya ang simula at wakas—at anumang Kanyang pinapahintulutan, ginagamit Niya para sa ating ikabubuti.

Kaya't yakapin natin ang katotohanan ng *Santiago 1:12 "Mapalad ang taong nananatiling tapat sa kabila ng pagsubok, sapagkat pagkatapos niyang mapagtagumpayan ito, tatanggap siya ng putong ng buhay na ipinangako ng Panginoon sa mga umiibig sa Kanya."*

Huwag mong sayangin ang iyong pagsubok. Hayaan mong ito'y magpatatag sa iyo. Hubugin ka nito. At sa lahat ng ito, tandaan mo: hindi pa tapos ang Diyos sa iyo.

<u>Tanungin ang Sarili</u>

Anong pagsubok ang aking kinakaharap ngayon? Sakit? Pagkawala? Pagtanggi? Hindi tiyak na bukas?

Paano ginagamit ng Diyos ang sitwasyong ito upang ako'y palaguin? Anong uri ng pagtitiyaga ang Kanyang binubuo sa akin?

Piliin ang kagalakan. Magtiwala sa proseso. Manatiling tapat. Huwag takasan ang pagsubok—lumapit sa Diyos sa gitna nito.

2: Kasama Mo ang Diyos sa Apoy

Susing Talata: *1 Pedro 4:12-13 - "Mga minamahal, huwag kayong magtaka sa matinding pagsubok na inyong nararanasan, na para bang ito'y kakaiba. Sa halip, magalak kayo, sapagkat kayo'y nakikibahagi sa mga paghihirap ni Cristo, upang kayo rin ay magalak at magsaya kapag nahayag na ang kanyang kaluwalhatian."*

Panimula

Naranasan mo na bang dumaan sa isang panahon ng buhay na parang pugon—mainit, nakakapagod, at punô ng bigat? Marahil ay naroon ka mismo ngayon. Ang mga salita ni Pedro sa mga unang Kristiyano ay paalala sa atin: ang paghihirap ay hindi sagabal sa ating paglalakbay kasama si Cristo—ito mismo ay bahagi ng paglalakbay. At sa lahat ng ito, malinaw ang mensahe ng Kasulatan: Kasama mo ang Diyos sa apoy.

---

1. Ang Pagtitiis ay Hindi Kakaiba—Ito ay Pagsasanay Pang-espiritwal

1 Pedro 4:12 - "Huwag kayong magtaka sa matinding pagsubok... na para bang ito'y kakaiba."

Sabi ni Pedro, huwag tayong magulat kapag may dumarating na pagsubok. Hindi ito kakaiba—ito ay bahagi ng espirituwal na pagsasanay. Ginagamit ito ng Diyos upang palaguin ang ating pananampalataya, gaya ng pandalisay na apoy sa ginto.

Santiago 1:2-4 - "Ituring ninyong kagalakang lubos... kapag kayo'y dumaranas ng mga pagsubok... sapagkat alam ninyo na ito'y nagpapalago ng pagtitiyaga... upang kayo'y maging ganap at buo."

Ang mga pagsubok ay humuhubog, nagpapatatag, at nagpapalalim sa ating pag-asa sa Diyos. Inaayon tayo nito sa buhay at mga pagtitiis ni Cristo.

Filipos 1:29 - "Ipinagkaloob sa inyo alang-alang kay Cristo, hindi lamang upang manampalataya sa kanya kundi upang magtiis din alang-alang sa kanya."

Ang pagtitiis bilang Kristiyano ay hindi parusa kundi pribilehiyo. Isa itong palatandaan na tayo ay pag-aari Niya.

---

2. Hindi Tayo Nag-iisa sa Apoy

Hindi iniiwan ng Diyos ang Kanyang mga anak sa gitna ng apoy. Malinaw ang Kanyang pangako sa *Hebreo 13:5 - "Kailanma'y hindi kita iiwan, ni pababayaan man."*

Sa pinakamadilim mong sandali, kapag tila hindi mo na kaya, kasama mo ang Diyos. Maaaring hindi Niya alisin ang apoy, ngunit pananatili Niya ang magbibigay sa iyo ng lakas.

2 Corinto 4:8-9 - "Pinipighati kami sa lahat ng paraan, ngunit hindi nasisiraan ng loob; naguguluhan ngunit hindi nawawalan ng pag-asa... ibinabagsak ngunit hindi nawawasak."

Oo, darating ang apoy—ngunit hindi ka masusunog, sapagkat ang Diyos mismo ang siyang nag-iingat sa iyo.

Halimbawa sa Lumang Tipan: Sina Shadrac, Meshac, at Abednego (Daniel 3)

Isang makapangyarihang larawan ng katotohanang ito ang nasa aklat ng Daniel 3. Tumanggi sina Shadrac, Meshac, at Abednego na sumamba sa gintong imahen ni Haring Nabucodonosor. Nanindigan sila sa pananampalataya kahit pa ikapahamak ng kanilang buhay. Inihagis sila sa naglalagablab na pugon na pinainit pa nang pitong ulit.

Ngunit ano ang nangyari? *Daniel 3:25 - "Tingnan ninyo! Nakikita kong may apat na lalaki sa loob ng apoy, hindi nakagapos at hindi nasasaktan. At ang ikaapat ay parang anak ng mga diyos."*

Hindi sila iniligtas ng Diyos bago pa sila pumasok sa apoy—sa halip, sumama Siya sa kanila sa loob nito. Hindi lang Niya sila iniligtas—kasama Niya silang naglakad sa gitna ng apoy.

Ang Diyos na iyon ay Siya rin nating pinaglilingkuran ngayon.

---

3. Magalak sa Gitna ng Apoy

1 Pedro 4:13 - "Ngunit magalak kayo, sapagkat kayo'y nakikibahagi sa mga paghihirap ni Cristo, upang kayo rin ay magalak at magsaya kapag nahayag na ang kanyang kaluwalhatian."

Oo, magalak—kahit sa gitna ng pagdurusa. Bakit? Sapagkat nakikibahagi tayo sa buhay at misyon ni Jesus.

Roma 8:17-18 - "Kung tayo'y mga anak, tayo'y tagapagmana... kung tayo'y nakikibahagi sa kanyang mga paghihirap, tayo rin ay makikibahagi sa kanyang kaluwalhatian. Sapagkat sa aking palagay, ang mga paghihirap sa kasalukuyan ay hindi maihahambing sa kaluwalhatiang mahahayag sa atin."

Ang pagdurusa ay pansamantala. Ang kaluwalhatian ng Diyos ay walang hanggan.

Pangwakas

Ang mga apoy ng buhay ay hindi upang wasakin ang mananampalataya—kundi upang dalisayin. Gaya nina Shadrac, Meshac, at Abednego, kasama mo ang Diyos. Kapag lumalakad ka sa gitna ng apoy, hindi ka masusunog, sapagkat ang Banal ay lumalakad sa tabi mo.

Hayaan mong palakasin ka ng katotohanang ito: Kasama mo ang Diyos sa apoy.

Tanungin ang Sarili

Anong uri ng "apoy" ang iyong pinagdadaanan ngayon?

Sakit? Pagdadalamhati? Sirang relasyon? Suliraning pinansyal? Espirituwal na laban?

Anuman ito, tandaan mo: Hindi ka nag-iisa. Kasama mo ang Diyos sa apoy. Hinuhubog ka Niya para sa Kanyang layunin.Ang iyong pagdurusa ay may saysay—ito ay bahagi ng iyong pagbabago.

Magalak sa ginagawa ng Diyos sa gitna ng apoy. Magtiwala sa Kanya. Kumapit sa pag-asa ng darating na kaluwalhatian.

3: Kalakasan sa Gitna ng Kahinaan

Susing Talata: *2 Corinto 12:9 - "Ngunit sinabi niya sa akin, 'Ang aking biyaya ay sapat para sa iyo, sapagkat ang aking kapangyarihan ay nahahayag sa gitna ng kahinaan.' Kaya't buong galak kong ipagmamalaki ang aking mga kahinaan, upang ang kapangyarihan ni Cristo ay sumakin."*

Panimula

Ang kapangyarihan ng Diyos ay nahahayag hindi sa ating lakas, kundi sa ating kahinaan.

Tayo'y namumuhay sa mundong dinadakila ang lakas—lakas ng loob, lakas ng pagkatao, lakas ng kayamanan. Ngunit sa Kaharian ng Diyos, ang kahinaan ay hindi kailangang itago—ito'y ginagamit ng Diyos upang ipamalas ang Kanyang kaluwalhatian.

Sa 2 Corinto 12, ibinahagi ni Apostol Pablo ang isang personal na patotoo. Ipinahayag niya ang isang katotohanang naging lakas ng loob ng maraming mananampalatayang pagod, sugatan, o nabibigatan. At ngayon, ating matutuklasan na ang kapangyarihang muling bumubuhay ay hindi laging pag-aalis ng sakit—*kundi pagbibigay ng lakas sa gitna nito.*

---

1. Ang Tinik ni Pablo sa Laman

2 Corinto 12:7–8 "Upang hindi ako maging palalo dahil sa mga kamangha-manghang pahayag, ipinagkaloob sa akin ang isang tinik sa laman."

Hindi malinaw kung ano ang tinik na ito—maaaring pisikal na karamdaman, espirituwal na pag-uusig, o emosyonal na paghihirap. At iyon ang kagandahan nito—hindi tinukoy ng Diyos, upang tayo'y makarelate sa sarili nating tinik.

Tatlong beses na nanalangin si Pablo na ito'y alisin. Siya'y desperado. Siya'y dumadaing. Ngunit sumagot ang Diyos—hindi sa pamamagitan ng pag-aalis ng tinik, kundi sa pagbubunyag ng mas malalim na katotohanan: *"Ang aking biyaya ay sapat para sa iyo."*

Kahit ang mga apostol ay may mga pagsubok. Kahit ang mga espirituwal na haligi ay may "tinik." Ang kahinaan ay hindi kabiguan—ito'y espasyo kung saan makapangyayari ang biyaya ng Diyos.

---

2. Ang Kapangyarihan ng Diyos ay Nahahayag sa Kahinaan

2 Corinto 12:9–10 "Ang aking kapangyarihan ay nahahayag sa gitna ng kahinaan."

Isang napakagandang katotohanan! Ang ating mga limitasyon bilang tao, dito ipinipinta ng Diyos ang kanyang kapangyarihan. Hindi lang tinanggap ni Pablo ang kanyang kahinaan—ipinagmalaki pa niya ito. Bakit? Sapagkat habang siya'y lalong mahina, lalong nahahayag ang lakas ng Diyos.

Ito'y kabaligtaran ng kultura ng mundo. Sa ating lipunan, ang kahinaan ay kadalasang itinuturing na kapintasan. Ngunit sa Kaharian ng Diyos, ito ay kayamanan. Doon nananahan ang kapangyarihan ni Cristo.

Pagninilaynilay:

- Ikaw ba ay nagtatago ng iyong kahinaan? Pilit bang ikinukubli ang sakit?

- Naghihintay ka ba na alisin ng Diyos ang iyong tinik—gayong nais Niyang ipakita sa iyo kung paano mabuhay nang may biyaya sa gitna nito?

Ang Diyos ay hindi laging nag-aalis ng suliranin—ngunit laging nagbibigay ng sapat na biyaya upang ito'y mapagtagumpayan.

Halimbawa sa Lumang Tipan: Gideon (Mga Hukom 6–7)

Tingnan natin si Gideon. Nang siya'y makita ng anghel ng Panginoon, siya'y nagtatago sa takot, ngunit tinawag siyang *"makapangyarihang mandirigma."* Hindi ganoon ang kanyang pakiramdam. Siya'y nagtanong sa Diyos. Ngunit tiniyak sa kanya ng Diyos *"Ako'y sasaiyo."*

Sa kabanata 7, binawasan ng Diyos ang hukbo ni Gideon mula 32,000 hanggang 300 katao lamang. Bakit? *"Upang hindi maipagmalaki ng Israel na sa sarili nilang lakas sila'y naligtas."*

Sa pamamagitan ng kakaunting mandirigma, di-pangkaraniwang sandata, at lubos na pag-asa sa Diyos, natalo ni Gideon ang mga Midianita. Ang kwento ay hindi tungkol sa estratehiya ng digmaan—kundi sa kapangyarihan ng Diyos na nahahayag sa kahinaan ng tao.

Sinasadyang gamitin ng Diyos ang mahihina upang ipakita ang Kanyang kaluwalhatian. Ang ating mga tinik, takot, at kakulangan ay hindi dahilan para itakwil tayo—ito'y paghahanda para sa kapangyarihan ng Diyos.

Pangwakas

Ang patotoo ni Pablo sa 2 Corinto 12 ay nagtuturo sa atin na ang kapangyarihang muling bumubuhay ay hindi laging kahulugan ng kagalingan o kalayaan—ito'y ang Diyos na kasama natin sa gitna ng paghihirap. Ito'y biyayang nagpapatatag, lakas na sumusuporta, at kagalakang lumiliwanag sa gitna ng pagkawasak.

Ang kahinaan ay hindi hadlang sa kapangyarihan ng Diyos—ito ang mismong lugar kung saan ito ay pinakamatingkad na nahahayag. Kaya't tulad ni Pablo, magalak tayo sa ating mga kahinaan, sapagkat kapag tayo'y mahina, doon tayo tunay na malakas kay Cristo.

Kaya ngayon, yakapin mo ang iyong mga tinik. Ipagmalaki ang iyong kahinaan. At magpahinga sa katotohanang ang kapangyarihan ni Cristo ay sumasaiyo.

Tanungin ang Sarili

Anong "tinik" ang kinakaharap mo ngayon? Maaaring ito'y pisikal, emosyonal, o sa relasyon. Maaaring ito'y nagpaparamdam sa iyo na ikaw ay hindi karapat-dapat.

Huwag lamang manalangin na ito'y mawala—itanong mo rin: *"Panginoon, paano Ka maluluwalhati sa pamamagitan nito?"*

Magtiwala na ang Kanyang biyaya ay hindi lang sapat—ito ay higit pa sa sapat.

Tandaan: Ang kahinaan ay hindi nagtutulak palayo sa Diyos—ito ang pintuan para sa Kanyang presensya at kapangyarihan.

4: Pagtitiwala sa Diyos sa mga Tanong na Walang Kasagutan

Susing Talata: *Roma 8:28 - "Alam natin na sa lahat ng bagay ay gumagawa ang Diyos para sa ikabubuti ng mga umiibig sa Kanya, na Kanyang tinawag ayon sa Kanyang layunin."*

Panimula: Ang Buhay ay Puno ng mga Tanong

Hindi laging madaling unawain ang mga pangyayari sa ating buhay. Lahat tayo ay dumaan na sa puntong nagtatanong:

- "Bakit nangyayari ang masama sa mabubuting tao?"
- "Bakit nangyari ito sa akin?"
- "Nasaan ang Diyos nang kailangan ko Siya?"

Hindi ito mga tanong ng paghihimagsik—ito'y mga tapat na daing mula sa pusong may pananampalataya. Totoo, kahit tayo'y mga mananampalataya, hindi tayo ipinangakong malaya sa pagsubok. Ngunit may pangakong higit na makapangyarihan: ang tapat na presensya ng Diyos at ang Kanyang layunin sa bawat pangyayari.

Ang Roma 8:28 ay isa sa pinakapinanghahawakang mga talata sa Biblia—hindi dahil nangangakong walang sakit sa buhay, kundi dahil tiniyak nitong gumagawa ang Diyos, kahit sa sakit, para sa ikabubuti ng mga umiibig sa Kanya.

---

1. Gumagawa ang Diyos sa Likod ng mga Pangyayari

Madalas nating hinahanap ang agarang kasagutan at malinaw na paliwanag. Ngunit hindi palaging ipinapakita ng Diyos ang buong larawan. Gayunman, ipinapaalala sa atin ng Kanyang

Salita: *"Sa lahat ng bagay, gumagawa ang Diyos..."*—hindi lamang sa mabubuting bagay, kundi sa lahat ng bagay.

Gaya ng isang pintor na may masining na pananaw, ginagawa ng Diyos na maganda ang isang obra—kahit ang nakikita lang natin ay mga guhit ng dalamhati.

Sa Juan 13:7, sinabi ni Jesus sa Kanyang mga alagad: *"Hindi ninyo nauunawaan ngayon ang ginagawa Ko, ngunit mauunawaan ninyo ito sa kalaunan."*

Maaaring hindi natin ito maunawaan ngayon, pero maaari tayong magtiwala na balang araw, mauunawaan natin. Maaaring nakatago ang kamay ng Diyos, ngunit hindi kailanman ang Kanyang puso.

---

2. Limitado ang Ating Pagkaunawa, Ngunit Perpekto ang Kanyang Layunin

May mga bagay tayong hindi kayang maunawaan dito sa lupa. Sabi nga ni Pablo sa 1 Corinto 13:12, *"Tayo'y tulad ng nakatingin sa salamin na malabo."*

Isaias 55:8-9 ay nagpapaalala sa atin: *"Sapagkat ang Aking mga iniisip ay hindi ninyo iniisip, at ang inyong mga daan ay hindi Ko mga daan... Gaya ng kataasan ng langit sa lupa, gayon ang kataasan ng Aking mga daan at iniisip kaysa sa inyo."*

Dapat nating tanggapin ang katotohanan na hindi obligado ang Diyos na ipaliwanag ang lahat sa atin. Hindi Niya tayo tinatawag upang Siya'y ganap na maunawaan, kundi upang Siya'y lubos na pagkatiwalaan. Ang pagtitiwala ay nangangahulugang pagsusuko. Ito'y pag-papahinga sa hiwaga ng perpektong karunungan ng Diyos.

Halimbawa sa Lumang Tipan: Job

Walang ibang kwento sa Kasulatan ang nagpapakita nito nang mas makapangyarihan kundi ang buhay ni Job.

Si Job ay isang matuwid na tao. Mahal niya ang Diyos. Lumalayo siya sa kasamaan. Ngunit sa sunod-sunod na trahedya, nawala ang lahat sa kanya—kayamanan, mga anak, at maging ang kalusugan.

Sa Job 1–2, masaksihan natin ang kanyang pagdurusa. Marami siyang tanong. Hindi niya itinago ang kanyang sakit. Hindi niya ipinagkunwari na siya'y matatag. Ngunit sa gitna ng lahat, sumamba si Job.

Job 19:25 – *"Ngunit alam kong buhay ang aking Manunubos, at Siya'y tatayo sa ibabaw ng lupa sa huli."*

Pagdating sa Job 42:2-3, buong kababang-loob niyang sinabi: *"Alam kong magagawa Mo ang lahat ng bagay; walang makahahadlang sa Iyong layunin... Totoong nagsalita ako ng mga bagay na hindi ko nauunawaan—mga bagay na kahanga-hanga at lampas sa aking kaalaman."*

Hindi man natanggap ni Job ang lahat ng kasagutan, natanggap niya ang higit pa—ang mismong presensya ng Diyos. At iyon ay naging sapat.

---

3. Matutong Magtiwala Kahit sa Kadiliman

Ang pananampalataya ay hindi kawalan ng pagdududa—kundi ang pagpapasyang magtiwala sa likas ng Diyos kahit kapag hindi natin Siya naiintindihan.

Kawikaan 3:5-6 "Magtiwala ka sa Panginoon ng buong puso at huwag kang manalig sa iyong sariling karunungan. Sa lahat ng iyong lakad ay kilalanin Siya, at itutuwid Niya ang iyong mga landas."

Ang pinakamatatag na pagtitiwala ay hindi isinilang sa liwanag, kundi sa dilim—kapag hindi na natin nakikita, nadarama, o maipaliwanag... ngunit patuloy tayong naniniwala.

Pagninilaynilay:

- Anong mga tanong ang inaantay mong sagutin ng Diyos? Ialay mo ito sa Kanyang paanan.
- Anong sakit ang dinadala mo na tila walang paliwanag? Ihandog mo ito sa pagsamba.
- Naalala mo ba kung kailan ginamit ng Diyos ang sakit upang dalhin ka sa layunin? Alalahanin ang Kanyang katapatan.

Ngayon, piliin mong pagkatiwalaan ang Kanyang puso, kahit hindi mo maunawaan ang Kanyang kilos.

Pangwakas

May mga sandali sa buhay ng bawat mananampalataya kung kailan tila walang sagot, at ang katahimikan ng Diyos ay napakatindi. Sa mga sandaling iyon, kumapit sa katotohanang ito:

"Sa lahat ng bagay, gumagawa ang Diyos para sa ikabubuti ng mga umiibig sa Kanya."

Kahit masakit. Kahit hindi mo maintindihan. Tulad ni Job, maaaring hindi mo makuha ang lahat ng sagot—ngunit maaari mo pa ring masabi nang may pagtitiwala:

"Alam kong buhay ang aking Manunubos."

At dahil Siya ay buhay, ang iyong sakit ay hindi walang saysay. Ang iyong pagdurusa ay hindi nasasayang. At ang iyong mga tanong, kahit walang kasagutan, ay ligtas na nakahimlay sa mga kamay ng isang mapagmahal na Diyos.

5: Pagdurusa Para kay Cristo

Susing Talata: *Filipos 1:29 - "Sapagkat ipinagkaloob sa inyo alang-alang kay Cristo, hindi lamang upang manampalataya sa Kanya kundi upang magdusa rin alang-alang sa Kanya."*

Panimula

Karamihan sa mga tao ay masayang tinatanggap ang kaloob ng pananampalataya kay Jesu-Cristo. Tayo'y nagagalak sa katiyakan ng kaligtasan, pag-asa ng buhay na walang hanggan, at kapayapaang dulot ng pagkakilala sa Kanya. Ngunit paalala ng Kasulatan: ang pananampalataya ay hindi lamang paniniwala—kundi kasama rin ang pagdurusa. Sinulatan ni Pablo ang mga taga-Filipos at sinabing ang pagdurusa para kay Cristo ay ipinagkaloob—isang grasya. Tila mahirap unawain, marahil ay taliwas sa inaasahan.

Bakit pahihintulutan ng Diyos ang pagdurusa para sa Kanyang mga anak?

Ang sagot: upang tayo'y maging kawangis ni Cristo, upang maluwalhati ang Kanyang pangalan, at upang mapalalim ang ating pakikisama sa Kanya.

---

1. Ang Pagdurusa ay Bahagi ng Panawagan

Itinuturo ng Filipos 1:29 na ang pagdurusa ay hindi aksidente, kundi isang banal na appointment. Kung paanong ang pananampalataya ay kaloob ng Diyos, gayundin ang pribilehiyong magdusa alang-alang sa Kanya—ito'y bahagi ng ating pagtawag bilang Kristiyano.

Inihanda na tayo ni Jesus para dito:

- Juan 15:20 – *"Kung inusig nila Ako, uusigin din nila kayo."*
- 2 Timoteo 3:12 – *"Ang lahat ng nagnanais mamuhay ng maka-Diyos kay Cristo Jesus ay daranas ng pag-uusig."*

Ang pagdurusa ay hindi liko ng daan sa buhay-Kristiyano—ito'y bahagi ng mismong landas. Sa pamamagitan ng pagdurusa, ang ating pananampalataya ay pinadadalisay at pinatutunayan.

- 1 Pedro 1:6-7 – *"Ang mga ito'y dumating upang subukin ang katapatan ng inyong pananampalataya—na higit na mahalaga kaysa sa ginto... upang ito'y magbunga ng papuri, kaluwalhatian, at karangalan sa pagparito ni Jesu-Cristo."*

Tulad ng ginto sa apoy, ang ating pananampalataya ay dumaraan sa pagsubok upang makitang tunay.

---

2. Kaluwalhatian Pagkatapos ng Krus

Walang korona kung walang krus. Ito'y pangunahing prinsipyo sa Ebanghelyo.

- Roma 8:17 – *"Kung tayo'y mga anak, tayo'y tagapagmana... kung tunay ngang tayo'y nakikibahagi sa Kanyang mga pagdurusa upang makibahagi rin tayo sa Kanyang kaluwalhatian."*

Si Jesus ang ating pinakadakilang halimbawa. Inako Niya ang pagdurusa ng krus dahil sa kagalakang nasa Kanyang harapan: *Hebreo 12:2 – "Dahil sa kagalakang inihanda sa Kanya, tiniis Niya ang krus, hinamak ang kahihiyan, at ngayo'y nakaupo sa kanan ng trono ng Diyos."*

Ang landas natin bilang mga mananampalataya ay sumusunod sa Kanyang yapak. Ang mga kasalukuyang pagsubok ay paghahanda para sa darating na tagumpay. *Roma 8:18 – "Sa aking palagay, ang mga pagdurusa sa kasalukuyan ay hindi maihahambing sa kaluwalhatiang mahahayag sa atin."*

Ang pagdurusa ay nagpapaalala na hindi dito ang ating tahanan. Itinututok nito ang ating mga mata sa kawalang-hanggan.

Halimbawa sa Lumang Tipan: Jeremias

Isang buhay na larawan ng pagdurusa para sa Diyos ang makikita sa buhay ni propeta Jeremias.

Sa Jeremias 20, siya'y nilibak, binugbog, at ibinilanggo—dahil lamang sa kanyang pagdedeklara ng katotohanan ng Diyos. Idinaing pa niya sa Diyos: *Jeremias 20:7–9 – "Nilinlang mo ako, Panginoon... Ako'y nililibak buong araw... Ngunit kung sasabihin kong 'hindi ko na babanggitin ang Kanyang pangalan,' ang Kanyang salita'y parang apoy sa aking puso... Napapagod akong pigilan ito, at hindi ko na kaya."*

Bagama't sugatan at nabibigatan, nanatiling tapat si Jeremias. Hindi niya tinalikuran ang kanyang pagtawag, kahit na masakit.

Ang kanyang kwento ay paalala na ang pagdurusa alang-alang sa katotohanan ng Diyos ay maaaring malungkot at masakit, ngunit ito'y makapangyarihan at may layunin.

---

3. Pananabik at Pagtitiis sa Panahon Ngayon

Ang pagdurusa para kay Cristo ay hindi lamang nagdadala ng sakit—ito rin ay nagdadala ng pagbabago, pakikisama, at gantimpala.

Filipos 3:10 – "Nais kong makilala si Cristo—at makibahagi sa kapangyarihan ng Kanyang pagkabuhay na muli, at sa Kanyang mga pagdurusa..." Sa pagdurusa, nakikibahagi tayo sa mismong buhay at misyon ni Jesus.

- *2 Corinto 1:5 – "Kung paanong sumasagana sa atin ang mga pagdurusa ni Cristo, gayundin ang kaaliwang mula sa Kanya."* Kasama natin si Cristo sa ating sakit, ibinubuhos Niya ang Kanyang kaaliwan.
- *2 Corinto 4:17 – "Sapagkat ang magaang at panandaliang paghihirap na ito ay nagdudulot sa atin ng walang hanggang kaluwalhatiang higit sa lahat."* Ang dinaranas natin ngayon ay naghahanda ng mas dakilang bagay kaysa sa kaya nating makita.

Pagninilaynilay:

Magmuni-muni tayo at iangkop ang mga katotohanang ito sa ating buhay:

- Inaasahan ko ba ang pagdurusa bilang bahagi ng aking lakad bilang Kristiyano, o tinatanggihan at ikinagagalit ko ito?
- Mananatili ba akong tapat tulad ni Jeremias, kahit ito ay hindi tanggap ng marami o may kapalit na pag-uusig?
- Makakaya ko bang magalak sa mga pagsubok, na alam kong ito ay nag-aakay sa akin kay Cristo at sa gantimpalang walang hanggan?

Pangwakas

Ang pagdurusa para kay Cristo ay hindi parusa—ito ay pribilehiyo. Ito'y patunay na tayo ay Kanya at tayo'y lumalakad sa Kanyang mga yapak. Huwag tayong umatras kapag dumating ang mga pagsubok. Yakapin natin ito nang may pananampalataya, nagtitiwalang ginagamit ng Diyos ang ating pagdurusa upang tayo'y dalisayin, palalimin ang ating relasyon sa Kanya, at ihanda tayo para sa kaluwalhatian.

Habang binubuhat natin ang ating krus ngayon, alalahanin natin ang bakanteng libingan—at ang pangako na *pagkatapos ng pagdurusa, ay may muling pagkabuhay*. Magpatuloy tayong may kagalakan, na alam natin: ang pag-asa ng buhay na walang hanggan ay naghihintay sa lahat ng tapat na nagdurusa para sa Kanyang pangalan.

6: Eternal na Pananaw sa Gitna ng Pagdurusa

Susing Talata: *2 Corinto 4:17-18 - "Sapagkat ang magaan at panandaliang pagdurusa naming ito ay naghahatid sa amin ng kaluwalhatiang walang hanggan na hindi matutumbasan ng anuman. Kaya't hindi namin itinitingin ang aming paningin sa mga bagay na nakikita, kundi sa mga bagay na hindi nakikita..."*

Panimula

Ang pagdurusa ay isang realidad na hindi kayang takasan ninuman. Maging ito man ay pisikal na karamdaman, emosyonal na pagkabigo, o espirituwal na pagsubok—lahat tayo ay dumaraan sa lambak ("valley") ng paghihirap sa iba't ibang bahagi ng ating buhay. Ang tanong ay hindi kung tayo ba'y magdurusa, kundi paano tayo tutugon sa mga ito. Nag-aalok si Pablo ng isang makapangyarihang pananaw—tinawag niyang "magaan at panandalian" ang pagdurusa. Hindi dahil ito'y madali, kundi dahil ikinumpara niya ito sa isang bagay na higit na dakila: ang walang hanggang kaluwalhatian. Ngayon, matutuklasan natin paano mamuhay na may walang hanggang pananaw sa gitna ng pagdurusa.

---

1. Ang Sakit sa Lupa ay Panandalian Lamang

Sinimulan ni Pablo sa talatang 17: *"Ang magaan at panandaliang pagdurusa naming ito..."* Sa unang tingin, tila maliit ang pagtingin ni Pablo sa paghihirap—hanggang maintindihan natin kung anong pinagdaanan niya: mga sakuna sa dagat, pambubugbog, pagkakabilanggo, gutom, at patuloy na pag-uusig (*2 Corinto 11:23-27*). Gayunman, tinawag pa rin niya itong "magaan." Bakit? Dahil inihambing niya ito sa kawalang-hanggan.

Roma 8:18 "Sa aking palagay, ang mga pagdurusa sa kasalukuyan ay hindi maihahambing sa kaluwalhatiang mahahayag sa atin."

Totoo ang iyong sakit. Ngunit kay Cristo, may hangganan ang sakit—may takdang araw ng pagtatapos. Ngunit ang kaluwalhatian ng Diyos ay walang hanggan.

Anuman ang iyong hinaharap ngayon, hindi ito magtatagal. Darating ang araw na ang bawat luha ay papahirin, ang bawat sugat ay gagaling, at ang bawat pasan ay iaalis.

---

2. Ang Walang Hanggang Kaluwalhatian ay Higit sa Lahat ng Paghihirap

Ipinagpatuloy ni Pablo: *"...ay naghahatid sa amin ng kaluwalhatiang walang hanggan na hindi matutumbasan ng anuman."*

Hindi lamang pansamantala ang pagdurusa—ito'y may layunin. Ginagamit ito ng Diyos upang tayo'y hubugin, dalisayin, at ihanda para sa walang hanggang kaluwalhatian. Hindi ito bayad—ito'y katuparan. Hindi lang basta basta babawi ang Diyos para sa atin — higit pa roon ang Kanyang gagawin — may inihahanda Siyang higit sa kaya nating isipin.

2 Corinto 4:18 "Kaya't hindi namin itinitingin ang aming paningin sa mga bagay na nakikita, kundi sa mga bagay na hindi nakikita..."

Binabago ng pagdurusa ang ating pokus. Kapag sa pagdurusa lang tayo tumingin, tayo'y nawawalan ng pag-asa. Ngunit kung titingin tayo sa mga hindi nakikita—ang mga pangako ng Diyos, ang Kanyang plano, ang Kanyang presensya—doon tayo nakakahanap ng lakas.

---

3. Mamuhay na may Walang Hanggang Pokus

Colosas 3:1-2 "Yamang muling binuhay na kayo kasama ni Cristo, ituon ninyo ang inyong puso sa mga bagay na makalangit... Ituon ninyo ang inyong isipan sa mga bagay na makalangit, hindi sa mga bagay na panlupa."

Ang pamumuhay na may walang hanggang pokus ay tumitingin sa pagdurusa sa ibang pananaw. Ang mga pagsubok ay nagiging pagkakataon upang magtiwala. Ang pagdurusa ay parang pagtatanim sa lupa kung saan tumutubo ang karakter.

Hindi sinasayang ng Diyos ang pagdurusa—ginagamit Niya ito upang tayo'y maging kawangis ni Cristo. Ang langit ang ating tunay na tahanan, at kapag nakatuon tayo roon, nagkakaroon tayo ng lakas upang magpatuloy.

Hayaan natin na ang ating mga pagsubok ay mag-udyok sa atin na magtiwala, hindi na mawalan ng pag-asa.

Halimbawa sa Lumang Tipan: David

Kakaunti ang dumaan sa pagdurusa gaya ni David—pagtataksil, pagpapatapon, takot sa sariling buhay. Ngunit sa lahat ng ito, kumapit siya sa presensya ng Diyos.

Awit 23:4 – "Kahit na ako'y lumakad sa libis ng lilim ng kamatayan, hindi ako matatakot sa kasamaan, sapagkat Ikaw ay kasama ko..." Hindi itinanggi ni David ang paglakad sa lambak ("valley") —hinarap niya ito nang may kumpiyansa, dahil alam niyang kasama niya ang Diyos.

Awit 34:19 – "Maraming paghihirap ang dinaranas ng matuwid, ngunit inililigtas siya ng Panginoon sa lahat ng ito." Alam ni David na ang mga pangako ng Diyos ay higit sa kanyang mga pagdurusa. Hindi sa kanyang mga kaaway, o sa takot, nakatuon ang kanyang mga mata—kundi sa Panginoon.

Paninilaynilay:

- Anong pagsubok ang kinakaharap mo ngayon?
- Tinitingnan mo ba ito sa pamamagitan ng panandaliang pananaw, o sa pananaw ng walang hanggan?
- Nakatuon ba ang iyong paningin sa mga hindi nakikita—kay Jesus, na tiniis ang krus para sa kagalakang inihanda sa Kanya?

Hayaan mong ang pagdurusa ay magdala ng layunin. Hayaan mong hubugin nito ang iyong kaluluwa para sa kawalang-hanggan.

Pangwakas

Ang pagdurusa ay hindi ang katapusan—ito'y bahagi ng proseso. Maaaring ito'y hindi komportable, maaaring masakit—ngunit hindi ito walang saysay. Kay Cristo, ang ating "magaan at panandaliang paghihirap" ay nagbubunga ng isang kaluwalhatiang hindi matutumbasan.

Kaya, magpatuloy. Ituon ang iyong paningin sa kawalang-hanggan. Ituon ang puso sa langit. Hayaan mong ang pag-asa ay nakatayong higit sa pagtitiis, at ang iyong kaluluwa ay kumakapit—hindi sa pansamantala, kundi sa walang hanggan.

Pagkabuhay ng mga Patay: Ang Pag-asa ng Buhay na Walang Hanggan

Sa kasaysayan ng sangkatauhan, ang tanong tungkol sa buhay pagkatapos ng kamatayan ay pumukaw sa damdamin, humamon sa isipan, at humubog sa landas ng pananampalataya. Sa mundong puno ng kawalan ng katiyakan, dalamhati, at pagkawala, ang pangako ng pagkabuhay na muli ay nananatiling pinakamaliwanag na ilaw ng pag-asa—isang pahayag na ang kamatayan ay hindi katapusan, kundi isang makapangyarihang pintuan patungo sa buhay na walang hanggan.

Sa makahulugang serye ng sermon na ito, "Pagkabuhay ng mga Patay: Ang Pag-asa ng Buhay na Walang Hanggan," tayo'y sabay-sabay na maglalakbay sa mga pagbabagong hatid ng mga turo ng Banal na Kasulatan, at matutuklasan ang kahanga-hangang pag-asa na dala ng pagkabuhay na muli. Bawat sermon ay magpapahayg ng mahahalagang katotohanan tungkol sa pagkabuhay—mula sa makapangyarihang kapangyarihan ng Diyos na bumuhay ng patay, hanggang sa tagumpay ni Cristo bilang unang bunga ng pagkabuhay, at ang ating sariling pag-asa sa isang maluwalhating hinaharap.

Tatalakayin natin ang dakilang pangako ng pagkabuhay sa huling araw, mauunawaan ang kalikasan ng ating mga katawan sa hinaharap, at haharapin ang seryosong katotohanan ng pagkabuhay ng parehong mga matuwid at masasama. Makikita rin natin kung paanong ang kapangyarihan ng pagkabuhay ay malalim na nakaaapekto sa ating araw-araw na lakad kay Cristo, na nagbibigay sa atin ng tagumpay at pag-asa sa ating kasalukuyang buhay.

Sama-sama tayong magninilay din naman sa bautismo bilang magandang larawan ng paglipat mula kamatayan patungo sa buhay, at tuklasin kung paanong ang walang hanggang katotohanang ito ay nagbibigay ng lubos na kaaliwan at di matitinag na pag-asa sa gitna ng ating mga pagsubok. Habang tayo'y lumalalim sa mga katotohanang ito, nawa'y tumibay ang iyong pananampalataya, mapalakas ang iyong espiritu, at mabago ang iyong buhay sa katotohanan ng pagkabuhay na muli—ang pinakadakilang pangako at pinakamalalim na pag-asa ng bawat mananampalataya.

1: Ang Diyos na Bumubuhay ng mga Patay

Susing Talata: *2 Corinto 1:9 — "Ngunit ito'y nangyari upang hindi kami magtiwala sa aming sarili kundi sa Diyos na bumubuhay ng mga patay."*

Panimula:
Ang buhay ay may mga sandaling inaagaw ang lahat ng ating lakas. Alam na alam ito ni Apostol Pablo. Sa kanyang ikalawang sulat sa mga taga-Corinto, ibinahagi niya ang isang matinding pagdurusa—isang karanasang napakahirap anupat sinabi niyang "nawala na ang aming pag-asa na kami'y mabubuhay pa" (talata 8). Ngunit sa halip na ituring ang pagdurusang ito bilang walang kabuluhan, sinabi ni Pablo ang layunin nito: upang matutunan nating huwag magtiwala sa ating sarili, kundi sa Diyos na bumubuhay ng mga patay.

Ito ang Diyos na ating pinaglilingkuran—hindi lamang tagapagligtas sa oras ng pangangailangan, hindi lamang kaaliwan sa panahon ng pagsubok, kundi ang Diyos na bumubuhay ng mga patay. At dahil dito, nagbabago ang lahat.

---

1. Ang Katotohanan ng Kahinaan ng Tao

Hindi itinago ni Pablo ang kanyang sakit. Sa talata 8, sinabi niya, "*Kami'y labis na pinahirapan, higit pa sa aming makakaya.*" Isang dakilang apostol, ngunit durog sa pasanin, nalulunod sa paghihirap.

Minsan, hinahayaan ng Diyos ang mga pagsubok na wasakin ang ating ilusyon ng kontrol. Dinadala Niya tayo sa dulo ng ating kakayahan—hindi upang tayo'y sirain, kundi upang palalimin ang ating pagtitiwala sa Kanya. Ang lakas ng tao ay may hangganan, ngunit ang kapangyarihan ng Diyos ay nagsisimula kung saan nagwawakas ang atin.

Namumuhay tayo sa mundong nagtuturo ng sariling pagsasarili. Ngunit sabi ni Pablo: "*Kinailangan kong matutong magtiwala, hindi sa sarili, kundi sa Diyos na bumubuhay ng mga patay.*"

---

2. Ang Pagkakakilanlan ng Diyos: Ang Bumubuhay ng mga Patay

Hindi lamang tinawag ni Pablo ang Diyos bilang kaaliwan. Tinawag niya Siyang "ang Diyos na bumubuhay ng mga patay." Ang pangalang ito ay nagsasabi kung sino Siya. Hindi lamang Siya Diyos ng kaaliwan—Siya ang Diyos ng kapangyarihang bumuhay.

Ito ang Diyos na bumuhay kay Jesus mula sa libingan. Siya ang Diyos na nagbibigay ng buhay kung saan may kamatayan, pag-asa kung saan may kawalan, at liwanag kung saan may kadiliman.

Ang pananampalataya ay hindi palaging nangangahulugang maililigtas tayo sa kamatayan—ngunit ito ay pagtitiwala sa Diyos kahit dumating ang kamatayan, sapagkat alam nating Siya'y may kapangyarihan laban dito.

---

3. Si Abraham: Pananampalatayang Naniniwala sa Pagkabuhay

Sa *Genesis 22*, inutusan ng Diyos si Abraham na ihandog ang kanyang anak na si Isaac bilang handog. Isang tila imposibleng utos—si Isaac ang anak ng pangako! Ngunit sumunod si Abraham.

Bakit? *Hebreo 11:19* ang sagot: "Naniniwala si Abraham na kayang buhayin ng Diyos kahit ang mga patay."

Ang kanyang pagsunod ay nakaugat sa pananampalatayang may pagkabuhay. Nagtitiwala siya na kahit ialay niya si Isaac, kayang ibalik ng Diyos ang buhay. Ang ganitong pananampalataya ay hindi nakabatay sa katuwiran ng tao—ito ay lubos na nagtitiwala sa kapangyarihan ng Diyos.

Ang kwento ni Abraham ay isang anino ng pag-asang pagkabuhay. Naniniwala siya sa Diyos na kayang gumawa ng imposible—kahit na ang pagbuhay ng patay.

---

4. Ilapat ang Katotohanan: Mamuhay na May Pananampalatayang Pang-Pagkabuhay

Ano ang ibig sabihin nito sa atin ngayon?

- Kapag dumating ang pagsubok, ang pananampalatayang may pagkabuhay ang nagbibigay lakas upang magtiis.
- Kapag tayo'y nawalan, nagbibigay ito ng pag-asa na kayang ibalik ng Diyos ang mga wasak.
- Kapag tayo'y mahina, paalala ito na ang ating lakas ay mula sa Diyos, hindi sa sarili.

Ang pananampalatayang may pagkabuhay ay hindi lamang para sa mga patay—ito ay para sa bawat araw ng ating buhay. Binabago nito ang ating isipan—mula sa takot tungo sa pananampalataya, mula sa kawalan ng pag-asa tungo sa pagtitiwala, mula sa sariling lakas tungo sa pagtitiwala sa Diyos.

Pangwakas:
Kahit sa ating pinakamadilim na sandali, ang Diyos na ating pinaglilingkuran ay ang Diyos na bumubuhay ng mga patay. Ang katotohanang ito ang nagbibigay saysay sa lahat.

Naranasan ito ni Pablo. Pinaniwalaan ito ni Abraham. At ngayon, tayo'y tinatawag upang lumakad sa pananampalatayang iyon.

Ang pagkabuhay na muli ay hindi lamang huling kabanata—ito ang kapangyarihang nagpapalakas sa atin ngayon. Ang parehong Diyos na bumuhay kay Jesus ay nananahan sa iyo. Magtiwala ka sa Kanya. Umasa ka sa Kanya. Siya ang Diyos na nagbibigay-buhay mula sa kamatayan.

2: Si Jesus, ang Unang Ani ng Pagkabuhay

Susing Talata: *1 Corinto 15:20 – "Ngunit si Cristo ay muling binuhay mula sa mga patay, bilang unang ani ng mga namatay."*

Panimula:
Ang pagkabuhay na muli ni Jesu-Cristo ay hindi lamang kasukdulan ng kuwento ng Ebanghelyo—ito ang saligan ng ating Kristiyanong pag-asa. Kung walang pagkabuhay, ang ating pananampalataya ay walang kabuluhan, ang ating pangangaral ay magiging hungkag, at ang kamatayan ay mananatiling walang talo. Ngunit salamat sa Diyos, si Cristo ay tunay ngang muling nabuhay! At tinawag Siya ni Pablo bilang "unang ani"—isang makapangyarihang termino na may malalim na kahulugan sa Biblia. Ngayon, ating sisiyasatin kung ano ang kahulugan ng pagiging "unang ani" ni Jesus sa pagkabuhay, at paano ito nagbibigay katiyakan sa atin ng ating hinaharap na pagkabuhay.

---

1. Ang Kahulugan ng "Unang Ani"

Sa tradisyong Hudyo, ang "unang ani" ay ang unang bahagi ng ani na inihahandog sa Diyos. Isa itong kilos ng pananampalataya, pasasalamat, at pagtitiwala. Ayon *sa Levitico 23:10–11*, sa Kapistahan ng Unang Ani, inutusan ang mga Israelita na magdala ng isang bigkis ng unang ani at iwagayway ito sa harapan ng Panginoon "kinabukasan ng Araw ng Pamamahinga." Ginagawa ito upang kilalanin na ang buong ani ay mula sa Diyos at bilang tanda ng tiwala na mas marami pang ani ang darating.

Ang unang ani ay hindi lamang simboliko; ito rin ay makahula. Kinakatawan nito ang pangakong may darating pang mas malaking ani. Ang handog ng unang ani ay nagsasabi, "Ito pa lamang ang simula—marami pang susunod!"

---

2. Si Jesus Bilang Katuparan ng Unang Ani

Si Jesus ay muling nabuhay sa mismong araw ng Kapistahan ng Unang Ani—ang araw matapos ang Sabbath kasunod ng Paskwa. Hindi ito isang pagkakataon lang; ito ay banal na katuparan. Ang Kanyang pagkabuhay ay hindi isang iisang himala—ito ang unang bigkis ng isang bago at walang hanggang ani ng buhay. Si Cristo ang unang ani ng lahat ng muling mabubuhay mula sa kamatayan.

Sa pamamagitan ng Kanyang pagkabuhay, tinalo ni Jesus ang kamatayan, impiyerno, at libingan. Siya ang naging una sa isang bagong uri ng buhay—isang buhay na walang kabulukan, maluwalhati, at walang hanggan. Ang Kanyang pag-ahon mula sa libingan ay deklarasyon ng Diyos na nagsimula na ang isang bagong nilikha. At gaya ng unang ani na may kasamang pag-asa, ang pagkabuhay ni Jesus ay pangako ng Diyos ng isang malaking ani na darating—ang pagkabuhay ng lahat ng sa Kanya ay nauukol.

---

3. Ang Katiyakan ng Ating Pagkabuhay

Itinuloy ni Pablo sa *1 Corinto 15:23* "*Ngunit bawat isa sa kanyang kapanahunan: si Cristo ang unang ani, pagkatapos, sa pagdating Niya, ang mga kay Cristo*." Ibig sabihin, tayo ay bahagi ng darating na ani ng pagkabuhay. Tayo ay kaisa ni Cristo—hindi lamang sa Kanyang kamatayan kundi pati na rin sa Kanyang muling pagkabuhay.

Sabi sa *Roma 6:5*, "*Kung tayo'y naging kaisa Niya sa isang kamatayan na tulad ng Kanyang kamatayan, tiyak na tayo'y magiging kaisa rin Niya sa isang pagkabuhay na muli.*" Hindi ito posibilidad lamang—ito ay katiyakan. Sapagkat si Cristo ay nabuhay, tayo rin ay mabubuhay. Ang Kanyang walang lamang libingan ay pangakong tayo rin ay magkakaroon ng maluwalhating katawan. Binabago nito ang ating pamumuhay ngayon. Nagbibigay ito ng lakas sa gitna ng pagdurusa, kaaliwan sa kalungkutan, at tibay sa pagsubok, dahil alam nating ang kamatayan ay hindi ang wakas.

---

4. Hamunin ang Sarili

Paano tayo tutugon sa katotohanang ito?

- Magalak sa Muling Nabuhay na Cristo. Ipagdiwang ang Kanyang tagumpay laban sa kamatayan. Hayaan mong mapuno ng kagalakan ang iyong puso dahil Siya ay buhay!
- Mamuhay bilang Patotoo ng Pagkabuhay. Ipakita sa iyong pamumuhay ang kapangyarihan ng bagong buhay. Lumakad sa kabanalan, katapangan, at pag-asa.
- Palakasin ang Iba sa Pag-asang Ito. Ibahagi ang mabuting balita na ang pagkabuhay ni Jesus ay hindi lang Kanyang kwento—ito ay kinabukasan ng bawat mananampalataya. Huwag nating itago ang pag-asang ito.

Pangwakas:
Ang pagkabuhay ni Jesus ay hindi lang pangyayari ng nakaraan na dapat alalahanin—ito ay kapangyarihang pangkasalukuyan na dapat isabuhay at pangakong panghinaharap na dapat yakapin. Bilang unang ani, ginagarantiyahan ng pagkabuhay ni Cristo ang isang masaganang ani. Hindi tayo umaasa nang walang saysay. Hindi tayo nalulungkot gaya ng kalungkutang taglay ng mundo. Sapagkat Siya'y buhay, tayo rin ay mabubuhay.

Kaya ngayon, magpakatatag ka. Ang libingan ay walang laman. Ang Panginoon ay nabuhay na. At ang pinakamainam ay darating pa!

3: Ang Pagkabuhay sa Huling Araw

Susing Talata: *Juan 11:24–25 Sumagot si Marta, "Alam kong siya'y mabubuhay muli sa muling pagkabuhay sa huling araw." 25 Sinabi sa kanya ni Jesus, "Ako ang muling pagkabuhay at ang buhay. Ang sumasampalataya sa akin ay mabubuhay, kahit siya'y mamatay."*

Panimula:

Ang pagkabuhay ng mga patay ay hindi lamang isang mapanatag na kaisipan para sa mga nagdadalamhati, ni isang konseptong teolohikal na nakatago sa hinaharap na pag-asa. Ito ay isang buhay at makahulugang katotohanan na natutupad hindi lamang sa isang pangyayari, kundi sa isang Persona—si Jesu-Cristo. Nang nagdadalamhati si Marta sa pagkamatay ng kanyang kapatid na si Lazaro, tama ang kanyang paniniwala. Naniniwala siya sa pagkabuhay na muli "sa huling araw." Ngunit mahinahon at makapangyarihan siyang inakay ni Jesus—hindi lamang patungo sa isang hinaharap na sandali, kundi patungo sa Kanyang sarili, ang pinagmumulan at katiyakan ng buhay pagkatapos ng kamatayan.

Sa mensaheng ito, ating susuriin kung paanong inihayag ni Jesus na ang pagkabuhay ay hindi lamang isang malayong pag-asa, kundi isang kasalukuyang katotohanan sa Kanyang sarili. Kukuha tayo ng lakas mula sa sinaunang pahayag ng pananampalataya ni Job sa isang buhay na Manunubos, at pagninilayan kung paano dapat hubugin ng katotohanang ito ang ating pamumuhay ngayon.

---

1. Ang Pag-asa ng Tao sa Pagkabuhay namang Muli (Juan 11:24)

Ang mga salita ni Marta ay puno ng pananampalatayang taglay ng maraming mananampalataya: "Alam kong siya'y mabubuhay muli sa muling pagkabuhay sa huling araw." Naniniwala siya sa isang darating na kaganapan—isang dakilang araw ng pagpapanumbalik, kung kailan bubuhayin ang mga patay at igagawad ang katarungan.

Ang paniniwalang ito ay karaniwan sa mga debotong Judio noong panahon niya, batay sa mga kasulatang tulad ng *Daniel 12:2*, na nagsasabing ang mga natutulog sa alabok ay gigising sa buhay na walang hanggan o sa kahihiyan. Hindi mali ang teolohiya ni Marta—ngunit hindi pa ito buo.

Ang hindi pa lubos na nauunawaan ni Marta ay ang katotohanang ang pagkabuhay ay hindi lang isang petsa sa kalendaryo ng Diyos—nasa harapan na niya ito.

Sa panahon ngayon, marami ang naniniwala sa ideya ng langit. Umaasa silang muling makikita ang mahal sa buhay, mamumuhay sa kapayapaan, o maliligtas sa hirap. Ngunit ang pag-asang hindi nakaangkla kay Jesus ay kulang. Ang pagkabuhay ay hindi lamang doktrina—ito ay isang Persona.

---

2. Inihayag ni Jesus ang Kanyang Sarili bilang Pagkabuhay at Buhay (Juan 11:25)

Sumagot si Jesus kay Marta, hindi upang itama siya, kundi upang ihayag ang katotohanan:

"Ako ang muling pagkabuhay at ang buhay."

Isa ito sa mga dakilang "AKO NGA..." na pahayag ni Jesus. Hindi lang Niya sinabing may kapangyarihan Siyang bumuhay ng patay—Siya mismo ang kapangyarihang iyon. Siya ang mismong esensiya ng buhay. Walang buhay sa labas Niya. Ang pagkabuhay ay hindi lamang Kanyang ibinibigay—ito'y Kanyang pinapakita at tinataglay.

Binabago nito ang lahat. Ang ating pag-asa ay hindi lamang nakatuon sa isang pangyayaring darating kundi sa isang buhay at kasalukuyang relasyon sa Muling Nabuhay na Panginoon.

Ang pagkabuhay ay hindi lang ginagawa ni Jesus—ito ang Kanyang pagkakakilanlan.

---

3. Pananampalataya sa Buhay na Manunubos (Job 19:25–27)

Bago pa lumakad si Jesus sa mundo, isang lalaking nagngangalang Job ang nagpahayag ng pananampalatayang tumuturo mismo kay Cristo:

"Ako'y tiyak na ang aking Manunubos ay buhay, at sa kahuli-huliha'y tatayo Siya sa ibabaw ng lupa..."

Bagamat puno ng pagdurusa, pagkawala, at kirot ang buhay ni Job, ang kanyang pag-asa ay hindi natapos sa libingan. Naniniwala siya na ang kanyang Manunubos ay buhay—hindi lamang upang iligtas siya ngayon, kundi upang siya ay itaguyod kahit pagkatapos ng kamatayan. Naniwala si Job na makikita niya ang Diyos sa kanyang sariling mga mata, kahit ang katawan niya'y mabulok.

Hindi ito basta hangarin lamang—ito ay patnubay ng Espiritu sa pananampalatayang tumutukoy kay Cristo. Ang pahayag ni Job ay kaakibat ng mga salita ni Jesus kay Marta. Ang Manunubos na inaasahan ni Job ay ang Pagkabuhay na inihayag ni Jesus sa Kanyang sarili.

---

4. Mamuhay sa Liwanag ng Pagkabuhay Ngayon

Ipinagpatuloy ni Jesus ang Kanyang sinabi kay Marta:

Juan 11:25–26 "Ang sumasampalataya sa akin ay mabubuhay, kahit siya'y mamatay; at ang sinumang nabubuhay at sumasampalataya sa akin ay hindi mamamatay magpakailanman. Naniniwala ka ba sa sinabi kong ito?"

Ang pagkabuhay ay hindi lang tungkol sa hinaharap—ito ay tungkol sa kasalukuyan. Ang buhay na walang hanggan ay nagsisimula ngayon para sa mga nananampalataya. Oo, mamamatay ang ating mga katawan, ngunit kay Cristo, tayo'y muling isinilang sa espiritu. At darating ang araw, bubuhayin rin ang ating mga katawan.

Dapat itong makaapekto sa ating pamumuhay ngayon. Hindi tayo mga taong naglalakad sa dilim na hindi tiyak sa kamatayan. Tayo ay mga taong may kapangyarihan ng pagkabuhay—nabubuhay na may layunin, may katiyakan, at may paningin sa walang hanggan.

Pagninilaynilay:

- Namumuhay ka ba ngayon na may tapang ng isang taong muling mabubuhay?
- Ang iyong pag-asa ba ay tunay na nakaugat kay Jesus, ang Pagkabuhay at ang Buhay?

Pangwakas:
Ang mga salita ni Jesus kay Marta ay patuloy na umaalingawngaw sa paglipas ng panahon:

"Ako ang muling pagkabuhay at ang buhay."

Hindi lamang ito isang pahayag upang aliwin ang mga nagluluksa—ito'y paanyaya upang maniwala, magtiwala, at mamuhay. Tulad ni Job, ipinapahayag natin: *"Alam kong ang aking Manunubos ay buhay."* Tulad ni Marta, tinatawagan tayo na umangat mula sa paniniwalang teoretikal tungo sa personal na pagtitiwala sa Tagapagligtas.

Kapag inilagay natin ang ating pananampalataya kay Jesu-Cristo, nawawala ang kapangyarihan ng kamatayan. Tiyak ang ating hinaharap, makabuluhan ang ating kasalukuyan, at garantisado ang ating walang hanggan. Ang pagkabuhay ay hindi lang darating sa huling araw—nagsimula na ito kay Cristo.

Mamuhay tayo bilang mga tao ng pagkabuhay—may lakas ng loob, may pag-asa, at may matatag na pananampalataya sa Kanya na tumalo sa kamatayan. Amen.

4: Ang Katawang Muling Mabubuhay: Maluwalhati at Hindi Masisira

Susing Talata: *1 Corinto 15:42–44* [42]*"Ganyan din sa pagkabuhay na muli ng mga patay. Ang katawang inihasik ay nasisira, ngunit binubuhay na hindi nasisira.* [43] *Inihasik na may kahihiyan, binubuhay na may kaluwalhatian; inihasik na mahina, binubuhay na may kapangyarihan.* [44] *Inihasik na katawang panlupa, binubuhay na katawang espirituwal."*

Panimula

Lahat tayo ay nakadama ng bigat ng ating mga katawang panlupa—ang pagtanda nito, ang mga karamdaman, at ang mga limitasyon. Araw-araw tayong pinapaalalahanan na ang mga katawang ito ay pansamantala, marupok, at nabubulok. Ngunit ang Salita ng Diyos ay naghahayag ng isang makapangyarihang katotohanan at maluwalhating pag-asa: ang katawang muling mabubuhay. Kay Cristo, hindi lamang tayo pinangakuan ng buhay na walang hanggan—tayo rin ay pinangakuan ng isang binagong katawan, maluwalhati at hindi masisira, na karapat-dapat sa presensya ng Diyos.

Ipininta ni Apostol Pablo ang malinaw na kaibahan sa *1 Corinto 15*. Inihambing niya ang ating mga katawan sa mga binhing itinatanim—mahina, sirâ, at nasisira. Ngunit mula sa pagtatanim na iyon, lalabas ang isang mas maganda: isang katawan na muling binuhay sa kapangyarihan at kaluwalhatian. Sama-sama nating lakaran ang katotohanang ito at muling buhayin ang ating pag-asa sa pangakong isang araw, ang ating abang katawan ay babaguhin at magiging walang hanggan at kamangha-mangha.

---

1. Ang Paghahambing ng Kasalukuyan at ng Muling Nabuhay na Katawan

Sinimulan ni Pablo sa pagbibigay-diin sa matinding kaibahan ng katawan ngayon at ng katawang muling bubuhayin:

"Ang katawang inihasik ay nasisira, ngunit binubuhay na hindi nasisira..." (talata 42)

Sa ngayon, ang ating mga katawan ay madaling masira. Tayo'y tumatanda, sumasakit, at nanghihina. Sinabi rin ito ni Pablo sa Roma 8:23, "*tayo'y dumaraing sa ating kalooban habang buong pananabik na hinihintay ang ating pagkukupkop bilang mga anak, ang pagtubos sa ating mga katawan*." Ngunit sa muling pagkabuhay, ang katawan ay ibabangon na hindi na kailanman masisira—wala nang pagtanda, wala nang sakit, wala nang kirot.

"Inihasik na mahina, binubuhay na may kapangyarihan." (*talata 43*)

Ang ating mga buhay ngayon ay puno ng limitasyon. Ngunit ang katawan sa pagkabuhay ay magiging makapangyarihan, puspos ng buhay na mula sa Diyos, kayang sumamba, maglingkod, at magalak sa Kanyang presensya magpakailanman nang hindi napapagod o nabibigo.

Ito'y paalala na huwag tayong umasa sa lakas ng ating kasalukuyang katawan, kundi sa araw ng pagbabagong ipinangako ni Cristo.

---

2. Ang Pagbabagong Papunta sa Kaluwalhatian

Ipinagpatuloy ni Pablo:

"Inihasik na may kahihiyan, binubuhay na may kaluwalhatian..." (*talata 43*)

Ang kamatayan ay kadalasang itinuturing na kahiya-hiya. Ang katawan ay bumabalik sa alabok. Ngunit kapag bumalik si Cristo, ang mga na kay Cristo ay ibabangon na puspos ng kaluwalhatian.

Ang kaluwalhatiang ito ay gaya ng kay Jesus. Sa Filipos 3:21, isinulat ni Pablo:

"Siya ang magbabago ng ating abang katawan upang maging katulad ng Kanyang maluwalhating katawan..."

Pagkatapos ng muling pagkabuhay ni Jesus, ang Kanyang katawan ay maluwalhati—makikilala pa rin, taglay pa rin ang mga bakas ng Kanyang pag-ibig, ngunit hindi na saklaw ng pisikal na limitasyon. Siya'y kumain, lumakad, nagsalita, at umakyat sa langit.

Mananatili ang ating pagkakakilanlan, ngunit lubos na magbabago ang ating kalagayan. Isipin mo ang isang katawan na hindi na tinutukso, hindi na pinahihirapan ng karamdaman, kundi nagliliwanag sa liwanag ni Cristo!

---

3. Ang Katawang Espirituwal na Pinapagana ng Diyos

"Inihasik na katawang panlupa, binubuhay na katawang espirituwal..." (talata 44)

Ang salitang "espirituwal" dito ay hindi nangangahulugang "hindi materyal" o "multo." Ibig sabihin nito ay isang katawan na pinamumunuan at pinapalakas ng Espiritu—hindi ng laman o kasalanan.

Ito ang katawang angkop sa walang hanggang pakikipagniig sa Diyos. Hindi ito hindi totoo—ito'y higit na totoo, ganap na buhay, ganap na puspos ng presensya ng Panginoon. Ito ang katawan na maninirahan sa bagong langit at bagong lupa.

Ang katawang muling mabubuhay ay ang ating huling hantungan—isang kaloob mula sa makapangyarihang pagbabagong dala ni Jesu-Cristo.

---

4. Pagpapahiwatig ng Pagkabuhay sa Lumang Tipan

Ang Lumang Tipan ay may mga sulyap ng pag-asang ito ng pagkabuhay. Sa Daniel 12:2–3, isinulat ng propeta:

"Ang marami sa mga natutulog sa alabok ng lupa ay magigising: ang iba sa buhay na walang hanggan, ang iba sa kahihiyan at walang hanggang paghamak. Ang mga pantas ay magniningning tulad ng liwanag ng langit, at ang mga umaakay sa marami sa katuwiran, tulad ng mga bituin magpakailanman."

Makikita rito na ang muling pagkabuhay ay hindi bagong ideya—ito ay bahagi ng plano ng Diyos mula pa noon. Ang tapat ay bubuhayin sa buhay na walang hanggan at magniningning tulad ng mga bituin sa langit. Kay gandang larawan ng kaluwalhatiang naghihintay sa bayan ng Diyos!

Pagninilaynilay:

- Mamuhay na may Pag-asa. Hindi ito ang katapusan. Maaaring humina ang iyong katawan, ngunit ang iyong kinabukasan ay tiyak at maluwalhati kay Cristo.
- Magtiis sa Pagsubok. Ang mga paghihirap ng buhay na ito, kahit sa katawan, ay hindi maihahambing sa kaluwalhatiang ipahahayag (Roma 8:18).
- Lumakad sa Kabanalan. Inihahanda ka para sa isang maluwalhating hinaharap. Mamuhay ka ngayon sa paraang sumasalamin sa kaluwalhatiang itinalaga sa'yo. Hayaan mong linisin ng pag-asang ito ang iyong buhay (*1 Juan 3:3*).

Pangwakas

Bagamat tayo ay alabok at babalik sa alabok, hindi tayo itinadhana para sa pagkabulok. Kay Cristo, tayo'y itinadhana para sa kaluwalhatian. Ang ating mga nasisirang katawan ay babangong hindi na masisira. Ang ating kahinaan ay tatakpan ng kapangyarihan. Ang ating kahihiyan ay papalitan ng maningning na kaluwalhatian. At tayo'y magiging tulad Niya, sapagkat makikita natin Siya sa Kanyang tunay na anyo.

Panghawakan natin ang pangakong ito, palakasin ang isa't isa sa katotohanang ito, at mamuhay nang may kagalakang naghihintay sa araw na tayo'y babangon sa kaluwalhatian—kasama ang Panginoon magpakailanman.

5: Ang Pagkabuhay ng Matuwid at ng Masama

Susing Talata: *Gawa 24:15 — "Magkakaroon ng muling pagkabuhay ng mga matuwid at ng mga masasama."*

Panimula

Ang doktrina ng pagkabuhay na muli ay karaniwang tinitingnan nang may kagalakan at pananabik, lalo na ng mga mananampalatayang umaasa sa buhay na walang hanggan. Ngunit ipinapakita ng Kasulatan ang mas malawak na larawan: ang pagkabuhay na muli ay hindi lamang para sa mga matuwid kundi pati sa mga masama. Ito ay magiging isang pangkalahatang pangyayari, at magwawakas sa walang hanggang kapalaran batay sa pamumuhay natin at sa ating pagtugon sa katotohanan ng Diyos.

Sa *Gawa 24:15*, malinaw na sinabi ni Apostol Pablo: "*Magkakaroon ng muling pagkabuhay ng mga matuwid at ng mga masasama.*" Ang katotohanang ito ay hindi bago—ito ay nakaugat sa Lumang Tipan, inuulit ng mga propeta, at pinagtibay mismo ni Jesu-Cristo. Ngayon, ating sisiyasatin ang pagiging pangkalahatan ng pagkabuhay na muli, ang dalawang magkaibang patutunguhang dulot nito, at kung paano tayo dapat mamuhay sa liwanag ng katotohanang ito.

---

1. Ang Pagiging Pangkalahatan ng Pagkabuhay na Muli

Habang nasa paglilitis kay Felix, buong tapang na ipinahayag ni Pablo ang kanyang pag-asa sa hinaharap na pagkabuhay—"*ng mga matuwid at ng mga masasama*." Hindi niya ito inimbento, kundi pinagtibay ang itinuturo ng Banal na Kasulatan at tradisyong Hudyo:

- Ang pagkabuhay na muli ay hindi lamang para sa mga tapat; ito ay itinakda ng Diyos para sa buong sangkatauhan.
- *Hebreo 9:27 — "Itinakda sa tao na minsan lamang mamatay, at pagkatapos nito ay ang paghuhukom."*
- Ang bawat isa—anuman ang paniniwala o pamumuhay—ay muling mabubuhay upang humarap sa Diyos.

Ipinapakita ng pagkabuhay na muli na ang ating pag-iral ay hindi nagtatapos sa libingan. Tayo ay mga nilalang na walang hanggan, at darating ang araw na tayo'y haharap sa banal at matuwid na Diyos.

---

2. Ang Dalawang Hantungan Pagkatapos ng Pagkabuhay

Ang *Daniel 12:2* ay nagbibigay ng isa sa pinaka-malinaw na propesiya tungkol sa dalawang bunga ng pagkabuhay na muli:

"Ang marami sa mga natutulog sa alabok ng lupa ay magigising: ang iba sa buhay na walang hanggan, at ang iba sa kahihiyan at walang hanggang paghamak."

Dalawang walang hanggang kalagayan ang inihahayag dito:

- Buhay na Walang Hanggan — para sa mga sa Diyos, na namuhay sa pananampalataya.
- Walang Hanggang Paghamak — para sa mga tumalikod sa Kanya at namuhay sa pagsuway.

Pinagtibay ito ni Jesus sa *Juan 5:28–29*:

"Darating ang oras na ang lahat ng nasa libingan ay makaririnig ng Kanyang tinig at lalabas—ang mga gumawa ng mabuti ay babangon upang mabuhay, at ang mga gumawa ng masama ay babangon upang hatulan."

Walang gitnang kalagayan. Ang bawat kaluluwang muling bubuhayin ay haharap sa gantimpala o kaparusahan.

---

3. Ang Matuwid: Pagkabuhay Tungo sa Buhay na Walang Hanggan

Para sa mga matuwid—yaong mga na kay Cristo—ang pagkabuhay ay isang maluwalhating pag-asa.

- *1 Tesalonica 4:16–17 — "Ang mga namatay kay Cristo ay unang bubuhayin... at sa gayon ay makakapiling natin ang Panginoon magpakailanman."*
- Ang tapat ay babangon na may katawan na hindi nasisira, makakaranas ng walang hanggang pakikipagniig sa Diyos, at mananahan sa Kanyang presensya magpakailanman.
- Ang katotohanang ito ay dapat magbigay tibay sa gitna ng pagsubok, mag-udyok sa kabanalan, at maging sandigan ng ating pag-asa.

Ang pagkabuhay ng mga matuwid ay gantimpala sa buhay na isinuko kay Cristo at patunay ng katapatan ng Diyos sa Kanyang bayan.

---

4. Ang Masama: Pagkabuhay Tungo sa Paghahatol

Ang pagkabuhay ng mga masama ay isang mapait at nakakatakot na katotohanan.

- Pahayag 20:11–15 — nagsasalaysay ng Huling Paghuhukom (Great White Throne Judgment), kung saan hahatulan ang mga patay ayon sa nakasulat sa mga aklat.
- Ang mga hindi natagpuan ang pangalan sa Aklat ng Buhay ay ihahagis sa lawa ng apoy—ang ikalawang kamatayan.

- Malinaw ang mensahe: ang pagtanggi sa biyaya ng Diyos ay hahantong sa walang hanggang pagkahiwalay sa Kanya.

Dapat nitong pukawin ang ating puso at gisingin ang ating pananabik na ibahagi ang Ebanghelyo. *Ezekiel 33:11 — "Hindi ako natutuwa sa pagkamatay ng masama... kundi na siya'y tumalikod sa kanyang lakad at mabuhay."*

---

5. Ang Ating Tugon sa Katotohanang Ito

- Mamuhay na may Pananaw sa Walang Hanggan. *2 Corinto 5:10* — "Sapagkat tayong *lahat ay haharap sa hukuman ni Cristo...*" . Gawin ang bawat pasya at kilos nang may layuning walang hanggan.
- Tapat na Ibahagi ang Ebanghelyo. Bawat taong ating nakakasalamuha ay haharap sa pagkabuhay na muli at paghuhukom. Ang ating tungkulin ay ipahayag na si Jesus lamang ang daan ng kaligtasan.
- Humawak ng Kasiguruhan kay Cristo. *Juan 11:25 — "Ako ang muling pagkabuhay at ang buhay. Ang sumasampalataya sa akin ay mabubuhay, kahit siya'y mamatay."* Panghawakan natin si Cristo bilang tanging pag-asa sa buhay at kamatayan.

Pangwakas

Ang pagkabuhay ng mga patay ay hindi alamat o talinghaga—ito ay banal na katiyakan. Ito ay magiging araw ng gantimpala para sa tapat at ng paghuhukom para sa mga hindi nagsisisi. Ang matuwid at ang masama ay parehong babangon, at magsisimula ang walang hanggan. Ang ginagawa natin ngayon—kung paano tayo namumuhay at kung kanino tayo nagtitiwala—ang magtatakda ng ating walang hanggang kapalaran.

Maging bayan nawa tayo ng pag-asang taglay ang pagkabuhay—namumuhay nang may tapang, nagtuturo ng kaligtasan nang may sigasig, at may pananabik sa araw na muli tayong bubuhayin ni Cristo upang makapiling Siya magpakailanman.

6: Kapangyarihan ng Pagkabuhay sa Buhay ng Mananampalataya Ngayon

Susing Talata: *Filipos 3:10 – "Ang hangad ko'y makilala si Cristo—maging ang kapangyarihan ng kanyang muling pagkabuhay..."*

Panimula:
Madalas, iniisip ng mga mananampalataya na ang pagkabuhay ay isang panghinaharap na kaganapan lamang—isang maluwalhating araw kung kailan babalik si Cristo at bubuhayin ang mga patay. Bagamat totoo ito, itinuturo rin ng Kasulatan na ang kapangyarihan ng pagkabuhay ay hindi lamang para sa huling araw. Ito ay buhay at kumikilos ngayon sa atin sa pamamagitan ng Banal na Espiritu. Ipinahayag ni Apostol Pablo ang kanyang matinding hangarin—hindi lang malaman ang tungkol kay Jesus, kundi makilala Siya nang personal at maranasan ang kapangyarihan ng Kanyang pagkabuhay sa kasalukuyan.

---

1. Ang Pagnanais na Lubos na Makilala si Cristo

Sinimulan ni Pablo ang talatang ito sa isang taimtim at personal na hangarin: *"Ang hangad ko'y makilala si Cristo..."* Hindi ito basta kaalaman lamang. Ang salitang Griyego na ginamit ay *ginosko*—nangangahulugang malalim, personal, at may ugnayang kaalaman. Gaya ito ng ugnayan ng mag-asawa. Nais ni Pablo na maranasan si Cristo sa pinakamalalim na antas.

Nais niyang makibahagi sa buhay ni Cristo—sa Kanyang mga paghihirap, sa Kanyang kamatayan, at higit sa lahat, sa Kanyang pagkabuhay. Ang ganitong hangarin ay nagtutulak sa atin mula sa panlabas na Kristiyanismo patungo sa isang tunay na pagbabagong lakad kasama ang buhay na Cristo.

Ang pagkakilala kay Cristo ay nangangailangan ng intimasiya, pagsuko, at aktibong relasyon. Ibig sabihin nito ay paggugol ng oras sa Kanyang Salita, panalangin, pagsamba, at pagsunod. Ang panalangin natin ay: "Panginoon, ayokong malaman lamang ang tungkol sa Iyo—nais kong manahan sa Iyong presensya at kapangyarihan."

---

2. Ang Kapangyarihan ng Kanyang Pagkabuhay

Ano ang kapangyarihan ng pagkabuhay? Sabi ni Pablo sa *Roma 8:11 "At kung ang Espiritu ng Diyos na bumuhay kay Jesus mula sa mga patay ay nananahan sa inyo, ang Diyos na bumuhay kay Cristo ay bubuhay din sa inyong mga katawang may kamatayan..."*

Ito ang parehong kapangyarihang nagpagulong sa bato, tinalo ang kamatayan, at nagbigay ng bagong buhay kay Jesus. Ang kapangyarihan ng Banal na Espiritu—na ngayon ay nananahan sa atin.

Ang kapangyarihang ito ay hindi para mamangha tayo—ito'y para palakasin tayo: Upang mapagtagumpayan ang kasalanan at tukso. Upang mamuhay na may tapang at kagalakan. Upang harapin ang pagsubok nang walang takot. Upang lumakad sa kabanalan at pag-ibig.

Hindi tayo walang kapangyarihan. Hindi tayo talunan. Kung si Cristo ay nasa iyo, ang kapangyarihan ng Kanyang pagkabuhay ay gumagawa sa iyong isip, desisyon, damdamin, pamilya, at tawag ng Diyos sa buhay mo.

---

3. Lumakad sa Bagong Buhay

Sabi sa *Roma 6:4: "Tayo'y inilibing na kasama Niya sa pamamagitan ng bautismo... upang tayo rin ay makapamuhay sa panibagong buhay."*

Ang ating lumang pagkatao ay ipinako na sa krus. Ang ating kasalanan ay inilibing na. Ngunit hindi tayo nananatili sa libingan—tayo'y muling nabuhay na kasama ni Cristo.

Ang kapangyarihang ito ang nagbibigay kakayahan upang magpatawad. Nagbibigay ito ng lakas sa gitna ng pagdurusa. Nag-uudyok ito sa atin na maglingkod nang walang pag-iimbot.

Hindi ka na ang dati mong pagkatao. "*Ang luma ay lumipas na, ang bago ay dumating na*" (*2 Corinto 5:17*). Mamuhay bilang isang taong muling nabuhay—buhay sa espiritu, pinangungunahan ng Espiritu, at may pag-asang walang hanggan.

---

4. Larawan sa Lumang Tipan: Ang Tuyong mga Buto ay Nabuhay (Ezekiel 37:1–14)

Ipinakita ng Diyos kay propetang Ezekiel ang isang nakagugulat na pangitain: isang lambak na puno ng tuyong, patay na mga buto. Inilalarawan nito ang bansang Israel—patay sa espiritu at walang pag-asa. Ngunit inutusan ng Diyos si Ezekiel na magsalita sa mga buto, at habang siya'y nagsasalita, ang mga buto ay nag-ugnay-ugnay, nabuo ang laman, at huminga ang mga ito.

Ang Salita ng Diyos ay nagbibigay buhay. Ang Kanyang Espiritu ay humihinga ng kapangyarihan sa mga tuyot na bahagi. Ang mukhang patay ay maaari pang buhayin.

Mayroon ka bang "tuyong buto" sa iyong buhay—mga patay na pangarap, nawalan ng sigla, sirang relasyon, o espirituwal na panlalamig? Ang parehong Espiritu na bumuhay kay Cristo at bumuhay sa Israel sa pangitain ni Ezekiel ay maaaring bumuhay muli sa mga bahaging iyon ng iyong buhay.

Pangwakas: Mamuhay bilang mga Saksi na Pinapalakas ng Espiritu

Ang pagkabuhay ay hindi lamang pag-asang panghinaharap—ito ay kapangyarihang pangkasalukuyan. Si Jesus ay muling nabuhay, at ang Kanyang Espiritu ay nananahan sa atin. Ibig sabihin, hindi na tayo patay sa kasalanan, kundi buhay kay Cristo.

Hayaan ang kapangyarihan ng pagkabuhay na muling buhayin ang iyong:

- Pananampalataya — maniwala muli.
- Pagpupuri — sumamba at maglingkod na may galak.
- Espiritu — muling buhayin ng hininga ng Diyos.

Huwag nang hintayin ang langit upang lumakad sa tagumpay. Yakapin mo na ngayon ang kapangyarihan ng pagkabuhay. Hayaan mong ang buhay na Cristo ang maghari sa iyong puso, at ang Kanyang Espiritu ang magpalakas sa iyong buhay. Ikaw ay nilikhang mamuhay bilang muling nabuhay!

7: Mula Kamatayan Tungo sa Buhay: Bautismo bilang Larawan ng Pagkabuhay

Susing Talata: *Roma 6:4–5 "Tayo'y inilibing na kasama niya sa pamamagitan ng bautismo sa kamatayan upang, kung paanong si Cristo ay muling binuhay mula sa mga patay sa pamamagitan ng kaluwalhatian ng Ama, tayo rin nama'y makapamuhay sa panibagong buhay. Sapagkat kung tayo'y nakipag-isa sa kanya sa kamatayang tulad ng sa kanya, tiyak na tayo'y makakaisa rin sa kanyang pagkabuhay."*

Panimula:

Ngayon ay ating pagtutuunan ng pansin ang isang makapangyarihang katotohanan na nag-uugnay sa ating kasalukuyang espirituwal na paglalakbay sa maluwalhating pangako ng buhay na walang hanggan—ang pagkabuhay ng mga patay na inilalarawan sa pamamagitan ng bautismo. Ang mensaheng ito, *Mula Kamatayan Tungo sa Buhay*, ay nag-aanyaya sa atin na pagnilayan ang tunay na kahulugan ng bautismo at kung paanong ito ay konektado sa puso ng ebanghelyo—ang kamatayan, paglilibing, at pagkabuhay ni Jesu-Cristo.

Ang bautismo ay hindi lamang isang ritwal o tradisyon ng Kristiyanismo; ito ay isang buhay na larawan ng isang banal na katotohanan. Ipinapakita nito ang pakikipag-isa ng isang mananampalataya kay Cristo. Ipinapaalala nito sa atin na tulad ng si Cristo ay inilibing at muling nabuhay, gayundin tayo ay inilibing sa ating lumang pagkatao at muling bumangon upang lumakad sa bagong buhay.

---

1. **Bautismo bilang Paglilibing at Pagkabuhay (Roma 6:4–5)**

Malinaw ang turo ni Pablo sa Roma 6: ang bautismo ay sumasagisag sa espirituwal na kamatayan, paglilibing, at pagkabuhay. Kapag tayo'y inilulubog sa tubig ng bautismo, ipinahahayag natin: "Tapos na ang dati kong buhay. Inilibing na ito kasama ni Cristo." At sa pag-ahon mula sa tubig, sinasabi natin: "Ako ngayon ay nabubuhay sa kapangyarihan ng pagkabuhay."

Ang bautismo ay hindi nagliligtas dahil sa gawaing pisikal nito lamang. Ito ay panlabas na pagpapahayag ng panloob na pagbabago. Ipinapakita nito na tayo ay kaisa ni Cristo—hindi lamang sa Kanyang kamatayan kundi pati na rin sa Kanyang pagkabuhay.

At tiniyak sa atin ni Pablo: *Kung nakipag-isa tayo sa Kanya sa kamatayan, tiyak na tayo rin ay makakaisa sa Kanyang pagkabuhay.*

---

2. **Ang Espirituwal na Pagbabago ay Nagsisimula sa Krus**

Bago magkaroon ng pagkabuhay, kailangang may mamatay. Kamatayan sa kasalanan. Kamatayan sa sarili. Sabi sa *Galacia 2:20*: **"***Ipinako na ako sa krus na kasama ni Cristo, at hindi na ako ang nabubuhay kundi si Cristo ang nabubuhay sa akin."*

Ang bautismo ay pahayag na hindi na tayo nabubuhay ayon sa dating pagkatao. Sa pamamagitan ng krus, tayo ay ginagawang bago. Nagsisimula ang buhay ng pagkabuhay sa sandaling tayo'y sumuko kay Jesus. Hindi ang tubig ang nagpapabago sa atin—kundi ang kapangyarihan ni Cristo.

Binabago ng espirituwal na pagbabagong ito ang ating isipan, pananalita, at pamumuhay. Nagbibigay ito ng kakayahang tumanggi sa kasalanan at mamuhay sa katuwiran.

---

3. Larawan mula sa Lumang Tipan: Ang Baha at Kaban ni Noe (1 Pedro 3:20–21)

Ikinonekta ni Pedro ang kwento ni Noe sa kahulugan ng bautismo:

1 Pedro 3:20–21 "...Sa panahon ni Noe, habang ginagawa ang kaban, kaunti lamang—walo ang lahat—ang naligtas sa pamamagitan ng tubig. Ang tubig na ito ay larawan ng bautismo, na ngayon ay nagliligtas din sa inyo—hindi ang pag-aalis ng dumi sa katawan, kundi ang isang panatang may malinis na budhi sa harap ng Diyos."

Ang tubig ng baha ay nagdala ng hatol sa mundo, ngunit sa pamamagitan rin ng tubig, iniligtas ang pamilya ni Noe. Inangat sila ng kaban sa ibabaw ng hatol at dinala sa isang bagong mundo.

Sa parehong paraan, ang bautismo ay larawan ng ating pagdaan sa "tubig ng kamatayan"—ang ating paghiwalay sa kasalanan at sa mundo—patungo sa bagong buhay kay Cristo. Kung paanong iniligtas ng kaban si Noe, si Cristo ang nag-iingat sa atin sa tubig ng pagbabago.

---

4. Ang Bautismo ay Pampublikong Pagpapahayag ng Pag-asang Muling Buhay

Ang bautismo ay hindi lamang personal na karanasan; ito ay pampublikong patotoo. Isa itong pahayag sa mundo: "*Ako ay kay Jesus. Hindi na ako ang dating ako.*"

Colosas 2:12 "...Inilibing na kayong kasama Niya sa bautismo, at kayo rin ay muling binuhay na kasama Niya sa pamamagitan ng pananampalataya sa kapangyarihan ng Diyos na bumuhay sa Kanya mula sa mga patay."

Ang bautismo ay hindi lamang simbolo ng paglilinis—ito ay pahayag ng tagumpay. Tuwing may nababautismuhan, inuulit nito ang mensahe ng walang lamang libingan. Isinisigaw nito na ang kamatayan ay tinalo, at ang buhay ay nagtagumpay.

Ito rin ay panata—isang pangakong mamuhay na naaayon sa ating bagong pagkakakilanlan kay Cristo. Tayo ay lumalakad sa kapangyarihan ng pagkabuhay dahil ang Espiritu ni Cristo ay nananahan na sa atin.

---

5. Mamuhay sa Muling Buhay

Ang pagkabuhay ay hindi lamang para sa hinaharap—nagsisimula ito ngayon.

Roma 6:11 "Isipin ninyo ang inyong sarili na patay na sa kasalanan ngunit buhay sa Diyos sa pamamagitan ni Cristo Jesus."

Kung tunay tayong namatay kay Cristo, dapat tayong mamuhay para sa Kanya. Ang ating kaisipan, kilos, at layunin ay dapat magpakita ng buhay ni Cristo.

Hindi natin kailangang hintayin ang langit upang mamuhay sa tagumpay. Ang buhay ng muling pagkabuhay ay buhay ng kapangyarihan, kapayapaan, layunin, at kabanalan. At ito ay pinapanatili ng parehong Espiritu na bumuhay kay Jesus mula sa mga patay (*Roma 8:11*).

Pangwakas:

Ang bautismo ay isang banal na larawan ng isang banal na katotohanan. Ipinapaalala nito sa atin na tayo'y lumipat na mula kamatayan patungo sa buhay. Ipinapakita nitong tayo ay namatay na kasama ni Cristo, at ngayon ay nabubuhay na kasama Niya at para sa Kanya. Ibinibigay nito ang pag-asa ng hinaharap na pagkabuhay at lakas para sa kasalukuyang lakad.

Kaya ngayon, alalahanin natin ang ating bautismo—hindi lamang ang sandali kundi ang kahulugan. At kung hindi mo pa nagagawa ang hakbang na ito ng pagsunod, pag-isipan mo ang tunay na kinakatawan nito: ang pagsuko ng sarili at ang muling pagbangon tungo sa walang hanggang buhay kay Cristo.

Mamuhay araw-araw bilang isa na muling nabuhay mula sa patay. Hindi ka na alipin ng kasalanan. Hindi ka na binibigyang-kahulugan ng iyong nakaraan. Ikaw ay buhay—sapagkat Siya ay buhay!

8: Kaaliwan at Pag-asa sa Pagkabuhay

Susing Talata: *1 Tesalonica 4:13–18* [13] *Mga kapatid, nais naming malaman ninyo ang katotohanan tungkol sa mga namatay upang hindi kayo malungkot na gaya ng ibang mga taong walang pag-asa.* [14] *Sapagkat naniniwala tayong si Jesus ay namatay at muling nabuhay; kaya't naniniwala rin tayong bubuhayin ng Diyos ang mga namatay na nananalig kay Jesus at isasama niya sa pagbabalik ni Jesus.* [15] *Ito ang sinasabi namin sa inyo ayon sa salita ng Panginoon: tayong mga buháy pa sa pagdating ng Panginoon ay hindi mauuna sa mga namatay na.* [16] *Sa utos, sa tinig ng arkanghel, at sa tunog ng trumpeta ng Diyos, ang Panginoon ay bababang mula sa langit, at ang mga namatay kay Cristo ay babangon muna.* [17] *Pagkatapos, tayong mga buháy pa ay aagawing kasama nila sa alapaap upang salubungin ang Panginoon sa papawirin. Sa gayon, makakapiling natin ang Panginoon magpakailanman.* [18] *Kaya't mag-aliwan kayo sa isa't isa sa pamamagitan ng mga salitang ito.*

Panimula:

Ang pagdadalamhati ay bahagi ng pagiging tao. Sa isang punto ng ating buhay, mararanasan natin ang lungkot ng pagkawala ng minamahal. Ngunit para sa mga nananampalataya kay Cristo, hindi tayo nagdadalamhati tulad ng sanlibutan—na parang walang pag-asa.

Sa 1 Tesalonica 4:13–18, tinugunan ni Apostol Pablo ang iglesia na nalilito at nagdadalamhati para sa mga kapatid nilang pumanaw. Hanggang ngayon, ang kanyang mga salita ay nananatiling makapangyarihang mensahe: ang pagkabuhay na muli ay nagbibigay ng kaaliwan, lakas ng loob, at katiyakang muli tayong magkakasama magpakailanman.

Tuklasin natin ang matibay na katiyakan na hatid ng talatang ito.

---

1. Pagdadalamhati na may Pag-asa

1 Tesalonica 4:13 "Mga kapatid, nais naming malaman ninyo ang katotohanan tungkol sa mga namatay upang hindi kayo malungkot na gaya ng ibang mga taong walang pag-asa."

Tinatanggap ni Pablo ang realidad ng lungkot, ngunit ipinakikilala niya ang malaking pagkakaiba—ang Kristiyanong pagdadalamhati ay may kasamang pag-asa. Ang kamatayan ng isang mananampalataya ay hindi ang katapusan ng kwento. Yaong "natutulog" ay gigising sa buhay na walang hanggan. Ito ay hindi pagtanggi sa pagdadalamhati —ito ay pananampalataya sa pangako ng muling pagkabuhay.

Gaya ng isang biyahero na pansamantalang nagpapaalam, alam nating may muling pagkikita. Hindi tayo lumuluha sa kawalan ng pag-asa, kundi sa pananabik ng muling pagkikita.

---

2. Ang Saligan ng Ating Pag-asa: Ang Pagkabuhay ni Cristo (*talata 14*)

"Sapagkat naniniwala tayong si Jesus ay namatay at muling nabuhay..."

Ang ating pagtitiwala ay hindi nakabatay sa haka-haka, kundi sa isang makasaysayang pangyayari—ang pagkabuhay ni Jesu-Cristo. Kung paanong Siya'y muling nabuhay, gayon din ang lahat ng sa Kanya ay muling bubuhayin.

Halimbawa sa Lumang Tipan: *Awit 16:10 — "Sapagkat hindi mo ako pababayaan sa daigdig ng mga patay, ni pababayaang mabulok ang iyong banal."*

Ang propesiyang ito ay natupad kay Cristo, at ito'y patunay na tinalo Niya ang kamatayan.

---

3. Ang Pangako ng Muling Pagkikita (*talata 14–17*)

"*...Isasama niya sa pagbabalik ni Jesus ang mga namatay na nasa Kanya...*"

"*...Tayong mga buháy pa... ay aagawing kasama nila... at sa gayon, makakapiling natin ang Panginoon magpakailanman.*"

Ipininta ni Pablo ang isang nakabibighaning larawan: ang pagbabalik ni Cristo, ang pagkabuhay ng mga patay kay Cristo, ang pagsasama-sama ng lahat ng mananampalataya sa alapaap upang makapiling ang ang Panginoon magpakailan pa man. Ito ang pinakadakilang pagkikita muli (ultimate reunion)—hindi lamang sa ating mga mahal sa buhay kundi sa ating Tagapagligtas.

Ang pagkabuhay na muli ay hindi lamang pag-asa para sa hinaharap, kundi nagbibigay-kahulugan sa ating mga luha ngayon. Ang bawat sementeryo ay pansamantalang himlayan lamang. Ang bawat pamamaalam ay hindi panghabambuhay.

Ang pagkabuhay ang ating matibay na pag-asa.

---

4. Magpalakasan sa Bawat Isa (*talata 18*)

"*Kaya't mag-aliwan kayo sa isa't isa sa pamamagitan ng mga salitang ito.*"

Ang talatang ito ay hindi lamang para ituro—kundi para aliwin, palakasin, at patibayin. Ito ang mga salitang sinasambit natin sa burol (funerals), sa ospital, at sa gabi ng pagdadalamhati.

Pangwakas:

Ang pagkabuhay ng mga patay ay hindi lamang teolohiyang dapat pag-aralan—ito ay buhay na pag-asa na nagbibigay kapayapaan sa nababagabag na puso. Ipinapaalala nito sa atin na tinalo ni Cristo ang kamatayan, na ang ating mga mahal sa buhay na namatay kay Cristo ay muling mabubuhay, at makakasama natin silang muli magpakailanman. Sa harap ng kamatayan, alalahanin natin ang mga salitang ito:

"Makakapiling natin ang Panginoon magpakailanman. Kaya't mag-aliwan kayo sa isa't isa sa pamamagitan ng mga salitang ito."

Maaaring malalim ang libingan—ngunit mas malalim ang pangako ng Diyos. Maaaring madilim ang gabi ng pagdadalamhati—ngunit mas maliwanag ang bukang-liwayway ng pagkabuhay.

Magpakatatag. Magkaroon ng pag-asa. Buhay si Jesus—at dahil Siya'y buhay, tayo rin ay mabubuhay.

- Ibahagi ang pag-asang ito sa mga nagdadalamhati.
- Mamuhay nang may pananabik sa pagbabalik ni Cristo.
- Hayaang palakasin ng katotohanang ito ang iyong puso sa oras ng lungkot.

Ang Doktrina ng Pagpapatong ng mga Kamay

Isang Gawaing Sang-ayon sa Banal na Kasulatan para sa Pagpapala, Awtoridad, at Kapangyarihan

Ang pagpapatong ng mga kamay ay isang makapangyarihan at banal na gawain na matatagpuan sa buong Kasulatan, ngunit kadalasang hindi nabibigyan ng pansin sa buhay ng makabagong iglesya. Binanggit ito sa Hebreo 6:1–2 bilang isa sa mga saligang aral ng pananampalatayang Kristiyano. Ang kilos na ito ay may malalim na espirituwal na kahulugan. Higit pa ito sa isang simpleng kilos—ito ay isang biblikal na paraan ng pagpapala, kagalingan, paglalagak ng espirituwal na kaloob, pagtatalaga ng mga pinuno, at pakikibahagi sa banal na layunin ng Diyos.

Mula sa Lumang Tipan, kung saan ang mga patriarka ay nagpapatong ng kanilang mga kamay upang ipagkaloob ang pagpapala sa kanilang mga anak, hanggang sa Bagong Tipan, kung saan si Jesus at ang mga apostol ay naglapat ng kamay upang pagalingin ang maysakit at bigyang kapangyarihan ang mga alagad, ang gawaing ito ay patuloy na sumasagisag sa isang banal na koneksyon at paglilipat ng kapangyarihan. Maging si Moises nang itinalaga si Josue, o si Pablo nang paalalahanan si Timoteo tungkol sa kaloob na tinanggap niya sa pamamagitan ng pagpapatong ng kamay, makikita natin ang kapangyarihan at presensya ng Diyos na dumadaloy sa banal na paghipo na ito.

Ang serye ng mensaheng ito, "Ang Doktrina ng Pagpapatong ng mga Kamay," ay susuri sa pundasyon ng gawaing ito na sumasang-ayon sa Banal na Kasulatan, ang iba't ibang gamit nito, at ang kahalagahan nito sa buhay ng mga mananampalataya sa kasalukuyan. Sa ating paglalakbay sa mga aral na ito, nawa'y muling matuklasan natin ang banal na gawaing ito at matutong lapitan ito nang may paggalang, kaunawaan, at pananampalataya, upang tayo'y makibahagi nang ganap at tapat sa gawain ng Diyos.

1: Biblikal na Pundasyon ng Pagpapatong ng mga Kamay

Susing Talata: *Hebreo 6:1–2 "Kaya't iwan na natin ang mga panimulang aralin tungkol kay Cristo at magpatuloy tayo sa mga aral na para sa mga may sapat na gulang na. Tigilan na natin ang muling paglalagay ng pundasyon tungkol sa pagtalikod sa mga gawang walang kabuluhan at tungkol sa pananampalataya sa Diyos, tungkol sa iba't ibang seremonya ng paglilinis at pagpapatong ng mga kamay, at tungkol sa muling pagkabuhay ng mga patay at sa hatol na walang hanggan."*

Panimula:

Sa pagsisimula natin ng seryeng ito tungkol sa mga saligang doktrina, sisimulan natin sa isang gawain na madalas nakikita ngunit bihirang maituro—ang pagpapatong ng mga kamay. Ayon sa *Hebreo 6:2*, ito ay hindi maliit o opsyonal na bahagi ng buhay Kristiyano. Ito ay saligang aral. Kasama ng mga turo tungkol sa pagsisisi, pananampalataya, pagkabuhay, at walang hanggang kahatulan, binabanggit din ang "pagpapatong ng mga kamay." Bakit? Sapagkat ang gawaing ito, gaano man kasimple sa panlabas, ay nagdadala ng malalim na kahulugang espirituwal, mayaman sa kasaysayang biblikal, at makapangyarihang aplikasyon.

Ngayong araw, ating susuriin ang biblikal na pundasyon ng gawaing ito, ang espirituwal na kahulugan nito, at ang gamit nito sa ating lakad kasama si Cristo. Mula sa mga handog sa Lumang Tipan hanggang sa ministeryo sa Bagong Tipan, ang pagpapatong ng kamay ay kumakatawan sa pakikibahagi, pagpapala, at paglilipat ng kapangyarihan.

---

1. **Pinagmulan sa Lumang Tipan: Pagkilala at Pagtubos**

Levitico 1:4 "Ipatong mo ang iyong kamay sa ulo ng handog na susunugin, upang ito'y tanggapin para sa iyo at sa gayon ay mapatawad ka sa iyong mga kasalanan."

Sa sistemang sakripisyal ng Lumang Tipan, ang pagpapatong ng kamay sa hayop ay hindi simpleng kilos lamang. Isa itong pagkilala—inililipat ng sumasamba ang kanyang kasalanan sa hayop. Isa rin itong simbolo ng pagsuko, bilang pagtanggap na kailangan ng kahalili para sa kapatawaran. Mamamatay ang hayop bilang kapalit ng makasalanan.

Itinuro ng simbolikong gawaing ito sa mga Israelita na ang kapatawaran ay nangangailangan ng kahalili, at tumutukoy ito sa dakilang handog na darating—si Jesu-Cristo, ang Kordero ng Diyos. Bilang mga mananampalataya, kinikilala natin na Siya ang kumuha ng ating kasalanan, at sa pamamagitan Niya tayo ay napagkasundo sa Diyos.

---

2. **Pagpapatong ng Kamay sa mga Patriarkang Pagpapala**

Bago pa man itatag ang kautusang Levitico, makikita na natin ang pagpapatong ng mga kamay bilang paraan ng pagpapala. Sa *Genesis 48:14*, ipinatong ni Jacob ang kanyang mga kamay sa ulo nina Ephraim at Manase, mga anak ni Jose, upang bigkasin ang propetikong pagpapala. Ang gawaing ito ay hindi lamang seremonyal; ito ay espirituwal na paglilipat ng mana, pagkakakilanlan, at kapalaran.

Kapag tayo ay nagpapatong ng kamay upang magpala, nakikibahagi tayo sa isang banal na sandali—ipinapahayag ang pabor, gabay, at biyaya ng Diyos sa kanilang buhay. Hindi ito mahika. Isa itong gawaing puno ng pananampalataya at pinangungunahan ng Espiritu.

---

3. Gamit sa Bagong Tipan: Kapangyarihan, Kagalingan, at Pagtatalaga

Sa Bagong Tipan, ang pagpapatong ng kamay ay may mahalagang gampanin:

- <u>Kagalingan.</u>

    - Marcos 6:5 - Pinagaling ni Jesus ang mga may sakit sa pamamagitan ng pagpapatong ng Kanyang mga kamay
    - Gawa 28:8 - Pinagaling ni Pablo ang may sakit sa pamamagitan ng pagpapatong ng kamay.

    Ang pagpapatong ng kamay sa kagalingan ay sumasalamin sa habag at kapangyarihan ng Diyos na gumagawa sa pamamagitan ng Kanyang mga lingkod.

- <u>Pagtanggap ng Banal na Espiritu</u>

    - Gawa 8:17 – Ipinatong nina Pedro at Juan ang kamay sa mga bagong mananampalataya sa Samaria at tumanggap sila ng Espiritu Santo.
    - Gawa 19:6 – Ipinatong ni Pablo ang kamay sa mga alagad sa Efeso, at sila'y tumanggap ng Espiritu at nagsalita ng iba't ibang wika.

    Ipinapakita nito ang pagpapatong ng kamay bilang paraan ng espirituwal na paglilipat—pagpapahid, kapangyarihan, at presensya ng Diyos.

- <u>Pagtatalaga at Pagpapalakad sa Gawain</u>

- Gawa 13:2–3 – Ipinatong ng iglesia ang mga kamay kina Pablo at Bernabe bago sila isugo.
- 1 Timoteo 4:14 – Tinanggap ni Timoteo ang espirituwal na kaloob sa pamamagitan ng pagpapatong ng kamay ng matatanda.

Ipinapakita nito na ang pagpapatong ng kamay ay ginagamit sa paghiwalay sa gawain at pagpapatibay ng tawag ng Diyos sa isang tao.

---

4. Espirituwal na Kahulugan: Pagkilala, Pagpapala, at Paglilipat

Sa buong Kasulatan, ang pagpapatong ng kamay ay kumakatawan sa:

- Pagkilala – sa kamatayan ni Cristo (sakripisyo) o sa tawag ng Diyos (pagtatalaga).
- Pagpapala – tulad ng pagpapala ng mga patriarka at panalangin ng mga lingkod ng Diyos.
- Paglilipat – ng kagalingan, Espiritu Santo, o espirituwal na kaloob.

Isa itong nasasalat ("tangible") na pagpapahayag ng pananampalataya, pakikipagkapwa, at pagsunod sa kalooban ng Diyos. Hindi ito mekanikal o mahiwaga. Ito'y malalim na kaugnayan at espirituwal na pagpapahayag ng pananampalataya.

---

5. **Bakit Ito Ay Saligan**

Bakit ito tinawag na "saligan" sa *Hebreo 6*? Sapagkat itinuturo nito na:

- Tayo ay kaugnay kay Cristo at sa Kanyang katawan—ang ating pananampalataya ay isinasabuhay sa loob ng komunidad.
- Ang gawain ng Espiritu ay totoo at buhay—gumagawa ang Diyos sa pamamagitan ng tao.
- Gumagamit ang Diyos ng pisikal na kilos upang ipahayag ang espirituwal na katotohanan—ang pananampalataya ay may anyo at layunin.

Ang pagwawalang-bahala o pagpapaliit sa doktrinang ito ay humahantong sa pagkahiwalay ng paniniwala at pagsasabuhay. Ngunit ang paggalang dito ay nagdadala sa atin sa mas malalim na pagkakaisa at kapangyarihan sa Espiritu.

Pangwakas:

Mga kapatid, ang pagpapatong ng mga kamay ay higit pa sa tradisyon—ito ay isang banal na gawain na may biblikal na ugat at mayaman sa kahulugan. Lapitan natin ito nang may paggalang at kaalaman. Maging ito man ay para sa pagpapala, kagalingan, pagtatalaga, o pananalangin, nawa'y maging bayan tayo na nagpapatong ng kamay na may pananampalataya, nagsasalita na may pag-ibig, at naglilingkod na may kapangyarihan.

Tandaan natin: tayo ang mga kamay ni Cristo—ginagamit ng Diyos upang hipuin ang mga buhay at itayo ang Kanyang kaharian.

2: Pagpapatong ng mga Kamay para sa Pagpapala

Susing Talata: *Genesis 48:14 "Ngunit iniunat ni Israel ang kanyang kanang kamay at ipinatong sa ulo ni Efraim, na mas bata, at habang itinitiklop ang kanyang mga braso, ipinatong ang kaliwang kamay sa ulo ni Manases, kahit na si Manases ang panganay."*

Panimula: Ang Kapangyarihan ng Paghipo

May malalim na kahulugan ang paghipo ng tao. Isang simpleng pakikipagkamay, yakap, o tapik sa balikat—lahat ng ito'y nagsasabi ng presensya, pagtanggap, at pag-ibig. Sa Kasulatan, ang pagpapatong ng kamay ay hindi lamang pisikal na kilos. Ito ay may banal na kahulugan. Isa itong espirituwal na gawain na may dakilang kapangyarihan at layunin.

Ngayon, pag-aaralan natin ang isa sa mga pinakaunang pagkakataon ng ganitong gawain sa Biblia—nang ipinatong ni Jacob (Israel) ang kanyang mga kamay sa kanyang mga apong sina Efraim at Manases upang pagpalain sila. Ang simpleng tagpong ito ay naging makapangyarihang pagpapahayag ng espirituwal na katotohanan. Sa pamamagitan ng kilos na ito, makikita natin kung paano naipapasa ang pabor ng Diyos, tipan, at pagpapalang pang-salinlahi sa pamamagitan ng pagpapatong ng mga kamay.

---

1. Ang Gawa ng Pagpapala: Propetikong Kilos ni Jacob

Sinasabi sa Genesis 48:14 na bago pumanaw si Jacob, sadyang tinawid niya ang kanyang mga braso at ipinatong ang kanang kamay sa ulo ni Efraim (ang mas bata) at ang kaliwa kay

Manases (ang panganay). Tinangka ni Jose na itama siya, ngunit si Jacob ay ginabayan ng Espiritu ng Diyos.

Hindi damdamin ang nagtulak kay Jacob—kundi paghahayag ng propetikong katotohanan. Ang kanyang mga kamay ay hindi lamang nagpapahayag ng pagmamahal sa kanyang mga apo—kundi naglalahad ng kalooban ng Diyos. Ipinahayag niyang si Efraim ay magiging mas dakila kaysa kay Manases, at pareho silang magiging bahagi ng mga tumanggap ng mga pangako ng tipan.

Ipinapakita nito na ang pagpapatong ng mga kamay ay higit pa sa ritwal. Isa itong daluyan ng espirituwal na paglilipat—ng pagpapala, pabor, at tadhana. Ang pagpapala ni Jacob ay humubog sa hinaharap ng dalawang lipi ng Israel.

---

2. **Pagpapatong ng Kamay bilang Daluyan ng Tipan at Pabor**

Sa buong Lumang Tipan, ginagamit ang pagpapatong ng kamay upang:

- Ipagkaloob ang pagpapala (*Bilang 27:18* – Ipinatong ni Moises ang kamay kay Josue)
- Ilagay ang espirituwal na awtoridad
- Ihandog ang mga alay (*Levitico 1:4* – Ipinatong ng sumasamba ang kamay sa hayop),
- At pagtibayin ang pamumuno

Sa kaso ni Jacob, ipinasa niya ang tipan na ipinangako ng Diyos kina Abraham at Isaac. Sa pagpapatong ng kanyang kamay, inilipat niya ito sa susunod na salinlahi.

Ito ay lubos na sadyang kilos. Ang pisikal na paglalagay ng kamay sa kanilang mga ulo ay sumasagisag sa espirituwal na pagpapasa. Inihahanay ng kanyang pagpapala ang mga batang ito sa layunin ng Diyos.

---

3. **Pagsasalita at Pananalangin ng Pagpapala sa Panahon Ngayon**

Hindi man tayo mga patriarka gaya ni Jacob, tinatawag tayong lahat na magsalita at magpahayag ng pagpapala.

Mga Kawikaan 18:21 — "*Sa dila ay may kapangyarihan ng buhay at kamatayan.*"

At kapag pinagsama ang ating mga salita sa panalangin, pananampalataya, at kung minsan, pagpapatong ng kamay, mas lalo itong nagiging makapangyarihan.

Bilang mga magulang, lolo't lola, pinunong espirituwal, o kaibigan, maaari nating gawin ang mga ito:

- Pagpahayag ng pagpapala sa ating mga anak at mahal sa buhay
- Pagpapatong ng kamay sa mga may sakit at pananalangin para sa kagalingan (*Marcos 16:18*)
- Pagpapadala o pagtagubilin sa mga pinuno o bagong mananampalataya sa pamamagitan ng pagpapalakas ng loob (*Gawa 13:3*).

Ang espirituwal na prinsipyo ay nananatili: ginagamit ng Diyos ang paghipo ng tao at mga salitang may pananampalataya upang maipasa ang Kanyang biyaya.

---

4. **Pagpapala sa Susunod na Salinlahi**

Binasbasan ni Jacob sina Efraim at Manases hindi lamang para sa sarili nilang kapakanan kundi para sa kinabukasan ng bayan ng Diyos. Ang pagpapalang binibigkas natin sa iba ngayon ay maaaring makaapekto sa susunod na mga henerasyon. Huwag mong maliitin ang papel mo sa buhay ng iba. Ang iyong mga salita, ang iyong panalangin, ang iyong kumpirmasyon — lalo na kapag ginagawa sa pangalan ni Jesus — ay maaaring magbago ng kapalaran.

Magsalita ng mga salitang nagbibigay-buhay. Gamitin ang iyong mga kamay upang magpala, hindi manakit. Magtapat ng kamay sa panalangin upang kumpirmahin ang mga pangako ng Diyos, upang magtalaga, magpalakas ng loob, at magpala ng may pananampalataya.

Pangwakas:

Tulad ng ginawa ni Jacob sa kanyang mga apo, tayo rin ay tinatawag na ipasa ang mga espirituwal na pagpapala. Maging ikaw man ay magulang, pinuno, o simpleng mananampalatayang lumalakad sa pananampalataya—ang iyong mga salita at kilos ay may halaga. Magsalita ng pagpapala. Manalangin ng may pananampalataya. Magpatong ng kamay nang may layunin at tiwala sa Diyos.

Nawa'y ang iyong paghipo ay magdala ng kagalingan. Nawa'y ang iyong mga kamay ay maghatid ng kapayapaan. At nawa'y ang iyong pagpapala ay umabot lampas sa kasalukuyan at magpatuloy hanggang sa walang hanggan.

3: Pagpapatong ng mga Kamay para sa Kagalingan

Susing Talata: *Marcos 16:18 "Makakahawak sila ng ahas at hindi sila maaano kahit uminom sila ng lason. Ipapatong nila ang kanilang mga kamay sa mga maysakit, at ang mga ito'y gagaling."*

Panimula:

Sa isang mundong puno ng karamdaman, kabiguan, at kawalan ng pag-asa, nananatiling totoo ang isang walang hanggang katotohanan para sa iglesya: Ang ating Diyos ay si Jehovah Rapha—ang Panginoon na nagpapagaling. Isa sa mga banal na paraan kung paanong pinalalaya ng Diyos ang Kanyang kapangyarihan sa kagalingan ay sa pamamagitan ng pagpapatong ng mga kamay. Hindi ito simpleng ritwal o simbolo lamang; ito'y ugnayan ng langit at lupa, kung saan ang pananampalataya ay pinakakawalan at ang kagalingan ay ipinagkakaloob.

Sinabi ni Jesus sa Marcos 16:18, *"Ipapatong nila ang kanilang mga kamay sa mga maysakit, at ang mga ito'y gagaling."* Bahagi ito ng Dakilang Utos—ang huling tagubilin ni Jesus bago Siya umakyat sa langit. Ang kagalingan ay hindi nalilimitahan sa panahon ng mga apostol. Ito ay patuloy na gawain ng Banal na Espiritu, bukas para sa lahat ng mananampalataya na lumalakad sa pananampalataya at pagsunod.

Ngayon, ating susuriin ang biblikal na pundasyon ng kagalingan sa pamamagitan ng pagpapatong ng mga kamay, ang espirituwal nitong kahulugan, at kung paano tayo bilang mga tagasunod ni Cristo ay maaaring magministeryo ng kagalingan sa Kanyang pangalan.

1. **Ang Ministeryo ng Kagalingan sa Bagong Tipan**

- Ang Pangakong Kagalingan mula kay Jesus (Marcos 16:17–18)

  Ibinigay ni Jesus ang awtoridad sa Kanyang mga tagasunod upang magpalayas ng mga demonyo, magsalita ng mga bagong wika, at ipatong ang kamay sa mga maysakit—na gagaling. Hindi ito para sa piling tao lamang, kundi para sa "mga sumasampalataya." Ipinapakita nito na:

  - Ang kagalingan ay bahagi ng ministeryo ng mananampalataya.
  - Ang pananampalataya at pagsunod ang nagsisindi ng mga pangako.
  - Ang pagpapatong ng kamay ay nasasalat ("tangible") na kilos ng habag at kapangyarihan.

- Halimbawa ni Jesus. Si Jesus mismo ay gumamit ng paghipo upang magpagaling:

  - Hinipo Niya ang ketongin (*Marcos 1:41*) at siya'y luminis.
  - Ipinatong Niya ang kamay sa isang bulag (*Marcos 8:23–25*) at ito'y nakakita.
  - Ipinatong Niya ang kamay sa mga bata (*Marcos 10:16*) at pinagpala sila.

  Hinipo ni Jesus ang mga tao nang may habag, awtoridad, at layunin. Dumaloy sa Kanya ang kapangyarihan ng Diyos upang magpanumbalik at magpagaling.

---

2. **Pagpapatong ng Kamay: Daluyan ng Banal na Kapangyarihan**

- Ugnayan ng Pananampalataya

  Kapag ipinatong natin ang ating kamay sa may sakit sa pangalan ni Jesus, nagiging iyon ang sandali kung saan nagtatagpo ang pananampalataya at kapangyarihan ng Diyos. Hindi ang kamay ang nagpapagaling—ang Diyos ang nagpapagaling, ngunit ang kamay ay nagiging daluyan.

  Gawa 28:8 — Ipinatong ni Pablo ang kamay sa ama ni Publio na may lagnat at dysentery,at siya'y gumaling.

  Santiago 5:14 — Ipinapayo na tawagin ang matatanda ng iglesya upang ipanalangin ang maysakit at pahiran ng langis—muli, isang nasasalat na pagpapahayag ng pananampalataya.

- Biblikal na Kagalingan ay Buo

  Ang kagalingan ay hindi lamang para sa katawan—ito rin ay para sa isip, kaluluwa, at espiritu. Ang pagpapatong ng kamay ay nagpapatunay ng: presensya ng Diyos, pag-ibig at malasakit ng Iglesya, kapangyarihan ni Cristo na magpanumbalik ng buo

---

Halimbawa sa Lumang Tipan: Si Eliseo at si Naaman (2 Mga Hari 5:1-27)

Bagaman hindi nagpatong ng kamay si Eliseo kay Naaman, ipinapakita ng kwento ang mahalagang katotohanan: ang Diyos ay nagpapagaling sa pamamagitan ng propetikong tagubilin at pananampalatayang may pagsunod.

Si Naaman, isang makapangyarihang pinuno ng Syria, ay may ketong. Naghanap siya ng kagalingan kay Eliseo. Sa halip na ipatong ang kamay o gumawa ng milagrosong kilos, inutusan siya ni Eliseo na maligo ng pitong beses sa Ilog Jordan.

Sa pasimula, nainsulto si Naaman —hindi ito ang inaasahan niya. Ngunit nang siya ay sumunod, siya'y lubusang gumaling. Bumalik ang kanyang balat na parang sa batang paslit.

Mga Aral mula kay Naaman:

- Ang kagalingan ay kadalasang nangangailangan ng kababaang-loob at pagsunod
- Pananampalataya sa Salita ng Diyos, hindi sa pamamaraan, ang nagdadala ng milagro
- Ang Diyos ay maaaring gumamit ng simple o kamangha-manghang paraan

---

3. **Paano Tayo Dapat Magministeryo ng Kagalingan Ngayon?**
    - May Pananampalataya, Hindi Takot. Maniwala na ang Diyos ay nagpapagaling pa rin. Lumapit sa may sakit hindi na may pagdududa, kundi may tiwala sa kapangyarihan at habag ng Diyos.
    - May Habag. Si Jesus ay laging naaantig ang puso bago magpagaling. Hayaan ang pag-ibig ang gumabay sa ating pananalangin.
    - Sa Awtoridad ni Cristo. Hindi natin ginagawa ito sa sariling pangalan, kundi sa pangalan ni Jesus. Ang Kanyang kapangyarihan ang gumagawa sa atin (*Gawa 3:6*).
    - May Inaasahang Tugon. Kapag tayo'y naglalapat o nagpapatong ng kamay, asahan ang kagalingan. Minsan ito'y biglaan, minsan ay unti-unti—ngunit lagi nating pagkatiwalaan ang Diyos sa resulta.

Pangwakas: Pananampalatayang Humihipo at Hinahaplos

Ang pagpapatong ng kamay para sa kagalingan ay isang banal at makapangyarihang pagpapahayag ng kagustuhan ng Diyos na tayo'y mapagaling. Bilang mga tagasunod ni Cristo, tayo ay tinawag na pumasok sa ministeryong ito—hindi bilang mga gumagawa ng milagro, kundi bilang daluyan ng Diyos sa kagalingan at pag-asa.

Lumakad tayo na may katapangan, magpatong ng kamay sa mga maysakit, manalangin ng may pananampalataya, at pagkatiwalaan ang Diyos na tuparin ang Kanyang Salita:

"...ipapatong nila ang kanilang mga kamay sa mga maysakit, at ang mga ito'y gagaling." — Marcos 16:18

Maging ikaw man ang nananalangin o ang nangangailangan ng panalangin—maniwala ngayong araw na ang kagalingan ay posible, sapagkat ang ating Diyos ay nagpapagaling pa rin.

4: Pagpapatong ng mga Kamay para sa Pagtatalaga at Pagpapasinaya

Susing Talata: *Gawa 13:2–3 "Habang sila'y sumasamba sa Panginoon at nag-aayuno, sinabi ng Espiritu Santo, 'Ibukod ninyo para sa akin sina Bernabe at Saulo sa gawain na itinakda ko para sa kanila.' Pagkatapos nilang mag-ayuno at manalangin, ipinatong nila ang kanilang mga kamay sa kanila at pinayaon sila."*

Panimula:

Ang pagpapatong ng mga kamay ay isang makasagisag at espirituwal na mahalagang gawain sa buong Kasulatan. Bagamat marami itong gamit—pagpapagaling, pagpapala, pagtanggap ng Espiritu Santo—isa sa pinakamahalaga nitong layunin ay ang pagtatalaga at pagpapasinaya ng mga indibidwal sa ministeryo. Ngayon, ating susuriin kung paano ginagamit ng Diyos ang gawaing ito upang ibukod, patibayin, at bigyang kapangyarihan ang mga tinawag Niya sa pamamagitan ng komunidad ng pananampalataya.

---

1. **Ang Pagtawag ng Diyos ay Kinukumpirma ng Komunidad**

Sa *Gawa 13:2–3*, ang maagang iglesya ay nagtitipon sa pagsamba, panalangin, at pag-aayuno. Sa gitna ng kabanalang ito, nangusap ang Espiritu Santo: "*Ibukod ninyo sina Bernabe at Saulo.*"

- Ang Diyos ang nag-uumpisa ng tawag, ngunit ang iglesya ang kumukumpirma nito sa pamamagitan ng pagpapatong ng mga kamay.

- Hindi ang pagpapatong ng kamay ang lumilikha ng tawag—ito ay pagkilala at pagsang-ayon sa tinawag na ng Diyos.

Ipinapakita nito na ang katawan ni Cristo ay may mahalagang papel sa pagkilala ng kaloob at sa pagbubukod ng mga pinuno. Ito rin ay nagsisilbing paalala ng kababaang-loob at pananagutan sa paglilingkod.

---

2. **Halimbawa mula sa Lumang Tipan: Sina Moises at Josue**

Sa Bilang 27:18–23, iniutos ng Diyos kay Moises na ipatong ang kanyang kamay kay Josue upang ilipat ang pamumuno at awtoridad.

- Talata 20: "*Bahaginan mo siya ng bahagi ng iyong karangalan upang sundin siya ng buong sambayanan ng Israel.*"
- Hindi ito seremonya lang—ito'y pagpapasa ng awtoridad at pananagutan.

Napatunayang tapat si Josue, ngunit ngayon ito ay pampublikong pagtatalaga, na sinaksihan ng buong komunidad. Hanggang ngayon, ang ordination at commissioning ay hindi pribadong karanasan kundi pampublikong kumpirmasyon ng may espirituwal na kahalagahan.

---

3. **Ang Pagpapatong ng Kamay ay Nagpapasa ng Espirituwal na Kapangyarihan**

Sa *Gawa 13*, sina Pablo at Bernabe ay hindi lamang pinapunta—sila ay pinuspos ng kapangyarihan sa pamamagitan ng pagpapatong ng kamay.

- Ang gawaing ito ay naging daluyan ng kapangyarihan ng Espiritu Santo.
- Hindi ito basta ritwal—ito'y pagkakaloob ng kakayahan para sa misyon sa hinaharap.
- *1 Timoteo 4:14 — "Huwag mong pabayaan ang kaloob na nasa iyo, na ipinagkaloob sa iyo sa pamamagitan ng propesiya nang ipinatong ng mga matatanda ang kanilang mga kamay sa iyo."*

Dito, tumanggap si Timoteo ng espirituwal na kaloob na may kaugnayan sa kanyang pagtatalaga. Kapag tayo ay nagtatalaga ng tao, tayo'y nananalangin na puspusin sila ng Diyos ng kapangyarihan, karunungan, at lakas para sa gawaing kanilang tatahakin.

---

4. **Ang Ministeryo ay Tawag at Pananagutan**

Ang pagpapatong ng kamay ay paalala na ang ministeryo ay:

- Banal na Tawag – Diyos ang pumipili
- Pagpapatunay ng Komunidad – Iglesya ang kumikilala
- Kapangyarihan mula sa Espiritu - Espiritu Santo ang nagpapalakas
- Pagsusugo sa Gawain – Ang lingkod ay isinugo

Sina Pablo at Bernabe ay hindi lamang pinarangalan—sila ay isinugo. Sa pagpapatong ng kamay, sinimulan ang kanilang misyonero—kahit sa gitna ng pagsubok, pagtatanim ng iglesya, at pagsusulat ng Kasulatan.

Ang ministeryo ay hindi titulo—ito ay misyon. At ito ay nangangailangan ng pagtatalaga, lakas ng loob, at presensya ng Diyos.

Pangwakas:

Pagpapatong ng mga Kamay sa Panahon Ngayon

Ngayon, ipinagpapatuloy natin ang gawaing ito hindi bilang tradisyon, kundi bilang pagsunod at pananampalataya. Kapag tayo ay nagtatalaga ng mga pastor, elder, misyonero, o tagapaglingkod ng iglesya, ipinatong natin ang ating mga kamay upang:

- Kilalanin ang tawag ng Diyos,
- Ipasa ang espirituwal na kalakasan,
- At isugo sila na may buong pagpapala ng iglesya.

Huwag natin itong ituring na ordinaryo. Kung ikaw man ay itinatatalaga, o ikaw ang nagpapatong ng kamay—alalahanin mong ito ay banal na sandali. Isa itong nakikitang tanda ng di-nakikitang biyaya—ang Diyos na tumatawag ay Siya ring nagbibigay-kapangyarihan.

Kung nararamdaman mong tinatawag ka ng Diyos, hanapin ang Kanyang kumpirmasyon sa panalangin at sa iglesya. Kung ikaw ay pinuno, tandaan na ang iyong pagtatalaga ay hindi lamang seremonya—kundi habambuhay na pananagutang maglingkod sa kapangyarihan ng Espiritu. Bilang iglesia, nawa'y manatili tayong tapat sa pagkilala, pagpapatunay, at pagsusugo ng mga taong tinawag ng Diyos.

5: Pagpapatong ng mga Kamay para sa Kaloob ng Banal na Espiritu

Susing Talata: *Gawa 8:17 "Ipinatong nina Pedro at Juan ang kanilang mga kamay sa kanila, at tumanggap sila ng Banal na Espiritu."* —

Panimula:

Sa pagpapatuloy ng ating serye tungkol sa mga saligang aral ng pananampalataya, pagtutuunan natin ngayon ng pansin ang isang makapangyarihan ngunit kadalasang hindi napapansin na gawain sa Bagong Tipan: ang pagpapatong ng mga kamay para sa kaloob ng Banal na Espiritu. Ang gawaing ito, na maraming ulit nating mababasa sa Kasulatan, ay hindi lamang relihiyosong tradisyon—ito ay banal na daluyan kung saan ipinagkakaloob ng Diyos ang Kanyang kapangyarihan, mga kaloob, at ang Kanyang Espiritu.

Sa *Gawa 8:17*, nababasa natin: *"Ipinatong nina Pedro at Juan ang kanilang mga kamay sa kanila, at tumanggap sila ng Banal na Espiritu."* Ang sandaling iyon ay hindi lamang seremonya kundi espirituwal na transaksyon. Sa pamamagitan ng pagpapatong ng mga kamay, ang mga mananampalataya sa Samaria—na tumanggap na ng Salita ng Diyos at nabautismuhan—ay tumanggap ng kapuspusan ng Banal na Espiritu. Ipinapakita nito sa atin na higit pa sa kaligtasan, mayroong kapangyarihan sa buhay-Kristiyano.

---

1. **Biblikal na Halimbawa ng Pagpapatong ng mga Kamay**

Sa buong Kasulatan, ang pagpapatong ng kamay ay ginagamit sa iba't ibang layunin:

- Pagpapala. *Genesis 48:14* – Pagpapala ni Jacob kina Efraim at Manases)
- Kagalingan. *Marcos 16:18 – "Ipapatong nila ang kanilang mga kamay sa mga maysakit..."*
- Pagtatalaga. *Gawa 13:3* – "Ipinatong nila ang kanilang mga kamay sa kanila at isinugo..."
- Pagpapasa ng Banal na Espiritu. *Gawa 8:17, 19:6*

Sa sinaunang iglesya, ang mga apostol ay gumamit ng pagpapatong ng mga kamay bilang daluyan ng espirituwal na kapangyarihan mula sa Diyos, hindi galing sa tao.

Gawa 19:6 — "Nang ipinatong ni Pablo ang kanyang mga kamay sa kanila, dumating ang Banal na Espiritu at sila'y nagsalita sa iba't ibang wika at nagpahayag ng mensahe ng Diyos." Malinaw na ang pisikal na kilos ng pananampalataya ay sinundan ng espirituwal na kapahayagan.

---

2. **Karanasan ng mga Samaritano sa Gawa 8**

Sa *Gawa 8:14–17*, ipinangaral na ni Felipe ang ebanghelyo sa Samaria. Marami ang naniwala at nabautismuhan, ngunit hindi pa nila tinanggap ang Banal na Espiritu sa kapuspusan.

Ipinapakita nito ang dalawang karanasan sa buhay ng Kristiyano:

- Kaligtasan – sa pamamagitan ng pananampalataya kay Jesus.
- Kapangyarihan – sa pamamagitan ng pagtanggap ng Banal na Espiritu.

Nang dumating sina Pedro at Juan, ipinatong nila ang kanilang mga kamay sa mga mananampalataya, at tumanggap sila ng Banal na Espiritu. Hindi ito awtomatiko—ito ay konektado sa pananampalataya, awtoridad ng apostol, at espirituwal na paglilipat.

Ano ang sumunod? Nakita ito ni Simon ang mangkukulam at sinubukang bilhin ang kapangyarihan (tal. 18–19). Ipinapakita nito na napakalakas at hayag ang pagkakaloob ng Espiritu sa pamamagitan ng pagpapatong ng kamay—hindi maikakaila.

---

3. **Kapangyarihan ng Banal na Espiritu sa Pamamagitan ng Pagpapatong ng Kamay**

Bakit ito mahalaga? Sapagkat ang Banal na Espiritu ang nagbibigay ng kakayahan sa Iglesia upang:

- Mamuhay nang may katapangan (*Gawa 1:8*)
- Gumamit ng mga kaloob na espirituwal (*1 Corinto 12*)
- Mamuhay sa kabanalan at kapangyarihan (*Roma 8:13–14*)

Ang pagpapatong ng kamay ay daluyan lamang—hindi ito ang pinagmumulan. Ang kapangyarihan ay mula sa Diyos, ngunit ang pananampalataya at pagsunod ang nagpapakilos nito. Ang mga kamay ng mga apostol ay naging instrumento ng banal na kapangyarihan.

Huwag nating maliitin ang biblikal na pattern na ito. Ginagalang ng Diyos ang mga pisikal na pagkilos bilang pagpapahayag ng mga espirituwal na katotohanan.

---

4. **Pananampalataya, Panalangin, at Pagpapasa sa Panahon Ngayon**

Mga kapatid, paano ito mailalapat sa ating panahon ngayon?

- Una, maniwala tayong ang Banal na Espiritu ay patuloy na ipinagkakaloob.

- Ikalawa, kilalanin natin na ginagamit ng Diyos ang mga tao—ang ating mga kamay, ang ating mga panalangin—bilang Kanyang daluyan.
- Ikatlo, maging bukas tayo sa pagtanggap at ministeryo.

Sinabi ni Pablo kay Timoteo:

1 Timoteo 4:14 - "Huwag mong pabayaan ang kaloob na nasa iyo, na ipinagkaloob sa iyo sa pamamagitan ng propesiya nang ipatong sa iyo ng matatanda ng iglesya ang kanilang mga kamay."

Sa panahon ngayon, kapag ang mga lingkod ng Diyos ay nagpapatong ng kamay na may pananampalataya, ito ay higit pa sa simbolismo. Ito ay espirituwal na pagpapasa—sandaling ang langit ay humihipo sa lupa, kung saan ang Espiritu ay nagpapalakas, nagpapagaling, at nagpapapahid.

Pangwakas

Ang pagpapatong ng kamay ay hindi lumang kaugalian—ito ay buhay na gawi na puno ng kahulugan. Kung paanong ipinatong nina Pedro at Juan ang kanilang mga kamay sa mga Samaritano, at si Pablo sa mga taga-Efeso, tayo rin ay inaanyayahang maranasan ang kapuspusan ng Banal na Espiritu.

Ikaw ba'y nauuhaw sa higit pa mula sa Diyos? Nais mo bang lumakad sa mga kaloob, tapang, at kapangyarihan ng Espiritu? Kung gayon, manalangin ka. Maniwala ka. Maging handa kang tumanggap. Tulad ng sinabi ni Jesus sa *Lucas 11:13*:

"Gaano pa kaya ang inyong Amang nasa langit na magbibigay ng Banal na Espiritu sa mga humihingi sa Kanya!"

Manalangin tayo—at magtapat tayo ng mga kamay na may pananampalataya—na ang kapangyarihan ng Diyos ay muling ibuhos sa atin.

6: Mag-ingat sa Pagpapatong ng mga Kamay

Susing Talata: *1 Timoteo 5:22 — "Huwag mong ipapatong agad-agad ang iyong kamay sa kaninuman, at huwag kang makikibahagi sa kasalanan ng iba. Ingatan mong malinis ang iyong sarili."*

Panimula:

Ang pagpapatong ng kamay ay isang banal at makapangyarihang gawain na matatagpuan sa buong Kasulatan—ginagamit sa pagpapala, kagalingan, pagpasa ng mga kaloob, at pagtatalaga ng mga lingkod ng Diyos. Ngunit sa sulat ni Pablo kay Timoteo, ibinibigay niya ang isang mahigpit na babala: *"Huwag mong ipapatong agad-agad ang iyong kamay sa kaninuman."*

Bakit kailangan ng pag-iingat? Sapagkat ang pagpapatong ng kamay ay hindi basta ritwal—ito ay espirituwal na transaksyon na may dalang pananagutang espirituwal. Sa mensaheng ito, tatalakayin natin ang maka-Kasulatang konteksto ng pagpapatong ng mga kamay, ang kahalagahan ng pagkakilala sa kalooban ng Diyos, at kung paano natin mapangangalagaan ang kabanalan ng gawaing ito.

---

1. **Pag-unawa sa Maka-Kasulatang Kahulugan ng Pagpapatong ng Kamay**

Ang pagpapatong ng kamay ay hindi pangkaraniwang kilos—ito ay espirituwal na pagkilos na dapat lapitan nang may kabanalan at pag-iingat.

Sa Lumang Tipan:

- Pagtatalaga at pagpapala – Ipinatong ni Moises ang kamay kay Josue (*Bilang 27:18–23*).
- Pagkakakilanlan sa sakripisyo – Ipinatong ng pari ang kamay sa hayop bago ihandog (*Levitico 1:4*), bilang paglipat ng kasalanan.

Sa Bagong Tipan:

- Kagalingan at himala – Ipinatong ni Jesus ang kamay sa mga maysakit (*Marcos 6:5*).
- Pagtanggap ng Banal na Espiritu – Ipinatong ng mga apostol ang kanilang kamay para sa kapuspusan (*Gawa 8:17*).
- Pagtatalaga ng mga pinuno – Gamit sa pagsusugo ng mga lider (*Gawa 13:2–3; 1 Timoteo 4:14*).

---

2. **Panawagan sa Pagtitimpi at Pagkilala**

Tulad ng doktor na hindi agad nagsasagawa ng operasyon nang walang pagsusuri, ang isang pastor o pinuno ay hindi dapat magtatalaga nang walang espirituwal na pagsusuri.

1 Timoteo 5:22 "Huwag mong ipapatong agad-agad..."

- Babala ni Pablo kay Timoteo—isang batang pinuno—na maging maingat sa pagtatalaga ng iba sa ministeryo.
- Ang agad-agad na pagpapatong ng kamay ay pag-apruba nang walang masusing pagtingin sa ugali, buhay, at tawag ng tao.

"...at huwag kang makikibahagi sa kasalanan ng iba."

- Kapag pinagtibay natin ang isang taong hindi handa o hindi karapat-dapat, nakikibahagi tayo sa bunga ng kanilang pagkakamali. *1 Timoteo 3:10* — Dapat silang subukin muna..." bago italaga.

"Ingatan mong malinis ang iyong sarili."

- Ang kadalisayan ng puso at layunin ay mahalaga sa sinumang kasangkot sa pamumuno at pagtatatalaga.
- Pinaalalahanan ni Pablo si Timoteo na huwag madungisan ng mga kasalanan ng iba dahil sa padalus-dalos na pag-apruba.

---

3. Ang Kabanalan ng Espirituwal na Pagpapagtibay

Ang ministeryo ay hindi paligsahan ng katanyagan. Ang espirituwal na pamumuno ay banal na tawag, hindi gantimpala ng katapatan sa tao. Ang pagpapatong ng kamay ay seryoso. Maaari itong magpasa ng awtoridad, pananagutan, o espirituwal na kaloob.

2 Timoteo 1:6 — "Panatilihing nagniningas ang kaloob ng Diyos na nasa iyo sa pamamagitan ng pagpapatong ng aking mga kamay."

Ang iglesya ay dapat panatilihin ang kabanalan ng gawaing ito. Iwasan ang paboritismo, emosyonal na desisyon, o presyur ng kultura.

Italaga lamang ang mga pinatotohanan ng Espiritu at may prutas sa kanilang buhay.

---

4. Pag-iingat sa Panahon Ngayon

Para sa mga Pastor at Pinuno:

- Hanapin ang gabay ng Banal na Espiritu sa lahat ng desisyon sa pamumuno.
- Maglaan ng oras sa pagtuturo, pagmamasid, at pagsusuri sa tawag at karakter ng iba

- Huwag magmadali dahil lang sa panlabas na anyo o inaasahan ng tao.

Para sa Iglesya:

- Kilalanin ang bigat ng pagpapatibay ng mga pinuno.
- Manalangin para sa karunungan at kaalaman sa bawat paglipat ng pamumuno.
- Unawain na ang pagtatalaga sa pamamagitan ng kamay ay dapat sumalamin sa kalooban ng Diyos, hindi ng tao.

Para sa mga Nagnanais Maglingkod:

- Maging matiyaga sa paghahanda at paghubog.
- Mamuhay nang karapat-dapat sa tawag—walang bahid ng kapintasan, puspos ng Espiritu, tapat sa maliit.
- Hayaang ang iyong tawag ay kumpirmahin ng mga maka-Diyos na pinuno at ng mga bunga ng iyong buhay at ministeryo.

Pangwakas:

Ang pagpapatong ng kamay ay hindi simpleng kilos pangrelihiyon—ito ay espirituwal na pangako. Ang babala ni Pablo kay Timoteo ay nananatiling mahalaga sa ating panahon:

"Huwag kang magmadali. Manalangin. Magpakilala. Magpasakop sa Espiritu."

Panatilihin natin ang kabanalan ng gawaing ito sa pamamagitan ng pagtatalaga lamang sa mga talagang tinawag, sinubok, at espirituwal na handa. Sa ganitong paraan, mapangangalagaan natin ang integridad ng ministeryo at ang kalinisan ng iglesya ng Diyos.

Mga Paglilinis na Ritwal: Ang Doktrina ng Bautismo

Hinahamon ng manunulat ng Hebreo ang mga mananampalataya na lumago at umusad mula sa mga paunang aral ng pananampalataya patungo sa espirituwal na kahinugan. Kabilang sa mga pundasyong doktrina na ito ay ang tinatawag ng NIV na "pagtuturo tungkol sa mga paglilinis," o sa mas literal na pagsasalin, "ang doktrina ng mga bautismo" (Hebreo 6:2). Ang pariralang ito ay tumutukoy sa isang mahalaga at kadalasang di-napapansing katotohanan: na ang bautismo ay hindi lamang isang ritwal o tradisyon, kundi isang espirituwal na gawain na nakaugat sa parehong Lumang Tipan at Bagong Tipan.

Ang serye ng pangaral na ito, "Mga Paglilinis na Ritwal: Ang Doktrina ng Bautismo," ay susuri sa teolohikal na kahulugan, biblikal na pinagmulan, at espirituwal na kabuluhan ng bautismo. Mula sa mga seremonyal na paghuhugas sa Lumang Tipan hanggang sa bautismo ng mga mananampalataya sa Bagong Tipan, ating tutuklasin ang layunin at kapangyarihan sa likod ng banal na gawaing ito. Ating matutuklasan din kung paanong inihahayag ng bautismo ang kamatayan sa kasalanan, muling kapanganakan kay Cristo, at ang hayagang pagkakakilanlan ng mananampalataya sa katawan ni Cristo.

Maging ikaw man ay isang bagong mananampalataya na naghahangad ng pag-unawa, o isang matagal nang Kristiyano na nagnanais ng mas malalim na kaalaman, ang seryeng ito ay magbibigay sa iyo ng kasangkapan upang lubos na maunawaan ang kayamanang taglay ng doktrinang ito at yakapin ang katotohanang nagbabago ng buhay na inihahayag nito.

1: Ang Pundasyon ng mga Paglilinis na Ritwal

Susing Talata: *Hebreo 6:1–2 "Kaya't iwan na natin ang mga panimulang aral tungkol kay Cristo at magpatuloy tayo sa espirituwal na kahinugan, huwag nang muling ilagay ang pundasyon ng pagsisisi mula sa mga gawang kamatayan, at ng pananampalataya sa Diyos, 2 ng aral tungkol sa mga paglilinis, ng pagpapatong ng mga kamay, ng muling pagkabuhay ng mga patay, at ng walang hanggang paghuhukom."*

Panimula:

Ngayon ay sisimulan natin ang isang bagong serye ng pangaral na pinamagatang *"Mga Paglilinis na Ritwal: Ang Doktrina ng Bautismo."* Sa Hebreo 6:1–2, binanggit ng manunulat ang anim na paunang aral na nagsisilbing pundasyon ng pananampalatayang Kristiyano. Isa sa mga ito ay ang tinatawag sa NIV na *"pagtuturo tungkol sa mga paglilinis"* o, sa mas literal na anyo, *"doktrina ng mga bautismo."*

Maaaring ito ay nakakagulat para sa ilan sa atin. Bakit ang "mga bautismo"—pangmaramihan — ay itinuturing na isa sa mga pangunahing aral ng pananampalataya? Ano ba ang ibig sabihin nito, at bakit ito mahalaga?

Buksan natin ang ating mga puso ngayon upang maunawaan na ang bautismo ay hindi lamang ritwal sa simbahan, ni isang beses lang na pangyayari. Ang bautismo ay kumakatawan sa isang makapangyarihang katotohanan: na ang Diyos ay kumikilos upang linisin, ibalik, at baguhin ang buhay sa pamamagitan ni Jesu-Cristo.

---

1. **Ang Bautismo ay Isang Pundasyong Aral**

Hebreo 6:2 ng iba't ibang aral tungkol sa mga paglilinis, ng pagtatalaga sa pamamagitan ng pagpapatong ng kamay, ng muling pagkabuhay ng mga patay, at ng walang hanggang kahatulan.

- Ang bautismo ay hindi pangalawang paksa—ito ay bahagi ng pundasyon.
- Hindi minamaliit ng may-akda ang kahalagahan nito; sa halip, hinihimok niya ang mga mananampalataya na lumago lampas sa mga paunang aral ngunit siguraduhing ang mga ito ay matibay na naunawaan.
- Gaya ng bahay na nakatayo sa matibay na pundasyon, ang buhay-Kristiyano ay nananatiling matatag kung ito ay nagsisimula sa pagsisisi, pananampalataya, at bautismo.

Tulad ng hindi natin maaaring laktawan ang pundasyon ng gusali, hindi rin natin maaaring balewalain ang bautismo o ituring itong opsyonal. Isa ito sa mga pangunahing turo na sumasalamin sa ating pasimula kay Cristo.

---

2. **Ang Pangmaramihang Salitang "Bautismo" at ang Kahulugan Nito**

Ang salitang Griyego na ginamit dito ay *"baptismōn"*, na ang ibig sabihin ay "mga paghuhugas" o "mga ritwal ng paglilinis." Ito ay tumutukoy sa:

- Mga ritwal ng paghuhugas sa Lumang Tipan, kung saan ang mga pari at ang bayan ay nililinis muna bago makalapit sa Diyos.
- Ang bautismo ni Juan Bautista na nagpapakita ng pagsisisi bilang paghahanda sa pagdating ng Mesiyas.
- Ang bautismo ng mga Kristiyano, na nagpapahayag ng kamatayan sa kasalanan, muling kapanganakan kay Cristo, at pampublikong pagkakakilanlan sa katawan ni Cristo.

Bakit pangmaramihan?

Sapagkat sa unang simbahan, magkakaugnay ang mga sumusunod:

- Ang mga seremonyal na paghuhugas ng mga Judio,
- Ang bautismo ni Juan para sa pagsisisi,
- At ang bautismo sa pangalan ni Jesus.

Kinilala ng manunulat na kailangang maunawaan ng mga mananampalataya ang lahat ng ito upang lubos na maunawaan ang kahulugan ng bautismo.

---

3. **Ang Bautismo bilang Tanda ng Paglilinis ng Diyos**

Ang bautismo ay tanda ng gawaing espirituwal na ginawa ng Diyos sa ating kalooban. Hindi ito tungkol lang sa tubig—ito ay tungkol sa panibagong buhay.

- *Tito 3:5 – "Iniligtas niya tayo sa pamamagitan ng paghuhugas ng muling kapanganakan at pagbabagong gawa ng Espiritu Santo."*
- *Gawa 22:16 – "Tumindig ka, magpabautismo, at hugasan ang iyong mga kasalanan, na tumatawag sa kanyang pangalan."*

Itinuturo ng bautismo sa atin na:

- Tayo ay nilinis ng Diyos sa pamamagitan ng dugo ni Jesus.
- Tayo ay namatay sa kasalanan at nabuhay na muli upang lumakad sa bagong buhay.
- Tayo ay kabilang na sa tipan ng pamilya ng Diyos.

---

4. **Mula sa Ritwal Tungo sa Realidad**

Bagamat ang bautismo ay may pisikal na bahagi, ang kapangyarihan nito ay nasa pananampalataya at pagsisisi na kaakibat nito.

- Hindi tubig ang nagliligtas sa atin; si Jesus ang Tagapagligtas.
- Ngunit ang bautismo ay pagpapahayag ng ating pagsunod, pagpapasakop, at pagtitiwala sa gawaing pagliligtas ni Cristo.

Sabi sa 1 Pedro 3:21: *"At ang tubig na ito ay kumakatawan sa bautismo na ngayon ay nagliligtas din sa inyo—hindi ang pag-aalis ng dumi sa katawan kundi ang panata ng malinis na budhi sa harap ng Diyos."*

Dapat nating ituro sa susunod na henerasyon hindi lamang ang magpabautismo, kundi ang maunawaan ang kahulugan nito—ang mamuhay sa buhay na baptismado: buhay na may kabanalan, kababaang-loob, at pag-asa.

---

5. **Bakit Ito Mahalaga Ngayon**
   - Naitatag mo na ba ang pundasyon ng bautismo sa iyong buhay?
   - Naiipaliwanag mo ba nang malinaw ang bautismo sa iyong pamilya, sa iyong mga anak, o sa mga tinuturuan mo?
   - Namumuhay ka ba bilang isang taong nilinis, binuhay, at binago?

Huwag nating ituring ang bautismo na simpleng tradisyon lamang. Tingnan natin ito bilang isang pahayag ng espirituwal na muling kapanganakan at panata sa bagong pamumuhay.

Pangwakas:

Habang sinisimulan natin ang paglalakbay sa pag-aaral ng doktrina ng bautismo, alalahanin natin na ito ay hindi lamang teolohiya—ito ay pagbabagong loob. Ang bautismo ay bahagi ng ating patotoo. Ito ay paraan ng ating pagsasabi sa mundo, "*Kay Jesus ako kabilang.*"

Naipatong na ang pundasyon. Ngayon, magpatuloy tayo sa pagtatayo, sa paglakad, at sa pagtulong sa iba na gawin din ito.

2: Mga Bautismo sa Lumang Tipan

Susing Talata: *Levitico 16:4 "Dapat niyang isuot ang banal na damit na lino, na may panloob na kasuotang lino sa kanyang katawan; dapat niyang itali ang pamigkis na lino at isuot ang turbante na lino. Ito ay mga banal na kasuotan, kaya't kailangan niyang maligo ng tubig bago niya ito isuot."*

Bilang 19:7–8 "Pagkatapos, ang pari ay kailangang maglaba ng kanyang mga damit at maligo ng tubig. Pagkatapos nito, makakapasok siya sa kampo, ngunit siya ay magiging marumi hanggang sa gabi. 8 Ang taong nagsunog nito ay kailangang maglaba rin ng kanyang mga damit at maligo ng tubig; siya rin ay magiging marumi hanggang gabi.

Panimula:

Kapag iniisip natin ang tungkol sa bautismo, madalas ay ang Bagong Tipan ang pumapasok sa ating isipan—si Juan na nagbabautismo sa Ilog Jordan, o si Jesus na inuutusan ang Kanyang mga alagad na bautismuhan ang lahat ng bansa. Ngunit ang ugat ng bautismo ay mas malalim pa—ito ay umaabot pabalik sa Lumang Tipan. Bagama't ang salitang *"bautismo"* ay hindi direktang ginagamit sa Lumang Tipan, ang konsepto ng paglilinis sa pamamagitan ng tubig ay nakapaloob sa Kautusan.

Ang Diyos ay banal, at tinawag Niya ang Kanyang bayan na maging banal. Ngunit ang kabanalan ay nangangailangan ng paglilinis. Kaya't sa Kanyang awa, ibinigay ng Diyos sa Israel ang mga ritwal na may kinalaman sa tubig—mga panlabas na paghuhugas—bilang sagisag ng panloob na pangangailangan sa kalinisan. Ang mga sinaunang ritwal na ito ay naghanda sa bayan ng Diyos na lumapit sa Kanya nang may paggalang, at nagtuturo sa atin patungo sa espirituwal na paglilinis na iniaalok ni Cristo sa ating panahon.

---

1. **Ang Pamantayan ng Kabanalan ng Diyos ay Nangangailangan ng Paglilinis**

Sabi sa Levitico 16:4 *"Magbibihis siya ng banal na kasuotang lino: kasuotang panloob, sinturon, at turbante. Lahat ng ito ay yari sa lino. Maliligo muna siya bago isuot ang mga iyon."*

Bago makapasok ang Dakilang Saserdote sa Kabanal-banalan sa Araw ng Pagbabayad-sala (Yom Kippur), kailangan niyang maligo ng tubig.

Bakit? Sapagkat ang paglapit sa presensya ng Diyos ay nangangailangan ng paglilinis.

- Hindi lamang ito para sa kalinisan ng katawan—ito'y sagisag ng paghahandang espirituwal.
- Ang tubig ay sumasagisag sa paglilinis mula sa karumihan, upang ang pari ay makapaghain para sa bayan.

Aral: Bago tayo makapaglilingkod sa Diyos, nais Niya tayong linisin. Hinahangad Niya ang kalinisan—panlabas at panloob.

---

2. **Ang Mga Seremonyal na Paghuhugas ay Bahagi ng Araw-araw na Pamumuhay**

Sa Bilang 19:7–9, makikita natin ang isang natatanging ritwal na ginagamitan ng abo ng pulang dumalagang baka ("red heifer") na inihahalo sa tubig upang linisin ang mga naging marumi:

Pagkatapos, huhugasan ng pari ang kanyang kasuotan at maliligo, at pagkatapos ay papasok siya sa kampo. Gayunman, magiging marumi siya hanggang gabi. 8 *Ang taong nagsunog sa baka ay huhugas din ng kanyang kasuotan at maliligo, at magiging marumi rin hanggang gabi. [9] Titipunin ng isang taong malinis ang abo ng baka at ilalagay ito sa isang malinis na lugar sa labas ng kampo. Pagkatapos, paghahaluin ito sa tubig para sa paglilinis. Ang tubig na ito ay gagamitin ng mga Israelita sa seremonya ng paglilinis.*

Makikita natin dito ang mas malalim na pagsasalarawan:

- Tubig + Abo = Tubig na Panlinis para sa Pagpapadalisay.
- Ang sinumang humawak sa patay, halimbawa, ay kailangang wisikan ng tubig na ito upang muling luminis (Bilang 19:13).
- Ang mga ritwal na ito ay tumatalima sa iba't ibang bahagi ng buhay—kamatayan, sakit, panganganak, at karamdaman sa balat—lahat ay nangangailangan ng paghuhugas.

Ibinubunyag nito ang isang makapangyarihang bagay:

Patuloy na itinuro ng Diyos sa Kanyang bayan ang pangangailangang maging malinis sa Kanyang harapan—hindi lamang pisikal kundi espirituwal din.

---

3. **Ang Mga Ritwal na Ito ay Patungo sa Isang Mas Dakilang Katotohanan**

Ang mga paghuhugas sa Lumang Tipan ay panlabas lamang, ngunit itinuturo nila ang isang panloob na realidad.

Ang Hebreo 9:10 ay tumutukoy sa mga paglilinis na ito:

"Ang mga ito'y alituntuning panlabas lamang tungkol sa pagkain, inumin at iba't ibang uri ng paglilinis. Ang mga ito'y ipinataw hanggang sa panahong itakda ng Diyos upang ituwid ang lahat ng bagay."

- Ang mga paghuhugas ay mga anino lamang ng darating kay Cristo.
- Sila ay sagisag ng paglilinis, ngunit hindi kayang lubusang mag-alis ng kasalanan.
- Si Jesus, ang Dakilang Saserdote, ang tumupad sa tunay na kahulugan ng mga ito.

---

4. **Tinupad ni Jesus ang Layunin ng Mga Paghuhugas sa Lumang Tipan**

Lahat ng uri ng paghuhugas sa Lumang Tipan —paliligo, pagwiwisik, paglubog—ay paunang larawan ng ganap at walang hanggang paglilinis na gagawin ni Jesus.

Sinasabi sa *Tito 3:5 "Iniligtas niya tayo sa pamamagitan ng paghuhugas ng muling kapanganakan at ng pagbabago sa pamamagitan ng Espiritu Santo."*

- Ang Lumang Tipan ay nagtuturo ng tubig.
- Ang Bagong Tipan ay nagtuturo kay Jesus at sa Espiritu Santo, na siyang tunay na nagpapadalisay sa ating kalooban.

Ang hindi kayang gawin ng tubig, tinupad ni Jesus—sa pamamagitan ng Kanyang dugo, ng Kanyang Espiritu, at ng Kanyang Salita.

Pagninilay sa Gawa ng Diyos sa Paghahanda at Pagpapadalisay

Ano ang kahulugan nito sa atin ngayon?

- *Tinatawag pa rin tayo ng Diyos sa kabanalan.* *"Magpakabanal kayo, sapagkat ako'y banal."* (1 Pedro 1:16) Ang Diyos ay gumagamit ng tubig, mga pangyayari sa buhay,

Kasulatan, at ng Espiritu Santo upang ihanda tayo sa Kanyang paglilingkod.

- Kailangan pa rin natin ang paglilinis. Hindi na mula sa ritwal na karumihan, kundi mula sa kasalanan, pagiging makasarili, at makamundong pag-iisip. Hayaang saliksikin ng Diyos ang iyong puso at hugasan ka sa pamamagitan ng Kanyang Salita (Efeso 5:26).
- Ang ating bautismo ngayon ay nakaugat sa walang hanggang panawagan ng Diyos sa kalinisan. Gaya ng paghuhugas ng pari bago maglingkod, tayo ay nagpapabautismo bilang tanda ng kahandaang maglingkod sa Diyos nang may malinis na puso.

Pangwakas:

Ang mga ritwal sa Lumang Tipan ay hindi lang mga seremonya—ito'y mga aral na isinasabuhay araw-araw. Itinuro nito sa bayan: *"Dapat kang maging malinis sa harapan ng Diyos."* Ngayon, natagpuan natin ang tunay na paglilinis kay Jesu-Cristo.

Sa ating pag-aaral sa doktrina ng bautismo, alalahanin natin: ang bautismo ay hindi nagsimula sa mga Ebanghelyo—ito ay nagsimula sa puso ng isang banal na Diyos na naghahangad ng isang banal na bayan.

Tanungin ang Sarili

Hinayaan ko na ba ang Diyos na ihanda at linisin ako? Handa na ba ang puso ko para sa Kanyang presensya at paglilingkod? Namumuhay ba ako sa paglilinis na iniaalok Niya ngayon?

3: Ang Bautismo ni Juan na Bautista para sa Pagsisisi

Susing Talata: *Mateo 3:1–11 Noong panahong iyon, dumating
si Juan na Tagapagbautismo. Nangaral siya sa ilang ng Judea. [2]
Sinabi niya, "Magsisi kayo, sapagkat malapit na ang paghahari
ng langit!" [3] Si Juan ang tinutukoy ni Propeta Isaias nang sabihin
nito, "Ito ang tinig ng isang sumisigaw sa ilang, Ihanda ninyo ang
daraanan ng Panginoon, tuwirin ninyo ang kanyang mga landas."
[4] Si Juan ay may damit na gawa sa balahibo ng kamelyo at balat
na pamigkis sa baywang. Ang kanyang pagkain ay balang at
pulot-pukyutan mula sa gubat. [5] Dumarating sa kanya ang mga
tao mula sa Jerusalem, buong Judea, at buong paligid ng Jordan.
[6] Ipinapahayag nila ang kanilang mga kasalanan at siya'y
binabautismuhan niya sa Ilog Jordan. [7] Nang makita niyang
dumarating ang maraming Pariseo at Saduceo upang
magpabautismo, sinabi niya sa kanila, "Kayong lahi ng mga
ulupong! Sino ang nagbabala sa inyo upang tumakas mula sa
darating na poot ng Diyos? [8] Ipakita ninyo sa gawa ang tunay na
pagsisisi. [9] Huwag ninyong akalaing sapat na ang masasabi
ninyong, 'Si Abraham ang aming ama.' Sinasabi ko sa inyo, kaya
ng Diyos na gumawa ng mga anak ni Abraham mula sa mga
batong ito! [10] Ang palakol ay nakahanda na upang putulin ang
mga punong hindi namumunga ng mabuti at ihagis sa apoy." [11]
"Binabautismuhan ko kayo sa tubig bilang tanda ng inyong
pagsisisi. Ngunit darating ang isang higit na makapangyarihan
kaysa akin... Babautismuhan niya kayo sa Espiritu Santo at sa
apoy."*

Panimula:

Sa pagpapatuloy ng ating pag-aaral tungkol sa mga ritwal ng paglilinis o doktrina ng bautismo, dumako tayo ngayon sa ministeryo ni Juan Bautista, ang tagapanguna ni Jesus. Ang bautismo ni Juan ay hindi seremonyal o saserdotal na gaya ng sa Lumang Tipan—ito ay *kapahayagan*. Ito'y tanda ng pagsisimula ng bagong pagkilos ng Diyos—isang panawagan na ihanda ang puso para sa pagdating ng Hari.

Binanggit sa lahat ng apat na Ebanghelyo ang bautismo ni Juan, na nagpapakita ng kahalagahan nito sa plano ng Diyos sa kaligtasan. Ang kanyang mensahe ay simple ngunit matapang: "*Magsisi kayo, sapagkat malapit na ang paghahari ng langit*" (Mateo 3:2). Ang kanyang panawagan ay hindi lamang panlabas na ritwal, kundi panloob na pagbabago.

---

1. **Ang Taong Inatasang Ihanda ang Daan**

Mateo 3:1–3 [1] Nang panahong iyon, si Juan na Tagapagbautismo ay dumating sa ilang ng Judea at nangangaral. [2] Ang sabi niya, "Magsisi kayo't talikuran ang inyong mga kasalanan, sapagkat malapit nang maghari ang Diyos!" [3] Ito ang tinutukoy ni Propeta Isaias nang sabihin niya, "May tinig na sumisigaw sa ilang, 'Ihanda ninyo ang daraanan ng Panginoon, tuwirin ninyo ang kanyang mga landas!'"

- Si Juan ay tinawag at itinalaga ng Diyos kahit bago pa siya ipanganak (Lucas 1:13–17).
- Ang kanyang layunin ay paghahanda—hindi para sa isang gusali o ritwal, kundi upang ang mga puso ay maging handa sa pagtanggap sa Mesiyas.
- Nangaral siya sa ilang, malayo sa templo, na nagpapakita na ang Diyos ay gumagawa ng bago sa labas ng sistemang panrelihiyon.

Tinatawag pa rin ng Diyos ang mga tao ngayon upang ihanda ang daan—hindi lamang para sa Ikalawang Pagbabalik, kundi upang si Cristo ay manahan sa puso ng tao.

2. **Ang Kahulugan ng Bautismo ni Juan**

Mateo 3:5–6 [5] Naparoon sa kanya ang mga tao mula sa Jerusalem, sa buong Judea, at sa mga bayan sa palibot ng Ilog Jordan. [6] Ipinahayag nila ang kanilang mga kasalanan at binautismuhan niya sa Ilog Jordan.

- Ang bautismo ni Juan ay bautismo ng pagsisisi (Marcos 1:4).
- Ito ay panlabas—pampublikong pagpapahayag ng kasalanan at sagisag ng paglilinis sa Ilog Jordan.
- Ngunit ito ay hindi pa ganap—itinuturo nito ang darating na si Jesus na magbabautismo sa Espiritu Santo at apoy.

Gawa 19:4 – Sinabi ni Pablo, "Ang bautismo ni Juan ay tanda ng pagsisisi, at sinabi niya sa mga tao na dapat silang sumampalataya sa darating na kasunod niya, at ito'y si Jesus."

Kaibahan sa Kristiyanong Bautismo:

- Ang bautismo ni Juan ay paghahanda sa pagdating ni Jesus.
- Ang bautismo ng Kristiyano ay pagsampalataya sa natapos na gawain ni Jesus—ang Kanyang kamatayan at muling pagkabuhay.

---

3. **Ang Kagyat at Taos-pusong Pagsisisi**

Mateo 3:7–10 [7] Nang makita ni Juan na maraming Pariseo at Saduseo ang lumalapit upang magpabautismo sa kanya, sinabi niya sa kanila, "Kayong lahi ng mga ulupong! Sino ang nagbabala sa inyo upang tumakas sa darating na parusa ng Diyos? [8] Ipakita ninyo sa gawa na kayo'y nagsisisi. [9] Huwag ninyong isiping makakaligtas kayo dahil sinasabi ninyong, 'Mga anak kami ni Abraham.' Sinasabi ko sa inyo, kaya ng Diyos na gumawa ng mga anak ni Abraham mula sa mga batong ito! [10] Ngayon pa'y nakaamba na ang palakol sa ugat ng punongkahoy. Ang bawat punongkahoy na hindi mabuti ang bunga ay puputulin at itatapon sa apoy."

- Ang tunay na pagsisisi ay hindi lang salita, kundi bunga—isang buhay na binago.
- Hinamon ni Juan ang mga mapagkunwaring relihiyoso—mukhang matuwid, ngunit hindi nagsisisi.
- Binalaan niya sila ng paghatol kung mananatili sila sa kasalanan at huwad na relihiyon.

Tunay na Pagsisisi ay Kabilang sa:

- Paniniwala sa kasalanan – lungkot sa pagkakasala laban sa Diyos.
- Pagpapahayag – pag-amin ng kasalanan nang walang palusot.
- Pagbalik-loob – pagtalikod sa kasalanan at pagsunod sa kalooban ng Diyos.

---

4. **Paghahanda sa Mas Dakilang Bautismo**

Mateo 3:11 "Binabautismuhan ko kayo sa tubig bilang tanda ng inyong pagsisisi. Ngunit ang darating na kasunod ko ay mas makapangyarihan kaysa akin. Ni hindi man lamang ako karapat-dapat magdala ng kanyang sandalyas. Babautismuhan niya kayo sa Espiritu Santo at sa apoy."

- Ang bautismo ni Juan ay simboliko—isang panlabas na tanda.
- Ang bautismo ni Jesus ay nakakapagbagong-loob—nagdadala ng bagong buhay at kapangyarihan ng Espiritu Santo.
- Ang bautismo sa apoy ay tumutukoy sa pagdadalisay (Malakias 3:2–3) at paghatol—si Jesus ay dumating upang magligtas at maglinis.

---

5. **Ang Patuloy na Panawagan sa Pagsisisi**

   Bagaman hindi na tayo nasa ilalim ng bautismo ni Juan, ang kanyang mensahe ay mananatiling mahalaga:

- Ihanda ang daan ng Panginoon sa iyong puso. Mayabang ba ang iyong puso? May nakatagong kasalanan?
- Magsisi nang totoo. Hindi lamang pagkasentimyento, kundi tunay na pagtalikod sa kasalanan.
- Mamunga ng bunga ng pagbabagong-buhay. Pag-ibig, kababaang-loob, katapatan, paglilingkod—mga tanda ng tunay na pagsisisi.
- Tanggapin ang mas dakilang bautismo.

Kung hindi mo pa tinatanggap si Jesus at ang Espiritu Santo, ngayon ang araw ng kaligtasan.

Pangwakas:

Ihinanda ni Juan Bautista ang daan para kay Jesus sa pamamagitan ng panawagan sa pagsisisi at isang bautismo na nagpagising sa isang henerasyon. Hanggang ngayon, ang kanyang mensahe ay nananawagan sa atin:

"Magsisi kayo, sapagkat malapit na ang paghahari ng langit."

Huwag tayong makuntento sa relihiyon na walang tunay na pagsisisi. Ihanda natin ang ating mga puso araw-araw para sa presensya ni Cristo.

Ikaw ba ay tunay na nagsisi? Tinanggap mo na ba ang bautismo na nagmumula kay Jesus—ang bautismo ng Espiritu Santo at ng apoy?

Sa pagpapatuloy ng ating paglalakbay sa doktrina ng bautismo, nawa'y patuloy tayong linisin, ihanda, at puspusin ng Diyos sa pamamagitan ng Kanyang Espiritu.

4: Ang Bautismo ni Jesus

Susing Talata: *Mateo 3:13–17 [13] Pagkatapos ay pumunta si Jesus mula sa Galilea sa Ilog Jordan upang magpabautismo kay Juan. [14] Ngunit pinigilan siya ni Juan, na nagsasabi, "Ako ang nangangailangang magpabautismo sa iyo, at ikaw pa ang lumalapit sa akin?" [15] Sumagot si Jesus, "Hayaan mo na ngayon; nararapat lamang na gawin natin ito upang matupad ang buong katuwiran." Kaya pumayag si Juan. [16] Nang mabautismuhan si Jesus, kaagad siyang umahon sa tubig. Sa sandaling iyon, nabuksan ang langit, at nakita niya ang Espiritu ng Diyos na bumababang gaya ng isang kalapati at dumapo sa kanya. [17] At isang tinig mula sa langit ang nagsabi, "Ito ang minamahal kong Anak, na lubos kong kinalulugdan."*

Panimula:

Sa lahat ng mga bautismo sa Bibliya, wala nang mas mahalaga at mas misteryoso pa kaysa sa bautismo ni Jesus. Bakit kailangang magpabautismo ang walang kasalanang Anak ng Diyos? Bakit Siya, na walang kailangang linisin, ay lumusong sa tubig ng Jordan?

Ang bautismo ni Jesus ay hindi tungkol sa pagsisisi—ito ay tungkol sa Kanyang kahandaang makiisa sa mga makasalanan, sumunod sa Ama, at maghanda sa Kanyang misyon. Isa itong banal na sandali kung saan ang makapangyarihang presensya ng Diyos ay nahayag: nabuksan ang langit at bumaba ang Espiritu. Sa mensaheng ito, ating matutuklasan kung bakit ang bautismo ni Jesus ay huwaran para sa ating lahat—isang halimbawa ng kababaang-loob, katuwiran, at kapangyarihan.

---

1. Lumapit si Jesus upang Magpabautismo (Mateo 3:13–14)

"Pagkatapos ay pumunta si Jesus mula sa Galilea sa Ilog Jordan upang magpabautismo kay Juan. Ngunit pinigilan siya ni Juan, na nagsasabi, 'Ako ang nangangailangang magpabautismo sa iyo, at ikaw pa ang lumalapit sa akin?'"

- Naglakbay si Jesus nang halos 70 milya mula Galilea patungong Jordan.
- Nakilala ni Juan si Jesus bilang ang walang kasalanan, ang Mesiyas, at hindi niya naramdaman na siya'y karapat-dapat na magbautismo sa Kanya.
- Ang bautismo ni Juan ay para sa pagsisisi (Mateo 3:11), kaya't nalito siya sa kahilingan ni Jesus.

Hindi kailangan ni Jesus ng paglilinis—ngunit lumapit Siya upang lubos na makiisa sa makasalanang sangkatauhan at lakaran ang daan ng pagsunod alang-alang sa atin.

---

2. Tinupad ni Jesus ang Lahat ng Katuwiran (Mateo 3:15)

"Sumagot si Jesus, 'Hayaan mo na ngayon; nararapat lamang na gawin natin ito upang matupad ang buong katuwiran.' Kaya pumayag si Juan."

- Ang bautismo ni Jesus ay hindi para sa pagsisisi—ito ay para sa katuwiran.
- Kanyang tinupad ang plano ng Diyos nang perpekto, sinusunod ang bawat hakbang—kahit na parang hindi ito "kinakailangan."
- Ito ang simula ng Kanyang pampublikong ministeryo—ang Kanyang "ordination moment."

Ang kahulugan ng katuwiran dito ay:

- Pagsunod sa kalooban ng Ama.

- Pagtupad sa layuning inihula ng mga propeta.
- Pagkilala sa Kanyang sarili bilang kaisa ng mga taong Kanyang ililigtas (Isaias 53:12 – "Bilang isa sa mga salarin siya'y itinuring").

Kung si Jesus, ang perpektong Anak, ay sumunod sa bautismo upang tuparin ang katuwiran, gaano pa kaya tayong mga makasalanan? Dapat tayong magpasakop sa kalooban ng Diyos.

---

3. Nabuksan ang Langit: Banal na Pagpapatunay (Mateo 3:16–17)

"Nang mabautismuhan si Jesus, kaagad siyang umahon sa tubig. Sa sandaling iyon, nabuksan ang langit, at nakita niya ang Espiritu ng Diyos na bumababang gaya ng isang kalapati at dumapo sa kanya. At isang tinig mula sa langit ang nagsabi, 'Ito ang minamahal kong Anak, na lubos kong kinalulugdan.'"

- Nabuksan ang langit – Simbolo ng banal na pag-apruba at pagpapala.
- Bumaba ang Banal na Espiritu – Pagpahid at pagbibigay ng kapangyarihan kay Jesus para sa ministeryo (tingnan ang Isaias 61:1).
- Nagsalita ang Ama – Kumpirmasyon ng pagkakakilanlan ni Jesus, Kanyang pagmamahal, at pag-apruba.

Dito Nahayag Ang Tatlong Banal Na Pagpapatunay (Three Witnesses or Trinity)

- Si Jesus (ang Anak) ay binautismuhan.
- Ang Espiritu Santo ay bumaba gaya ng kalapati.
- Ang Ama ay nagsalita mula sa langit.

Ipinapakita ng sandaling ito kung ano ang tunay na kahulugan ng bautismo: Pakikipag-isa sa Diyos, banal na pagpapatunay, at espirituwal na kapangyarihan.

---

4. Ang Bautismo ni Jesus: Huwaran ng Bawat Mananampalataya

Bagamat kakaiba ang bautismo ni Jesus, nagsisilbi itong makapangyarihang huwaran para sa atin.

- Pagsunod. Ang bautismo ay hindi opsyonal—ito ay isang utos (Mateo 28:19). Ito ang ating unang hakbang sa pampublikong pagsunod kay Cristo.
- Kababaang-loob. Nagpakababa si Jesus upang makiisa sa atin. Ang ating bautismo ay nagpapakita ng ating kababaang-loob sa harap ng Diyos—na nagsasabing, *"Hindi ko kayang iligtas ang aking sarili."*
- Kapangyarihan. Gaya ng tinanggap ni Jesus ang Espiritu pagkatapos ng Kanyang bautismo, tinatawag din tayong mamuhay na puspos ng Espiritu pagkatapos ng atin.
- Pagkakakilanlan. Gaya ng sinabi ng Ama na si Jesus ang Kanyang minamahal na Anak, gayon din tinatawag tayo ng Diyos sa pamamagitan ni Cristo (Galacia 3:27 – "Kayong lahat na binautismuhan kay Cristo ay ibinihis si Cristo").

Ano ang Kahulugan Nito para sa Atin Ngayon?

1. Ikaw ba'y binautismuhan na bilang pagsunod sa utos ni Cristo? Kung hindi pa, ngayon ang tamang oras upang lumakad sa pananampalataya.

2. Naalala mo ba ang iyong bautismo bilang simula ng iyong pagsuko sa Diyos? Hayaan mong ito'y muling magpanibago ng iyong paninindigan sa Panginoon.

3. Namumuhay ka ba sa kapangyarihan ng Espiritu, tulad ni Jesus matapos ang Kanyang bautismo? Ang bautismo ay hindi katapusan, kundi simula ng isang buhay na pinangungunahan ng Espiritu.

Pangwakas:

Ang bautismo ni Jesus ay hindi lamang isang makasaysayang pangyayari—ito ay isang banal na pahayag ng pagsunod, pag-ibig, at kahandaang gampanan ang misyon. Habang pinagmamasdan natin ang Kanyang halimbawa, nawa'y tayo rin ay lumusong sa tubig ng pagsunod, tumayo sa ilalim ng tinig ng pag-apruba ng Diyos, at bumangon sa kapangyarihan ng Espiritu upang tuparin ang panawagan Niya sa ating buhay.

Ang bautismo ay hindi lamang seremonya—ito'y sandaling nagpapatunay ng ating pampublikong OO sa Diyos.

5: Ang Kristiyanong Bautismo — Larawan ng Kamatayan at Muling Pagkabuhay

Susing Talata: *Roma 6:3–5 "Hindi ba ninyo alam na tayong lahat na binautismuhan kay Cristo Jesus ay binautismuhan sa kanyang kamatayan? [4] Tayo nga'y inilibing na kasama niya sa pamamagitan ng bautismo sa kamatayan upang kung paanong si Cristo ay muling binuhay mula sa mga patay sa pamamagitan ng dakilang kapangyarihan ng Ama, tayo rin nama'y makapamuhay sa isang bagong buhay. [5] Sapagkat kung tayo'y nakipag-isa sa kanya sa kamatayan na tulad ng sa kanya, tiyak na tayo rin ay makikibahagi sa kanyang muling pagkabuhay."*

Panimula:

Ang bautismo ay madalas ituring bilang isang seremonya lamang—isang simbolikong hakbang para sa mga bagong mananampalataya. Ngunit ayon sa Kasulatan, ito ay higit pa roon—isa itong espirituwal na tanda na nagpahayag ng isang walang hanggang katotohanan:

"Ako ay namatay na kasama ni Cristo, at ngayon ako'y nabubuhay sa Kanya."

Sa mensaheng ito, titingnan natin ang Roma 6:3–5, kung saan binigyan tayo ni Apostol Pablo ng malalim at makapangyarihang larawan kung ano ang nangyayari sa Kristiyanong bautismo. Ito ay libing at muling pagkabuhay. Ito ay pagtalikod sa dating pamumuhay at paglakad sa isang bago. Ito ang puso ng ebanghelyo—at ang bautismo ang buhay na larawan nito.

---

1. Ang Bautismo ay Nag-uugnay sa Atin sa Kamatayan ni Cristo (Roma 6:3)

"Hindi ba ninyo alam na tayong lahat na binautismuhan kay Cristo Jesus ay binautismuhan sa kanyang kamatayan?"

- Ang mabautismuhan kay Cristo ay makiisa sa Kanya—sa espirituwal na diwa, tayo'y nakikibahagi sa Kanyang karanasan.
- Ang kamatayan ni Jesus sa krus ay hindi lang para sa atin—ito ay kasama natin.
- Ang bautismo ay nagpapatotoo: *"Ang dating ako—aking kasalanan, kayabangan, at paghihimagsik—ay ipinako na kasama ni Cristo."*

Galacia 2:20 — "Ipinako na akong kasama ni Cristo, at hindi na ako ang nabubuhay, kundi si Cristo ang nabubuhay sa akin..."

Ang bautismo ay hindi lamang seremonyang panrelihiyon—ito ay isang espirituwal na libing. Dapat mong piliing iwanan ang lumang pagkatao.

---

2. Ang Bautismo ay Paglilibing sa Lumang Pamumuhay (Roma 6:4a)

"Tayo nga'y inilibing na kasama niya sa pamamagitan ng bautismo sa kamatayan..."

- Ang libing ay tanda ng katapusan—tapos na, sarado na.
- Sa pagbaba sa tubig ng bautismo, sinisimbolo na ang lumang pamumuhay ay natapos na—inilibing kasama ni Cristo.
- Hindi natin ito binabalikan. Hindi natin ito hinuhukay. Iniiwan natin ito.

Colosas 2:12 — "...inilibing kayong kasama niya sa bautismo, at muling binuhay rin sa pamamagitan ng inyong pananampalataya sa kapangyarihan ng Diyos..."

May mga bahagi ba ng iyong nakaraan na ayaw mo pang bitawan? Inilibing na iyan ni Cristo—huwag mong buhayin muli ang mga pinatay Niya.

---

3. Ang Bautismo ay Muling Pagkabuhay sa Bagong Buhay (Roma 6:4b–5)

"...upang kung paanong si Cristo ay muling binuhay mula sa mga patay... tayo rin nama'y makapamuhay sa isang bagong buhay. Sapagkat kung tayo'y nakipag-isa sa kanya sa kamatayan na tulad ng sa kanya, tiyak na tayo rin ay makikibahagi sa kanyang muling pagkabuhay."

- Ito ang magandang bahagi ng bautismo: ang bagong buhay.
- Ang mananampalataya ay umaahon mula sa tubig hindi lamang nalinis, kundi binigyan ng kapangyarihang mamuhay nang may katuwiran, may pananampalataya, at may pag-ibig.
- Ang muling pagkabuhay ay hindi lang para sa hinaharap—nagsisimula ito ngayon sa ating pamumuhay.

2 Corinto 5:17 — "Kaya't kung ang sinuman ay na kay Cristo, siya'y isa nang bagong nilalang: wala na ang dati, narito, ang bago ay dumating na!"

Namumuhay ka ba bilang isang taong muling binuhay mula sa kamatayan? O dala mo pa rin ang lumang gawi at kaisipan ng dating pagkatao?

4. Ang Bautismo ay Pagpapahayag ng Katapatan kay Cristo

- Sa unang iglesya, ang bautismo ay higit pa sa simbolo—isa itong pampublikong pahayag ng katapatan kay Cristo, hindi na sa mundo.
- Nangangahulugan ito ng pagtalikod sa mga diyus-diyosan, paglayo sa lumang gawi, at kahandaang magdusa para kay Cristo kung kinakailangan.
- Hanggang ngayon, ipinahahayag ng iyong bautismo: "Kay Jesus ako nabibilang."

Roma 1:16 — "Sapagkat hindi ko ikinahihiya ang Magandang Balita..."

---

5. Mamuhay sa Kapangyarihan ng Muling Pagkabuhay

Ang bautismo ay paalala na ang parehong kapangyarihan na bumuhay kay Jesus mula sa kamatayan ay kumikilos din sa atin ngayon.

Efeso 1:19–20 — *"...ang di-matutumbasang dakilang kapangyarihan para sa atin na mga sumasampalataya—iyon ding kapangyarihan na muling bumuhay kay Cristo mula sa mga patay..."*

- May kapangyarihan kang tumanggi sa kasalanan.
- May kapangyarihan kang magpatawad, magtiis, magtagumpay, at magmahal.
- Hindi ka na ang dati mong pagkatao.

Pangwakas:

Ang Kristiyanong bautismo ay hindi lang tungkol sa tubig. Ito ay tungkol sa kamatayan, paglilibing, at muling pagkabuhay. Isa itong pampublikong at espirituwal na patotoo ng isang binagong buhay—isang buhay na ipinako na kasama ni Cristo at muling binuhay sa pamamagitan ng Kanyang kapangyarihan.

Hayaan mong ipaalala sa iyo ng iyong bautismo araw-araw na: Ang iyong nakaraan ay inilibing na. Ang iyong kasalukuyan ay puspos ng kapangyarihan. Ang iyong hinaharap ay ligtas kay Cristo.

Ikaw ba ay namatay na kasama ni Cristo? Ikaw ba ay muling binuhay na kasama Niya?

Ikaw ba ay lumalakad sa bagong buhay?

6: Bautismo at ang Banal na Espiritu

Susing Talata: *Gawa 2:38 Sumagot si Pedro, "Magsisi kayo at magpabautismo ang bawat isa sa inyo sa pangalan ni Jesu-Cristo upang kayo'y patawarin sa inyong mga kasalanan. At tatanggapin ninyo ang kaloob ng Espiritu Santo."*

Gawa 10:44–48 [44]Habang nagsasalita pa si Pedro, bumaba ang Espiritu Santo sa lahat ng nakikinig ng mensahe. [45] Namangha ang mga mananampalatayang Judio na kasama ni Pedro, sapagkat ang kaloob ng Espiritu Santo ay ibinuhos din sa mga Hentil. [46] Narinig nilang nagsalita ang mga ito ng iba't ibang wika at nagpuri sa Diyos. Kaya't sinabi ni Pedro, [47] "Mayroon pa bang makapipigil sa kanila upang hindi bautismuhan sa tubig, gayong tinanggap din nila ang Espiritu Santo tulad natin?" [48] Kaya't iniutos niyang sila'y bautismuhan sa pangalan ni Jesu-Cristo. Pagkatapos ay hiniling nila kay Pedro na manatili siya roon ng ilang araw.

Panimula:

Ang bautismo ay higit pa sa simbolo ng paglilinis o panata—ito ay isang espirituwal na pintuan patungo sa bagong buhay na pinatatakbo ng presensya at kapangyarihan ng Banal na Espiritu. Tulad ng ating natutunan sa mga naunang mensahe, ang bautismo ay sumasagisag sa kamatayan sa kasalanan at muling pagkabuhay sa bagong buhay. Ngunit ano ang nagbibigay-lakas sa bagong buhay na ito? Ito ay ang Banal na Espiritu—ang buhay na presensya ng Diyos sa atin.

Sa Aklat ng Gawa, makikita natin ang parehong bautismo sa tubig at ang bautismo ng Banal na Espiritu na gumagana. Minsan ay sabay silang nangyayari; minsan ay magkahiwalay. Ngunit sa lahat ng pagkakataon, ang Banal na Espiritu ang sentro ng buhay-Kristiyano. Sa mensaheng ito, matutuklasan natin ang ugnayan ng bautismo at ng Banal na Espiritu—at kung bakit kailangan natin ang parehong paglilinis at kapangyarihan upang maisabuhay ang ating pananampalataya.

---

1. Bautismo sa Tubig at ang Kaloob ng Espiritu Santo (Gawa 2:38)

"Magsisi kayo at magpabautismo ang bawat isa sa inyo sa pangalan ni Jesu-Cristo upang kayo'y patawarin sa inyong mga kasalanan. At tatanggapin ninyo ang kaloob ng Espiritu Santo."

- Noong Araw ng Pentecostes, inanyayahan ni Pedro ang mga tao: magsisi, magpabautismo, at tumanggap.
- Ang bautismo sa tubig at ang kaloob ng Espiritu ay magkaugnay—hindi lamang sa simbolo kundi sa karanasan.
- Ang Espiritu ang tatak ng bagong kapanganakan (Efeso 1:13–14).

Kapag ang isang tao ay binautismuhan sa tubig, dapat din siyang magbukas ng puso upang tanggapin ang paninirahan ng Banal na Espiritu.

---

2. Ang Banal na Espiritu ang Nagbibigay ng Bagong Kapanganakan at Buhay (Tito 3:5)

"...Iniligtas niya tayo sa pamamagitan ng paghuhugas ng muling kapanganakan at ng pagbabago sa pamamagitan ng Espiritu Santo."

- Ang Banal na Espiritu ang siyang nagbibigay ng bagong buhay.

- Kung wala Siya, ang bautismo ay isang rituwal lamang. Ngunit kung kasama Siya, ito ay muling kapanganakan.
- Nililinis ng Espiritu ang budhi, ginigising ang pananampalataya, at nagbibigay-kakayahang sumunod.

Juan 3:5 — "Walang makakapasok sa kaharian ng Diyos malibang siya'y ipanganak sa tubig at sa Espiritu."

Ang buhay-Kristiyano ay hindi posible kung wala ang pagbabago ng Espiritu. Hingin sa Diyos na patuloy kang baguhin at punuin ng Kanyang presensya.

---

3. Maaaring Bumaba ang Espiritu Bago o Pagkatapos ng Bautismo sa Tubig (Gawa 10:44–48)

"Habang nagsasalita pa si Pedro, bumaba ang Espiritu Santo sa lahat ng nakikinig... Tiyak na walang makahahadlang upang hindi sila bautismuhan sa tubig. Tinanggap nila ang Espiritu Santo tulad natin."

- Sa tahanan ni Cornelio, bumaba ang Espiritu sa mga Hentil bago pa man sila binautismuhan sa tubig.
- Ipinapakita nito na hindi limitado ang Diyos sa ayos ng tao—Siya'y kumikilos sa pusong bukas.
- Ngunit pansinin: ipinag-utos pa rin ni Pedro na sila'y bautismuhan sa tubig. Mahalaga pareho.

Kahit bumaba ang Espiritu bago o pagkatapos, ang ganap na karanasan sa bautismo ay kinabibilangan ng parehong tubig at Espiritu. Kapag kulang ang isa, hindi ito buo.

---

4. **Ang Banal na Espiritu ang Nagbibigay Kapangyarihan sa Kristiyanong Pamumuhay**

Gawa 1:8 "Tatanggap kayo ng kapangyarihan kapag bumaba sa inyo ang Espiritu Santo; at kayo'y magiging mga saksi..."

- Ang Espiritu ang nagbibigay-lakas upang mamuhay nang may kabanalan at ipangaral ang ebanghelyo nang may tapang.
- Ang bautismo ay simula lamang ng isang paglalakbay na puspos ng Espiritu—hindi ang katapusan.
- Si Jesus mismo ay naghintay hanggang Siya'y mabautismuhan at mapuspos ng Espiritu bago magsimula sa Kanyang ministeryo (Mateo 3:16–17; Lucas 4:1).

Ikaw ba'y nabautismuhan na sa tubig? Ikaw ba'y napuspos ng Banal na Espiritu? Lumalakad ka ba araw-araw sa Kanyang kapangyarihan?

---

5. Ano ang Kahulugan ng Mababautismuhan sa Banal na Espiritu?

Maraming mananampalataya ang nalilito sa katagang "bautismo sa Banal na Espiritu." Linawin natin:

- Ang mabautismuhan sa Banal na Espiritu ay malubog sa Kanyang presensya at kapangyarihan.
- Kadalasan itong may kasamang tapang sa pagpapatotoo, mas malalim na ugnayan sa Diyos, at mga espirituwal na kaloob (1 Corinto 12:7–11).
- Hindi ito tungkol sa emosyonal na karanasan—ito'y tungkol sa pagsuko at kapangyarihan.

Efeso 5:18 — *"Magpasakop kayo sa Banal na Espiritu."*

Ito ay isang patuloy na utos—patuloy tayong mapuspos.

Pangwakas:

Ang bautismo ay hindi lamang tungkol sa tubig—ito ay tungkol sa pagbabagong buhay. At ang pagbabago ay dumarating sa pamamagitan ng kapangyarihan ng Banal na Espiritu. Maaari Siyang bumaba bago o pagkatapos ng bautismo, ngunit ang mahalaga ay mapuspos ka Niya nang buo.

Huwag tayong makontento sa panlabas na ritwal na walang panloob na apoy. Magpalinis, magpanibago, at mapuspos ng Espiritu ng Diyos na buhay.

Tinanggap mo na ba ang Banal na Espiritu mula nang ikaw ay sumampalataya? Lumalakad ka ba araw-araw sa Kanyang kapangyarihan at presensya?

Hayaan mong ang araw na ito ay maging araw ng panibagong sigla at kalakasan. Hingin mo sa Diyos na puspusin ka muli ng Kanyang Espiritu habang isinabubuhay mo ang tunay na kahulugan ng iyong bautismo.

7: Bautismo at ang Pagkakakilanlan sa Iglesia

Susing Talata: *1 Corinto 12:[13] Sapagkat tayong lahat ay binautismuhan sa pamamagitan ng isang Espiritu upang maging isang katawan—maging Judio o Hentil, alipin o malaya—at tayong lahat ay pinainom sa iisang Espiritu.*

Galacia 3:27–28 [27] Sapagkat ang lahat sa inyo na binautismuhan kay Cristo ay ibinihis si Cristo. [28] Wala nang pagkakaibang Judio o Hentil, alipin o malaya, lalaki o babae, sapagkat kay Cristo Jesus, kayong lahat ay iisa.

Panimula:

Ang bautismo ay personal, ngunit hindi ito pribado. Ito ay tanda ng pagsisimula ng bagong buhay—hindi lamang bilang tagasunod ni Jesus kundi bilang kasapi ng isang bagong pamilya - ang Iglesia. Ipinapahayag ng bautismo sa harap ng publiko: "*Ako ngayon ay kabilang sa katawan ni Cristo.*"

Sa mensaheng ito, titingnan natin kung paano tayo iniuugnay ng bautismo hindi lamang kay Cristo kundi sa isa't isa. Pinag-iisa nito ang mga tao mula sa iba't ibang henerasyon, lahi, wika, at pinagmulan. Sa pamamagitan ng bautismo, tayo ay pumapasok sa isang bagong pagkakakilanlan, bagong komunidad, at bagong panawagan. Hindi ka nag-iisa—kasama ka na ngayon sa isang bagay na mas malaki kaysa sa iyong sarili.

---

1. Pinag-iisa Tayo ng Bautismo sa Isang Katawan (1 Corinto 12:13)

"Sapagkat tayong lahat ay binautismuhan sa pamamagitan ng isang Espiritu upang maging isang katawan—maging Judio o Hentil, alipin o malaya..."

- Ang bautismo ay hindi lang tungkol sa indibidwal na kaligtasan, kundi tungkol sa pagkakakilanlan bilang isang katawan.
- Sa pamamagitan ng Espiritu, tayo ay pinag-isa—hindi bilang mga nag-iisa kundi bilang mga kasapi ng isang katawan.
- Sinisira nito ang mga hadlang ng kultura, antas sa lipunan, at lahi—sapagkat sa kay Cristo, tayo ay iisa.

Ang bautismo ay hindi lamang pagkakakilanlan kay Cristo, kundi pagkakakilanlan sa Kanyang bayan.

---

2. Ang Bautismo ay Pagbibihis Kay Cristo (Galacia 3:27–28)

"Ang lahat sa inyo na binautismuhan kay Cristo ay ibinihis si Cristo... Kay Cristo Jesus, kayong lahat ay iisa."

- Ang mabautismuhan kay Cristo ay nangangahulugang magbihis ng bagong pagkatao.
- Hindi ka na tinutukoy batay sa iyong nakaraan, kultura, katayuan sa buhay, o mga kabiguan.
- Ikaw ay nabihisan ni Cristo, tinakpan ng Kanyang katuwiran, at tinawag na mamuhay bilang bahagi ng Kanyang pamilya.

Huwag mo nang gamitin ang iyong lumang pagkatao bilang batayan ng iyong pagkilala sa sarili. Ikaw ay binautismuhan na—mamuhay kang parang tunay na kay Cristo at bahagi ng Kanyang Iglesia.

---

3. Ang Bautismo ay Pahayag ng Pagkabilang sa Pamilya ng Diyos

- Sa sinaunang Iglesia, ang bautismo ay isang pampublikong pahayag: *"Tinatanggihan ko na ang dating mundo at pumapasok ako sa bayan ng Diyos."*
- Isinasagawa ito kahit sa gitna ng pag-uusig, bilang patotoo na ang mananampalataya ay bahagi na ng sambahayan ng Diyos *(Efeso 2:19)*.

Roma 12:5 — "Kaya't bagama't marami tayo, bumubuo tayo ng isang katawan kay Cristo, at bawat isa ay kabilang sa iba."

- Ang bautismo ay nangangahulugang hindi ka na sa iyong sarili lamang—ikaw ay bahagi ng pamilya.
- Kasama nito ang mga biyaya at pananagutan bilang bahagi ng Iglesia: Pakikipag-isa, panalanginan, pagsamba, paglilingkod, pananagutan, at pag-ibig.

---

4. Ugnayan sa Lokal at Pandaigdigang Iglesia

- Ang iyong bautismo ay nag-uugnay sa iyo sa lokal na iglesia kung saan ka lalago at maglilingkod.
- Kalakip nito, ikaw ay kaugnay ng pandaigdigang Iglesia — milyong mananampalataya sa buong mundo na iisa kay Cristo.

Efeso 4:4–6 "May isang katawan at isang Espiritu... isang Panginoon, isang pananampalataya, isang bautismo; isang Diyos at Ama ng lahat..."

Tulad ng singsing sa kasal na sumisimbolo ng isang tipan, ang bautismo ay simbolo ng tipan—hindi lang kay Jesus kundi sa Kanyang nobya, ang Iglesia.

---

5. **Isabuhay ang Iyong Pagkakakilanlan sa Bautismo**
    - Maging tapat sa lokal na iglesia. Huwag kang maging tagapanood lamang—makibahagi, maglingkod, lumago, at makipag-ugnay.
    - Pangalagaan ang pagkakaisa ng Iglesia. Iwasan ang tsismis, pagkakahati, at pagkakabukod. Magsikap para sa kapayapaan at pagmamalasakitan.
    - Ipagdiwang ang pagkakaiba-iba sa loob ng katawan. Magalak sa gawa ng Diyos sa iba, kahit iba sila sa iyo. Kay Cristo, kayo ay iisa.
    - Gampanan ang iyong bahagi sa misyon. May layunin ang Iglesia: ang gumawa ng mga alagad. May papel kang dapat gampanan.

Pangwakas:

Ang bautismo ay isang personal na hakbang ng pananampalataya, ngunit ito rin ay tanda ng pagpasok sa isang bagong komunidad, bagong pagkakakilanlan, at bagong panawagan.
Ikaw ay ngayon bahagi na ng Iglesia—ang katawan ni Cristo. Hindi ka lang ligtas—ikaw ay iniuugnay.

Tinanggap mo na ba ang iyong bahagi sa Iglesia? Namumuhay ka ba bilang tunay na kasapi ng pamilya ng Diyos?

Tandaan, Ikaw ay binautismuhan hindi lamang kay Cristo—kundi sa Kanyang katawan. Ikaw ay kabilang, mahalaga, at kinakailangan.

8: Mga Kontrobersiya at Paliwanag: Iba't Ibang Pananaw Tungkol sa Bautismo

Susing Talata: *Efeso 4:4–6 "May iisang katawan at iisang Espiritu, kung paanong kayo'y tinawag sa iisang pag-asa na nauukol sa inyong pagkatawag; iisang Panginoon, iisang pananampalataya, iisang bautismo; iisang Diyos at Ama ng lahat, na siyang higit sa lahat, gumagawa sa lahat, at sumasa lahat."*

Panimula:

Ang bautismo ay isa sa mga pinakamakabuluhan at simbolikong gawain sa pananampalatayang Kristiyano, ngunit ito rin ay isa sa mga pinaka-pinag-uusapan at pinagdedebatehan. Iba't ibang denominasyon at tradisyon ang may kanya-kanyang pananaw tungkol sa kung sino ang dapat bautismuhan, paano ito isinasagawa, at ano ang nagaganap dito.

Ngunit nangangahulugan ba ito na tayo ay dapat magkaiba at maghiwa-hiwalay? Hindi.
Tulad ng sinabi ni Pablo sa Efeso 4:4–6:

4 Iisa lamang ang katawan at iisa ang Espiritu—kung paanong kayo'y tinawag sa iisang pag-asa. 5 Iisa ang Panginoon, iisa ang pananampalataya, iisa ang bautismo. 6 Iisa ang Diyos at Ama nating lahat, na siyang higit sa lahat, gumagawa sa lahat, at nasa laha

Ang mensaheng ito ay nagsusuri ng mga pangunahing pagkakaiba sa pananaw ng mga Kristiyano tungkol sa bautismo—hindi upang pag-awayin tayo, kundi upang palalimin ang pag-unawa at itaguyod ang pagkakaisa sa katawan ni Cristo.

1. Isang Bautismo, Iba't Ibang Pananaw (Efeso 4:5)

- Binanggit ng Bibliya ang "iisang bautismo"—hindi upang itanggi ang pagkakaiba-iba sa pagsasagawa, kundi upang ipahayag ang iisang pananampalataya kay Cristo.
- Ang lahat ng binautismuhan na may tunay na pananampalataya ay nabautismuhan sa iisang Panginoon, iisang Espiritu, at iisang katawan.

Panindigan natin ang ating paniniwala nang may paninindigan, ngunit igalang natin ang kapwa mananampalataya na may ibang kaugalian sa pagsasagawa.

---

2. Karaniwang Pagkakaiba ng Bautismo

- Bautismo ng Sanggol (Paedobaptism). Isinasagawa sa mga Katoliko, Orthodox, Lutheran, Methodist, at Reformed na tradisyon. Nakabatay sa kaisipan ng pakikibahagi sa tipan (tulad ng pagtutuli sa Lumang Tipan). Binibigyang-diin ang biyaya ng Diyos bago pa man ang tugon ng tao.
- Bautismo ng Mananampalataya (Credobaptism). Isinasagawa sa mga Baptist, Pentecostal, Evangelical, at maraming independent churches. Binibigyang-diin ang personal na pagpapahayag ng pananampalataya at pagsisisi bago bautismuhan. Nakabatay sa mga halimbawa sa Gawa (hal. Gawa 2:38; Gawa 8:36–38).
- Pagmamasid mula sa Bibliya. Ang pattern sa Bagong Tipan ay nagpapakitang ang bautismo ay sumusunod sa pagsisisi at pananampalataya. Subalit, may ilang tumutukoy sa bautismo ng buong sambahayan (hal.

Gawa 16:33) bilang posibleng patunay para sa bautismo ng sanggol.

---

3. **Paano Dapat Isagawa ang Bautismo?**
    - Paglulubog (Immersion). Buong paglulubog sa tubig (sumasagisag sa kamatayan, paglilibing, at muling pagkabuhay). Pinakanaaayon sa salitang Griyego na *baptizō* ("ilubog").
    - Pagbuhos o Pagwiwisik (Pouring/Sprinkling). Isinasagawa sa maraming pangunahing tradisyon. Tinitingnang simbolo ng pagbuhos ng Banal na Espiritu (Gawa 2:17; Tito 3:5).
    - Pagmamasid mula sa Bibliya. Ang paglulubog ang karaniwang pamamaraan sa sinaunang iglesia, lalo na sa mga talatang gaya ng Roma 6:4. Subalit, higit na binibigyang-diin ng Kasulatan ang kahulugan ng bautismo kaysa sa paraan ng pagsasagawa nito.

---

4. **Ano ang Nagaganap sa Bautismo?**
    - Pananaw ng Pagkakapanganak na Muli (Regeneration View). Itinuturo ng ilan na ang bautismo ay kinakailangan para sa kaligtasan, o na dito nagaganap ang espirituwal na kapanganakan (Juan 3:5).
    - Simbolikong Pananaw (Symbolic View). Ang iba nama'y naniniwalang ang bautismo ay panlabas na tanda ng panloob na realidad — ang pananampalataya, pagsisisi, at bagong kapanganakan ay nauna sa bautismo.
    - Pagmamasid mula sa Bibliya. Mga talata tulad ng Tito 3:5, 1 Pedro 3:21, at Gawa 22:16 ay nagsasalita tungkol sa bautismo na may kaugnayan sa

kaligtasan. Ngunit malinaw na itinuturo ng Bibliya na ang kaligtasan ay sa biyaya sa pamamagitan ng pananampalataya, hindi sa mga gawa (Efeso 2:8–9).

- Balanse at Maayos na Pananaw. Ang bautismo ay isang mahalagang gawa ng pagsunod at pagkakakilanlan kay Cristo, ngunit hindi ito isang gawaing tumutubos sa atin. Ito ay pagpapahayag ng pananampalatayang nagliligtas, hindi kapalit nito.

---

5. Pagkakaisa Kay Cristo sa Kabila ng Ating Pagkakaiba

Roma 14:1 "Tanggapin ninyo ang mahina sa pananampalataya, at huwag ninyong pagtalunan ang mga bagay na hindi malinaw."

- Sa mahahalagang doktrina: pagkakaisa.
- Sa hindi mahalaga: kalayaan.
- Sa lahat ng bagay: pag-ibig.

Huwag nating hayaang hatiin tayo ng paraan ng bautismo. Sa halip, ituon natin ang pansin sa Panginoon na ating sinusunod, pananampalatayang ating ibinabahagi, at Espiritung nagkakaisa sa atin.

Paano Tayo Dapat Tumugon Ngayon?

Maging lubos na kumbinsido batay sa Kasulatan. Pag-aralan ang Bibliya. Alamin ang iyong paniniwala at ang dahilan nito. Maging mahinahon at mapagbigay sa kapwa mananampalataya.

Tandaan: Ang bautismo ay hindi tungkol sa pagmamayabang ng ating gawaing panrelihiyon, kundi pagmamalaki kay Cristo. Ituon ang pansin sa kahulugan ng bautismo. Isang pusong binago. Isang buhay na isinuko. Isang Tagapagligtas na niluwalhati. Isabuhay araw-araw ang kahulugan ng iyong bautismo. Hayaan mong ipakita ng iyong pamumuhay ang pagkamatay sa kasalanan at bagong buhay kay Cristo.

Pangwakas:

Bagamat maaaring magkaiba tayo sa pagkaunawa at pagsasagawa ng bautismo, iisa ang puso ng bautismo: ang pakikiisa kay Jesu-Cristo sa Kanyang kamatayan at muling pagkabuhay, at ang pamumuhay bilang bahagi ng Kanyang Iglesia.

Kaya't huwag tayong magkahati-hati dahil sa tubig, kundi magsama-sama sa Buhay na Tubig—si Jesu Cristo.

Iisang Panginoon. Iisang Pananampalataya. Iisang Bautismo. Iisang Katawan. Iisang Espiritu. Iisang Iglesia.

9: Bautismo at Espirituwal na Digmaan

Susing Talata: *1 Pedro 3:20–21 [20]...doon sa mga taong hindi sumunod noong panahon ni Noe, nang ang Diyos ay matiyagang naghintay habang ginagawa ang daong. Walo lamang ang nakaligtas sa pamamagitan ng tubig. [21] At ang tubig na iyon ay sumasagisag sa bautismo na ngayon ay nagliligtas din sa inyo—hindi ang pag-aalis ng dumi sa katawan kundi ang pangako ng isang malinis na budhi sa harap ng Diyos. Inililigtas kayo nito sa pamamagitan ng muling pagkabuhay ni Jesu-Cristo.*

Panimula:

Ang bautismo ay hindi lamang isang marikit na seremonya—ito ay isang matapang na pahayag ng espirituwal na digmaan. Kapag ang isang mananampalataya ay lumulubog sa tubig ng bautismo, ipinamamalita niya sa langit, sa lupa, at sa impiyerno: *"Ako ngayon ay kay Jesus na!"* Ito ay isang sandali ng pakikipagtipan sa kaharian ng Diyos—at pagputol ng ugnayan sa mundo at sa tagapamahala nito.

Sa 1 Pedro 3:20–21, inihalintulad ni Pedro ang bautismo sa panahon ni Noe—isang gawa ng pananampalataya sa gitna ng paghatol, isang paghiwalay sa makasalanang mundo, at isang pagliligtas sa pamamagitan ng tubig. Ang bautismo ay hindi lamang simboliko—ito ay espirituwal. Isa itong bahagi ng ating patotoo na tayo'y lumakad na mula sa kadiliman patungo sa liwanag, at ngayon ay nakatindig sa tagumpay ni Cristo.

---

1. Ang Bautismo ay Hayagang Pakikipaghiwalay sa Sanlibutan (1 Pedro 3:20–21)

"...walo lamang ang nakaligtas sa pamamagitan ng tubig. At ang tubig na iyon ay sumasagisag sa bautismo na ngayon ay nagliligtas din sa inyo—hindi ang pag-aalis ng dumi sa katawan kundi ang pangako ng isang malinis na budhi sa harap ng Diyos..."

- Sa panahon ni Noe, ang baha ay nagdala ng paghatol sa makasalanang mundo, ngunit kaligtasan sa mga sumakay sa daong.
- Ang tubig ay naging hangganan sa pagitan ng lumang mundo at ng bago.
- Ganoon din sa bautismo—ito ay isang malinaw na hangganan: *"Hindi na ako bahagi ng dating sistema ng mundo—ako ngayon ay lumalakad sa tipan ng Diyos."*

Ganap ka na bang nakahiwalay sa iyong dating pamumuhay? Ang bautismo ay hindi simpleng hakbang—ito ay espirituwal na guhit ng paghihiwalay.

---

2. **Ang Bautismo ay Pahayag ng Katapatan sa Espirituwal na Daigdig**

Ang bautismo ay isang pampublikong gawaing may espirituwal na kahihinatnan. Tulad ng pagsusuot ng uniporme sa panahon ng digmaan—ipinapakita mo kung kaninong panig ka.

Sinabi ni Jesus sa Mateo 10:32: *"Ang sinumang kumilala sa akin sa harap ng mga tao, kikilalanin ko rin sa harap ng aking Ama sa langit."*

Colosas 1:13 — "Sapagkat iniligtas niya tayo mula sa kapangyarihan ng kadiliman at inilipat sa kaharian ng kanyang minamahal na Anak."

Ang bautismo ay isang deklarasyon: "Iniligtas na ako—ako ngayon ay naglilingkod sa Hari ng mga hari." At ang deklarasyong iyan ay kapansin-pansin sa espirituwal na kalagayan.

Huwag kang magulat kung dumaan ka sa espirituwal na pagsubok pagkatapos ng bautismo—madalas dito nagsisimula ang totoong labanan.

---

3. **Ang Bautismo ay Simula ng Bagong Labanan (Roma 6:11–13)**

"Ituring ninyong kayo'y patay na sa kasalanan ngunit buhay sa Diyos sa pamamagitan ni Cristo Jesus... huwag ninyong ialay ang alinmang bahagi ng inyong katawan sa kasalanan, kundi ialay ninyo ang inyong sarili sa Diyos."

- Bago ang bautismo, ikaw ay nabuhay para sa sarili at sa kasalanan. Ngayon, ikaw ay kawal sa hukbo ng Diyos.
- Tutuksuhin ka, aakusahan ka, at ililihis ka ng kaaway—pero ngayon, lumalaban ka mula sa tagumpay, hindi para sa tagumpay.

2 Corinto 10:4 "Ang mga sandatang ginagamit namin sa pakikipaglaban ay hindi makalupa..."

Ang bautismo ay hindi nagpapadali ng buhay—ngunit ginagawang malinaw ang iyong panig. Totoo ang digmaan, pero tapos na ang laban—panalo na si Cristo.

---

4. Ang Tagumpay ay Sa Pananampalataya, Hindi sa Tubig (1 Pedro 3:21)

"Inililigtas kayo nito sa pamamagitan ng muling pagkabuhay ni Jesu-Cristo."

- Ang kapangyarihan ay wala sa tubig, kundi sa pananampalataya sa muling nabuhay na Cristo.
- Gaya ng pananalig ni Noe sa Diyos at pagsakay sa daong, tayo'y nananalig at "pumapasok kay Cristo."
- Ang bautismo ay ang ating panata: "*Pinagkakatiwalaan ko si Jesus bilang aking Tagapagligtas at Panginoon. Susundan ko Siya anuman ang halaga.*"

---

5. **Mamuhay Bilang Isang Binautismuhang Mandirigma**

- Lumakad araw-araw sa kapangyarihan ni Cristo. Ipaalala mo sa sarili: *"Ako'y namatay na kasama ni Cristo at muling binuhay kasama Niya. Wala nang kapangyarihan ang kasalanan sa akin."*
- Labanan ang mga panlilinlang ng kaaway. *Efeso 6:11 — "Isuot ninyo ang buong baluti ng Diyos..."* Ang bautismo ay ang iyong pagpapalista sa hukbo—ngayon ay mamuhay ka na may disiplina at pagkaunawa.
- Isabuhay ang iyong paninindigan kay Cristo. Hayaan mong ang iyong mga salita, gawa, at desisyon ay magpahayag ng katapatan kay Jesus.
- Palakasin ang iba na tumatayo rin. Ang bautismo ay pagkakaisa sa espirituwal na hukbo—hindi ka nag-iisa sa laban.

Pangwakas:

Ang iyong bautismo ay higit pa sa simbolo—ito ay isang espirituwal na pahayag. Iniligtas ka mula sa kadiliman, muling binuhay kasama si Cristo, at nakatayo ka ngayon bilang sundalo ng liwanag. Huwag mong kalimutan kung sino ka. Huwag mong kalimutan kung ano ang ipinahayag ng iyong bautismo.

Kaya't tumindig. Mamuhay nang may tapang. Lumaban nang tapat.

Ikaw ay binautismuhan—ngayon, mamuhay ka bilang isa na lumalakad sa tagumpay.

10: Ikaw Ba'y Nabautismuhan Na?

Susing Talata: *Gawa 22:16 "Ngayon, ano pa ang hinihintay mo? Tumindig ka, magpabautismo, at hugasan ang iyong mga kasalanan, na tumatawag sa kanyang pangalan."*

Panimula:

Tayo ay dumating na sa huling mensahe ng ating serye tungkol sa *Doktrina ng Bautismo*. Tinalakay natin ang ugat nito sa Lumang Tipan, ang katuparan nito kay Cristo, ang kahulugan nito para sa mananampalataya, at ang kapangyarihan nito sa espirituwal na digmaan at sa pagkakakilanlan sa Iglesia. Ngunit ngayon, narito ang pinakapersonal at pinakamahalagang tanong:

Ikaw ba'y nabautismuhan na?

Ito ay hindi lamang tanong ng tradisyon, kundi tanong ng pagsunod. Sa Gawa 22:16, ibinahagi ni Apostol Pablo kung paano siya nilapitan ni Ananias matapos ang kanyang pagbabalik-loob at sinabi sa kanya:

"*Ngayon, ano pa ang hinihintay mo? Tumindig ka, magpabautismo, at hugasan ang iyong mga kasalanan, na tumatawag sa kanyang pangalan*."

Ang parehong tanong ay inihaharap sa iyo ngayon. Kung ikaw ay sumampalataya na kay Jesu-Cristo, ano pa ang hinihintay mo?

---

1. Ang Bautismo ay Utos ni Cristo

Mateo 28:19 — "Humayo kayo at gawin ninyong alagad ang lahat ng mga bansa, bautismuhan ninyo sila..."

- Inilagay ni Jesus ang bautismo bilang bahagi ng proseso ng paggawa ng alagad.
- Hindi lang ito tungkol sa pangangaral o pananalangin—kundi pati bautismo.
- Hindi opsyonal ang bautismo—ito ay isang hakbang ng pagsunod para sa bawat mananampalataya.

Juan 14:15 — "Kung iniibig ninyo ako, tutuparin ninyo ang aking mga utos."

Ang pagpapaliban sa bautismo ay pagpapaliban ng pagsunod. Kung tunay mong minamahal si Jesus, ang unang hakbang ng pananampalataya ay ang sumunod sa Kanya sa bautismo.

---

2. Ang Bautismo ay Tugon ng Bibliya sa Mabuting Balita

Gawa 2:38 — "Magsisi kayo at magpabautismo ang bawat isa sa inyo sa pangalan ni Jesu-Cristo upang mapatawad ang inyong mga kasalanan..."

- Sa unang iglesya, ang pananampalataya at bautismo ay laging magkasama.
- Ang bautismo ay agad na tugon ng mga nakarinig at tumanggap ng ebanghelyo.

Gawa 8:36–38 — Tinanong ng eunuko: *"Narito ang tubig—may hadlang pa ba upang ako'y mabautismuhan?"*

Huwag hayaang hadlangan ka ng pride, takot, o pagkalito. Kung ikaw ay nananampalataya—handa ka na.

---

3. Ang Bautismo ay Personal na Pahayag ng Pananampalataya

Roma 10:9 — "Kung ipapahayag ng iyong bibig na si Jesus ay Panginoon at mananalig ka sa iyong puso... ikaw ay maliligtas."

- Ang bautismo ay nakikitang pagpapahayag ng hindi nakikitang katotohanan.
- Ipinahahayag mo: *"Si Jesus ang aking Panginoon. Ako'y Kanya na."*
- Hindi ito tungkol sa pagiging perpekto—kundi pagiging tapat sa pananampalataya mo sa publiko.

Nagawa mo na ba ang pampublikong pahayag ng iyong personal na desisyon na sumunod kay Cristo?

---

4. Ang Bautismo ay Sandali ng Espirituwal na Tagumpay

Gawa 22:16 — "Tumindig ka, magpabautismo, at hugasan ang iyong mga kasalanan, na tumatawag sa kanyang pangalan."

- Nakaharap na ni Pablo si Jesus—ngunit sa pamamagitan ng bautismo, naiselyo ang kanyang bagong simula.
- Isa itong espirituwal na tagumpay—isang tanda ng pagkilos ng Diyos sa iyong buhay.
- Nagdadala ito ng kalayaan, paglilinis, at panibagong simula sa iyong lakad kasama ang Diyos.

Kung pakiramdam mo'y na-stuck ka sa espirituwal na buhay, itanong mo: *"Ako ba'y lubos na nagsuko ng sarili sa pagsunod?"* Maaaring ang bautismo ang hakbang na matagal mo nang iniiwasan.

---

5. Ano pa ang Hinihintay Mo?

Ang mga salita ni Ananias kay Saul ay salita rin ng Espiritu Santo sa iyo ngayon:

"Ano pa ang hinihintay mo?"

- Naghihintay ka bang maging perpekto ang iyong buhay? Hindi ito mangyayari.
- Naghihintay ka bang maging mas maginhawa ang panahon? Maaring hindi dumating iyon.
- Naghihintay ka bang maging karapat-dapat ka? Tanging si Cristo lamang ang nagpapakarapat-dapat sa iyo.

Ang tanging kailangan para sa bautismo ay ang tunay na pananampalataya kay Jesu-Cristo.

Kung ikaw ay nagsisi at sumampalataya—handa ka na.

Pangwakas:

Ang bautismo ay hindi katapusan ng paglalakbay—ito ang simula. Ito ang pintuan patungo sa buhay ng pagiging alagad, pakikisama sa Iglesia, at espirituwal na tagumpay.

Kaya't ikaw ba'y nabautismuhan na? Kung hindi pa—ano pa ang hinihintay mo? Tumindig. Sumunod. Magpabautismo.

Ihayag ang iyong pananampalataya. Isabuhay ang iyong bagong pagkakakilanlan. Lumakad sa bago mong buhay.

Kung ikaw ay handa nang magpabautismo, huwag mo nang ipagpaliban. Makipag-usap sa iyong pastor o lider ng iglesia ngayong araw. Hayaan mong magalak ang buong iglesia habang ikaw ay gumagawa ng matapang na hakbang ng pagsunod at pananampalataya.

Narinig mo na ang katotohanan—ngayon, panahon na upang tumugon.

Ang Kapangyarihan ng Panalangin

Ang panalangin ay higit pa sa mga salitang binibigkas sa panahon ng pangangailangan o pasasalamat; ito ay isang banal na pakikipag-ugnayan na nag-uugnay ng ating puso sa mismong puso ng Diyos. Sa panalangin, natutuklasan natin ang lakas, karunungan, kagalingan, at gabay—na ginagawang kahanga-hanga ang karaniwang sandali bilang pakikipagtagpo sa ating Manlilikha. Sa buong kasaysayan, ginamit ng mga mananampalataya ang kamangha-manghang kapangyarihan ng panalangin, nasaksihan ang mga himala, lumago sa espirituwal, at tumanggap ng bagong pag-asa kahit sa pinakamadilim na panahon.

Sa seryeng ito ng pangangaral na pinamagatang "Ang Kapangyarihan ng Panalangin," tayo'y sasabak sa isang malalim at makabuluhang paglalakbay tungkol sa isang mahalaga at nakapagbabagong buhay na kaugalian—ang panalangin. Bawat paksa ay idinisenyo upang palalimin ang ating pag-unawa sa panalangin at palakasin ang ating espirituwal na lakad. Magsisimula tayo sa huwarang panalangin na itinuturo ni Jesus mismo—ang Panalangin ng Panginoon—at susundan ng mga paksa gaya ng pananalanging may pananampalataya, pagtitiyaga, at pakikiayon sa kalooban ng Diyos.

Sama-sama rin nating susuriin ang panalangin ng pamamagitan (intercession), pananalangin sa Espiritu, panalangin ng pasasalamat, paghingi ng kapatawaran at kagalingan, pananalangin para sa pagkakaisa, ang lakas ng sama-samang panalangin, at ang katapangang manalangin nang may paninindigan. Habang tayo'y lumalakad sa seryeng ito, matututo tayong manalangin nang tuloy-tuloy, may debosyon, at pusong mapagpatawad—na magdudulot sa atin ng tibay at pananampalataya sa gitna ng pagsubok.

Ihanda ang iyong puso para sa isang kapana-panabik at makapangyarihang paglalakbay sa larangan ng panalangin, kung saan bawat pakikipag-usap sa Diyos ay may potensyal na magbago ng buhay, magpatag ng bundok, at magtulak sa atin palapit sa Kanyang perpektong layunin.

1: Ang Panalangin ng Panginoon – Isang Huwaran sa Panalangin

Susing Talata: *Mateo 6:9–13 [9]"Ganito kayo manalangin: 'Aming Ama na nasa langit,mSambahin nawa ang iyong pangalan. [10] Dumating nawa ang iyong kaharian; Gawin nawa ang iyong kalooban dito sa lupa, tulad ng sa langit.[11] Ipagkaloob mo sa amin ngayon ang aming pagkain sa araw-araw.[12] At patawarin mo kami sa aming mga kasalanan,gaya ng pagpapatawad namin sa mga nagkasala sa amin. [13] At huwag mo kaming hayaang matukso, kundi iligtas mo kami sa masama.'"*

Panimula:

Ang panalangin ay hindi lamang isang panrelihiyong gawain—ito ay isang banal na pakikipagtagpo. Sa Mateo 6, hindi nagturo si Jesus ng mahaba o komplikadong ritwal, kundi isang simple at makapangyarihang halimbawa. Hindi ito basta panalanging inuulit-ulit lang, kundi isang balangkas kung paano tayo lalapit sa Diyos araw-araw.

Tuklasin natin ang planong ito ng Diyos at hayaang hubugin nito ang ating buhay panalangin.

---

1. **Pagtutok sa Diyos – "Aming Ama na nasa langit..."**
   Nagsimula si Jesus sa isang rebolusyonaryong panimula: *"Aming Ama."* Ipinapakita nito ang kaugnayan at pagkakakilanlan natin bilang mga anak. Hindi Niya sinabi, *"Aking Ama,"* kundi *"Aming Ama"*—na nagpapahiwatig na ang panalangin ay pansarili at pampamayanan.

   "Ama" ay paalala na tayo'y mga anak, hindi banyaga.

"Na nasa langit" ay paalala na Siya ay dakila, walang hanggan, at makapangyarihan.

Simulan ang iyong panalangin sa papuri, hindi agad sa problema. Kilalanin ang kadakilaan, kabanalan, at kalapitan ng Diyos. Ituon muna ang puso sa pagsamba bago humiling.

Kapag nakatuon na tayo sa kung sino ang Diyos, handa na tayong ipanalangin ang mga bagay na mahalaga sa Kanya.

---

2. **Paghahanap sa Kaharian ng Diyos – "Dumating nawa ang iyong kaharian..."**
   Ito ay panalangin ng pagsuko sa kalooban ng Diyos. Hindi lang tayo nananalangin na pagpalain ng Diyos ang ating mga plano—kundi upang ang Kanyang pamumuno, paghahari, at kalooban ang manaig.

   Panalangin ito para sa katuwiran, kapayapaan, at katarungan ng Diyos. Imbitasyon din ito: *"Panginoon, simulan Mo sa akin. Maghari Ka sa puso ko."* Ang manalangin ng ganito ay ang pagsuko ng kontrol at paghahanap sa walang hanggang layunin ng Diyos. Tanungin ang sarili: *"Alin ang mas inuuna ko—kaharian ng Diyos o sarili kong plano?"* Iayon ang mga hangarin ng puso sa misyon ng Diyos. Kapag una ang Kanyang kaharian, natututo tayong magtiwala sa Kanya sa ating mga pang-araw-araw na pangangailangan.

---

3. **Araw-Araw na Panustos – "Ibigay mo sa amin ngayon ang aming pagkain sa araw-araw..."**

   Ito ay panalangin ng pagtitiwala. Sa gitna ng mga ipon, grocery, at plano sa hinaharap, tinuturuan tayo ni Jesus na umasa sa Diyos, araw-araw. Ang *"tinapay"* ay sumasagisag sa lahat ng pangunahing pangangailangan: pagkain, lakas, kapayapaan. Ang *"ngayon"* ay pagtuturo sa atin na mabuhay sa kasalukuyang pagtitiwala, hindi sa bukas na pangamba. Gaya ng pagbibigay ng Diyos ng sariwang manna sa Israel bawat araw, ipinapangako Niyang tutugunan Niya ang ating mga pangangailangan—araw-araw, at may katapatan.

Ibigay sa Diyos ang lahat ng iyong pangangailangan—maliit man o malaki. Sanayin ang puso na magtiwala sa Kanyang probisyon higit sa sariling kakayahan. Pagkatapos matanggap ang panustos, sunod na pangangailangan ay hindi pisikal - kundi espirituwal: kapatawaran

---

4. **Kapatawaran at Pagpapakumbaba – "Patawarin mo kami... gaya ng pagpapatawad namin..."**

Ito ay pagsusuri ng puso. Ang kasalanan ay hadlang sa panalangin. Inuutusan tayo ni Jesus na palaging magpahayag ng kasalanan at tumanggap ng paglilinis ng Diyos. Ngunit may banal na kundisyon dito: "gaya ng pagpapatawad namin." Ang kapatawaran ay hindi lang tinatanggap—ito rin ay ibinibigay. Kung kapit-tuko tayo sa sama ng loob, hinaharangan natin ang mismong awa na ating hinihiling. Ang bahaging ito ng panalangin ay nagsasauli ng ating relasyon sa Diyos (patayo) at sa kapwa (pahalang).

Araw-araw, itanong mo sa Diyos: *"Mayroon ba akong kailangang patawarin?"* Bitawan ang kapaitan upang malayang dumaloy ang grasya ng Diyos. At sa huli, tinuturuan tayo ni Jesus na manalangin para sa espirituwal na proteksyon.

---

5. **Espirituwal na Proteksyon – "Iligtas mo kami sa masama..."**
Paalala ito na tayo ay nasa espirituwal na digmaan. Totoo ang tukso. Totoo ang kasamaan. Totoo ang kaaway. Ngunit ang Diyos ay ating tagapagligtas. Hindi Niya tayo iniiwang mag-isa sa laban —tayo ay inaanyayahang manalangin para sa kaligtasan.

   Ang panalanging ito ay isang kalasag—isang paghingi sa Diyos na ilayo tayo sa kapahamakan at akayin tayo sa kabanalan. Alam ni Jesus kung paano ang mabuhay na tinutukso, at itinuturo Niya sa atin na maging mapagmatyag.

   Manalangin araw-araw para sa lakas laban sa tukso. Hilingin sa Diyos na bantayan ang iyong pamilya, iglesia, at puso laban sa panlilinlang ng kaaway.

---

6. Halimbawa sa Lumang Tipan: Ang Tapat na Panalangin ni Daniel (Daniel 6:10)

Nauunawaan ni Daniel kung ano ang ibig sabihin ng tapat na pananalangin. Kahit ipinagbawal ng batas ang pananalangin, nagpatuloy si Daniel na lumuhod at manalangin tatlong beses sa isang araw—nakabukas ang bintana patungo sa Jerusalem. Pinarangalan niya ang Diyos higit sa lahat, kahit nang siya'y inihulog sa hukay ng mga leon.

Ipinapakita sa atin ng halimbawa ni Daniel na ang buhay na hinubog ng panalangin ay isang buhay na nakaugat sa matapang na pananampalataya, anuman ang kalagayan.

Pangwakas:

Ang Panalangin ng Panginoon ay isang banal na balangkas para sa bawat mananampalataya. Tinuturuan tayo nito kung:

- Sino ang Diyos – Ang ating Ama
- Ano ang pinakamahalaga – Ang Kanyang kaharian
- Saan tayo dapat magtiwala – Sa Kanyang araw-araw na panustos
- Paano linisin ang puso – Sa pamamagitan ng pagsisisi at pagpapatawad
- Paano maprotektahan – Sa Kanyang lakas at gabay

Huwag lang natin itong dasalin— isabuhay natin ito. Simulan ang bawat araw gamit ang modelong ito sa iyong panalangin. Ituro ito sa iyong pamilya at mga anak. Hayaang hubugin ng panalanging ito ang iyong personal na debosyon at ang sama-samang pagsamba natin bilang Iglesia.

2: Pananalangin nang may Pananampalataya

Susing Talata: *Marcos 11:24 "Kaya't sinasabi ko sa inyo: Anuman ang inyong hinihiling sa panalangin, maniwala kayong tinanggap na ninyo ito, at ito'y magiging inyo."*

Panimula:

Ibinigay ni Jesus ang isang makapangyarihang susi para sa mga panalanging sinasagot—pananampalataya. Hindi sapat ang basta pagsabi ng mga salita—dapat tayong maniwala sa Diyos na ating kinakausap. Sa Marcos 11:24, malinaw na sinabi ni Jesus na ang pananampalataya ang makinarya ng mabisang panalangin. Ngunit anong uri ng pananampalataya? Paano ito gumagana sa panalangin? Tuklasin natin kung paanong ang pananampalataya ay nagbubukas ng tugon ng langit.

---

1. Pananampalataya Bilang Saligan

Ang pananampalataya ang panimulang punto ng bawat makabuluhang panalangin.

Sinabi ni Jesus: *"Anuman ang inyong hinihiling sa panalangin, maniwala..."* Ang panalangin na walang pananampalataya ay tulad ng sulat na walang address—walang patutunguhan. Paalala ng Hebreo 11:6: *"Kung walang pananampalataya, hindi maaaring kalugdan ng Diyos."* Ang tunay na pananampalataya ay hindi lamang paniniwalang kayang gawin ng Diyos, kundi pagtitiwala na Kanyang gagawin, ayon sa Kanyang kalooban.

Ang isang batang tiwala sa pagmamahal ng kanyang magulang ay hindi natatakot humiling. Ganoon din tayo—kapag kilala natin ang ating Ama, tayo'y humihingi nang may kumpiyansa.

Bago ka humiling, tanungin ang sarili: *"Naniniwala ba akong kaya at nais ng Diyos na tugunin ako?"* Kapag naitayo na ang pundasyon ng pananampalataya, susunod ang mahalagang prinsipyo...

---

2. Manampalataya Kahit Hindi Mo Pa Nakikita

Ang pananampalataya ay nakakakita lagpas sa kasalukuyang katotohanan.

Sinabi ni Jesus: *"Maniwala kayong tinanggap na ninyo ito, at ito'y magiging inyo."* Pananampalataya ito sa nakaraang pananalig para sa hinaharap na pangako. Tinitingnan ng pananampalataya sa salamin ng Salita ng Diyos, hindi sa nararamdaman. Naniniwala ito na ang kasagutan ay kumikilos na, kahit hindi pa ito nakikita.

Si Abraham ay naniwalang magiging ama ng maraming bansa kahit *"tila patay na ang kanyang katawan"* (Roma 4:19–21).

Kaya mo bang pasalamatan ang Diyos ngayon, kahit hindi mo pa nakikita ang kasagutan? Ang pananampalataya ay hindi basta pag-asa lamang, ito ay pagtitiwala sa Kanyang salita higit sa iyong nakikita. Ngunit ang pananampalataya ay hindi lang nananatili—ito'y kumikilos....

---

3. Magkasamang Lumalakad ang Pananampalataya at Gawa

Ang tunay na pananampalataya ay laging humahantong sa pagkilos. *Santiago 2:17 "Ang pananampalatayang walang kalakip na gawa ay patay."* Ang panalangin ay hindi lang pagsasalita—ito ay pagsulong at pagkilos. Kung naniniwala kang bubuksan ng Diyos ang pinto, lumakad ka na patungo roon. Manalangin na tila ang lahat ay nakasalalay sa Diyos, at kumilos na tila may bahagi ka rin.

Si Elias ay hindi lang nanalangin para sa ulan—isinugo niya ang kanyang lingkod upang sumilip sa langit (1 Hari 18:41–44). Iyan ang pananampalatayang may gawa!

Nananalangin ka ba para sa trabaho? Ihanda mo na ang iyong resume. Nais mo ng kagalingan? Ipahayag mo ang mga pangako ng Diyos at mamuhay nang may pananampalataya. Nais mo ng pagkakasunduan? Ikaw ang unang lumapit at magpatawad.

Ang pananampalataya ay nagtatayo—ngunit ang pagdududa ay maaaring sumira...

---

4. Ang Pagdududa ay Sumisira, Ang Pananampalataya ay Nagtatayo

Ang pagdududa ay nagpapahina, ngunit ang pananampalataya ay nagpapalakas ng ating panalangin.

Santiago 1:6 "Kapag kayo'y humihingi, dapat kayong maniwala at huwag mag-alinlangan..." Ang pagdududa ay espirituwal na pag-aalinlangan—parang humihiling pero walang inaasahan. Ang pananampalataya ay nagsasabi: *"Ang Diyos ay mabuti,"* kahit may delay sa sagot. Ang pananampalataya ay nagsasabi: *"Ang Diyos ay tapat,"* kahit ang bundok ay hindi pa gumagalaw.

Ang pagdududa ay parang butas sa balde—unti-unting nawawala ang pag-asa. Ngunit ang pananampalataya ay parang dam—nag-iipon ng lakas para sa makapangyarihang pagbuhos sa tamang oras ng Diyos.

Palitan ang mga katanungang *"paano kung..."* ng mga katagang *"ang Diyos ay gagawa."* Ipahayag ang mga pangako ng Diyos ng mas malakas kaysa sa iyong mga takot.

Pangwakas:

Ang pananampalataya ay hindi damdamin—ito ay desisyon. Ito ay pagtitiwala sa Diyos kahit hindi mo pa nakikita ang daan, hindi mo pa naririnig ang sagot, o nauunawaan ang oras.

Sinabi ni Jesus: *"Maniwala kayong tinanggap na ninyo ito, at ito'y magiging inyo."*

Ito ang kapangyarihan ng pananampalataya sa panalangin.

May panalangin ka bang matagal nang hinihintay ang kasagutan? Ngayon na ang panahon para lumipat mula sa pag-asa patungo sa pananampalatayang naniniwala. Humakbang, magsalita, at manalangin nang may tapang—sapagkat ang Nangako ay tapat!

3: Patuloy na Manalangin: Ang Kapangyarihan ng Pagtitiyaga

Susing Talata: *Lucas 18:1–8* *Isinalaysay ni Jesus ang isang talinghaga upang ituro sa kanila na dapat silang laging manalangin at huwag mawalan ng pag-asa. [2] Sinabi niya, "Sa isang lungsod ay may isang hukom na walang takot sa Diyos at walang iginagalang na tao. [3] Sa lungsod ding iyon ay may isang balo na laging lumalapit sa hukom at humihingi ng ganito: 'Bigyan po ninyo ako ng katarungan laban sa aking kaaway.' [4] Sa loob ng mahabang panahon ay hindi siya pinansin ng hukom. Ngunit sa bandang huli ay nasabi nito sa sarili, 'Kahit ako'y walang takot sa Diyos at walang iginagalang na tao, [5] igagawad ko na ang katarungang hinihingi ng biyudang ito. Baka mainis pa ako sa kapupunta niya rito!'" [6] At nagpatuloy ang Panginoon, *"Pakinggan ninyo ang sinabi ng masamang hukom na iyon! [7] Kung ganoon, hindi ba't lalong igagawad ng Diyos ang katarungan sa kanyang mga hinirang na dumaraing sa kanya araw at gabi? Palalampasin ba niya ang pagkakataong tulungan sila? [8] Sinasabi ko sa inyo, agad niyang igagawad sa kanila ang katarungan. Ngunit pagdating ng Anak ng Tao, makasusumpong kaya siya ng taong may pananampalataya sa lupa?"*

Panimula:

Isinalaysay ni Jesus ang talinghagang ito para sa isang malinaw na layunin: *"Na sila'y dapat laging manalangin at huwag manghina."* (Lucas 18:1) Sa mundo ng "instant," ang panalangin na may pagtitiyaga ay nagtuturo sa atin ng halaga ng paghihintay, pagtitiwala, at pagkapit. Ang talinghaga ng babaeng balo ay nagpapakita na ang tunay na pananampalataya ay hindi lang isang beses naniniwala—kundi naniniwala hanggang dumating ang sagot.

Tuklasin natin ang mga katangian ng panalangin na may pagtitiyaga at kung ano ang ipinapakita nito tungkol sa ating Diyos.

---

1. Huwag Sumuko (Lucas 18:1).

"Isinalaysay ni Jesus sa kanila ang isang talinghaga upang ituro sa kanila na dapat silang laging manalangin at huwag manghina."

Binibigyang-diin ni Jesus ang patuloy at walang sawang panalangin. Ang "huwag manghina" ay nagpapahiwatig na may tukso tayong sumuko sa gitna ng pagod, pagdududa, at kawalan ng sagot. Ang panalangin na may pagtitiyaga ay hindi panunuhol sa Diyos, kundi pagpapatibay ng pananampalataya at katapatan sa pagdaan ng panahon.

Isang binhing nakabaon sa lupa ay hindi agad sumusulpot. Ganoon din ang panalangin—ang pag-unlad ay nangyayari sa hindi nakikita.

Huwag hayaang ang pagkaantala ay maging dahilan upang isiping hindi ka pinakikinggan ng Diyos. Ang pinakadakilang tagumpay ay madalas dumarating pagkatapos ng mga panahon ng katahimikan.

]] Ang Diyos ay kumikilos kahit wala pa tayong nakikitang resulta—kaya huwag kang titigil sa panalangin.

---

2. Katapangan ng Balo (Lucas 18:3)

“May isang balo sa bayang iyon na laging lumalapit sa kanya at nagsasabing, ‘Iparangal mo ang aking karapatan laban sa aking kaaway.’”

Sa panahon ni Jesus, ang isang balo ay isa sa pinakamahina sa lipunan—walang kapangyarihan, walang katayuan, walang proteksyon. Ngunit ang balong ito ay hindi nanatiling tahimik. Siya ay matapang, matiyaga, at walang takot lumapit sa hukom. Patuloy siyang nagpetisyon sa isang matigas at walang pakialam na hukom, naniniwala na maaaring siya'y tugunin din.

Kung ang isang matuwid na Diyos ang ating Ama, gaano pa dapat tayong lumapit sa Kanya nang may tapang at tiwala? Ang katapangan sa panalangin ay nagmumula sa kaalaman kung sino ang Diyos at kung sino tayo sa Kanya.

Hebreo 4:16 “Kaya’t lumapit tayong may buong tapang sa trono ng biyaya...”

Dito pumapasok ang pinakamahalagang aral—ang Diyos ay hindi tulad ng di-matuwid na hukom. Siya ay handa at nagnanais na tumugon.

---

3. Naririnig ng Diyos ang Panalangin ng May Pagtitiyaga (Lucas 18:7)

“Hindi ba’t igagawad ng Diyos ang katarungan sa kanyang mga hinirang na dumaraing sa kanya araw at gabi?”

Hindi ikinumpara ni Jesus ang Diyos sa masamang hukom—itinutuwid Niya ang kaibahan. Kung ang masamang hukom ay tumugon dahil sa pagpupumilit, gaano pa kaya ang Diyos na tapat at makatarungan? Hindi nababagot ang Diyos sa ating mga panalangin—kundi nahahaplos Siya sa mga ito.

Tumutugon Siya hindi lamang sa pangangailangan, kundi sa pananampalatayang matiyaga.

Patuloy mong ilapit ang iyong mga kahilingan sa Diyos. Alam Niya. Naririnig Niya. Tumutugon Siya sa perpektong oras. Tumawag ka sa Kanya araw at gabi—walang luha, daing, o bulong na nasasayang.

Ngunit paano kung tahimik ang Diyos? Kapag tila walang nangyayari? ...

---

4. Ang Pananampalataya ay Tumatagal Kahit sa Katahimikan (Lucas 18:8b)

"Ngunit pagdating ng Anak ng Tao, makasusumpong kaya Siya ng pananampalataya sa lupa?"

Nagtapos si Jesus sa isang mapanlikhang tanong: *"Magkakaroon pa kaya ng pananampalataya?"* Ang tunay na pananampalataya ay hindi lamang naghihintay ng sagot—kundi marunong maghintay nang may tiwala. Ang pananampalatayang tinitiis ang katahimikan ang siyang pinakakalugod-lugod sa Diyos.

Si Hana na naging ina ni Samuel hindi agad sya nagkaanak (1 Samuel 1:10–20) – Nanalangin taon-taon para sa anak, humahagulgol sa harap ng Diyos. Hindi agad siya pinakinggan—ngunit hindi siya tumigil. At sa wakas, ipinagkaloob sa kanya si Samuel, ang propetang ginamit ng Diyos upang baguhin ang bansa.

Marahil matagal mo nang ipinapanalangin ang kagalingan, kaligtasan ng mahal sa buhay, tagumpay sa ministeryo—huwag kang susuko. Habang inihahanda ng Diyos ang kasagutan, hinuhubog Niya ang iyong pagkatao.

Pangwakas:

Ang panalangin na may pagtitiyaga ay hindi madali—ngunit ito ay makapangyarihan. Ito ang panalanging hindi sumusuko, patuloy na kumakatok, at nagsasabing, *"Kahit ako'y pinaghihintay— maniniwala pa rin ako."*

Tinanong ni Jesus: "Kapag bumalik ang Anak ng Tao, makasusumpong ba Siya ng pananampalataya sa lupa?"

Ang sagot natin ay ito: *"Oo, Panginoon. Masusumpungan Mo ito sa akin."*

4: Manalangin Ayon sa Kalooban ng Diyos

Susing Talata: *1 Juan 5:14–15 "Ito ang ating kapanatagan sa pakikiharap sa kanya: kung tayo'y humihingi ng anumang bagay na naaayon sa kanyang kalooban, tayo'y dinirinig niya. At kung alam nating dinirinig niya tayo—anumang ating hilingin—alam din nating tinanggap na natin ang ating mga hiniling sa kanya."*

Panimula:

Isa sa pinakamalaking pagpapala sa buhay Kristiyano ay ang katiyakang tayo'y dinirinig ng Diyos kapag tayo'y nananalangin. Ngunit ang pangakong ito ay may kalakip na banal na kondisyon: ang ating mga panalangin ay dapat ayon sa Kanyang kalooban.

Ngayong araw, ating tatalakayin kung ano ang ibig sabihin ng manalangin ayon sa kalooban ng Diyos at kung paano ito nagdudulot ng kapayapaan, layunin, at kapangyarihan sa ating buhay panalangin.

---

1. Kumpiyansa sa Plano ng Diyos

Kapag alam nating tayo'y nananalangin ayon sa kalooban ng Diyos, maaari tayong manalangin nang may buong kumpiyansa—hindi may pag-aalinlangan.

Sinabi ni Juan, *"Ito ang ating kapanatagan sa pakikiharap sa kanya..."* Ang salitang "*kapanatagan*" ay nagpapahiwatig ng katapangan, kalayaan, at kasiguruhan. Hindi tayo mga estrangherong kumakatok sa pinto ng isang malayong diyos, kundi mga anak na nakikipag-usap sa ating Ama sa langit. Ang ating kumpiyansa ay hindi nagmumula sa galing manalangin, kundi sa kaalaman na tayo'y nananalangin ayon sa Kanyang plano.

Ang kalooban ng Diyos ay laging nakaugat sa Kanyang ganap na kaalaman, tamang panahon, at pag-ibig. Kapag tayo'y nakaayon dito, tayo'y nananalangin hindi dahil sa pag-aalala, kundi sa pananampalataya.

Isipin mo ang isang bata na may kumpiyansang humihiling sa kanyang mapagmahal na magulang ng isang mabuti at tamang bagay. Hindi sila nag-aalinlangang maririnig sila—nagtitiwala sila dahil kilala nila ang ugali ng kanilang magulang.

Ang iyong panalangin ba'y may kumpiyansa, o punô ng takot at pagdududa? Ang panalangin ayon sa kalooban ng Diyos ay nangangahulugang pagtitiwala na alam Niya ang pinakamahusay para sa atin.

---

2. Pagtuklas sa Kanyang Kalooban

Upang makapanalangin ayon sa Kanyang kalooban, kailangang alamin muna natin ang kanyang kalooban.

Minsan ang tanong ay hindi kung nakikinig ba ang Diyos, kundi kung tama ba ang ating ipinapanalangin. Upang malaman ang Kanyang kalooban, dapat nating malaman ang Kanyang Salita. Hindi nakatago ang kalooban ng Diyos—ito'y inihahayag sa Kasulatan at pinagtitibay ng Banal na Espiritu.

Roma 12:2 — "...malalaman ninyo kung ano ang mabuti, kalugod-lugod, at ganap na kalooban ng Diyos."

Kapag binabago ng Salita ng Diyos ang ating isipan, nagbabago rin ang ating mga hangarin.

Gumugol ng panahon sa Salita ng Diyos—hayaan mong hubugin nito ang iyong mga panalangin. Tanungin mo ang Diyos:

"Panginoon, ano ang ginagawa Mo sa sitwasyong ito? Paano ako makikibahagi?" Habang lumalalim ang pagkakilala natin sa Diyos, lalong lumilinaw ang Kanyang kalooban.

---

3. Pagsuko, Hindi Pagpilit

Ang panalangin ayon sa kalooban ng Diyos ay nangangailangan ng puso na nagpapasakop, hindi ng pusong nagmamadaling kontrolin ang sitwasyon.

Marami sa atin ang nananalangin hindi para mangyari ang kalooban ng Diyos, kundi para aprubahan ang sarili nating kagustuhan. Ngunit si Jesus ay nagpakita ng mas dakilang halimbawa. Sa Getsemani, nanalangin Siya: *"Hindi ang aking kalooban, kundi ang sa Iyo ang mangyari."*

Ang pagsuko ay hindi kahinaan—ito ay lakas na nasa ilalim ng kapangyarihan ng Diyos. Ito ay pagtitiwala na alam ng Diyos ang pinakamahusay, kahit ang sagot ay "hindi" o "maghintay." Ang mga panalangin ng pagsuko ay hindi mapilit—ito'y pagpapasakop.

Ang isang marinero ay hindi nilalabanan ang hangin—inaayos niya ang layag upang sumabay dito. Ganoon din sa panalangin: hindi pakikipagbuno sa Diyos upang mangyari ang gusto natin, kundi pag-aangkop ng puso ayon sa Kanyang daloy.

Isuko ang iyong inaasahan—manalangin na bukas ang puso sa anumang tugon ng Diyos. Huwag pilitin ang Diyos—pagkatiwalaan ang Kanyang puso.

---

4. Magpahinga sa Kanyang Kapangyarihan

Kapag tayo'y nanalangin ayon sa Kanyang kalooban, maaari na tayong magpahinga, na alam nating Siya ay kumikilos.

Sinabi ni Juan: *"Kung alam nating dinirinig niya tayo... alam din nating tinanggap na natin ang ating mga hiniling sa kanya."* Hindi ito basta pag-asa—ito ay panatag na kasiguruhan.

Kahit hindi agad dumating ang sagot, tayo'y nagpapahinga dahil inilagay na natin ito sa kamay ng makapangyarihan at mapagmahal na Diyos. Ang Kanyang kapangyarihan bilang Hari ay nangangahulugang Siya ang may kontrol sa tamang panahon, sa paraan, at sa magiging resulta

Pagkatapos manalangin, huminto ka sa pag-aalala—magsimulang magpahinga. Ang pananampalataya ay hindi laging may instant na sagot—ngunit may matatag na pagtitiwala. Minsan, ang pinakadakilang pananampalataya ay hindi nasusukat sa lakas ng panalangin—kundi sa kapayapaan ng paghihintay.

Mapagpakumbabang Tugon ni David sa Pangako ng Diyos (2 Samuel 7:18–29)

Matapos bigyan ng Diyos si David ng pangakong tatatag ang kanyang trono magpakailanman, hindi siya humiling ng higit pa. Nanalangin siya nang may pagpapakumbaba at pananampalataya. Hindi niya pinilit ang Diyos—pinuri niya ang ginawa ng Diyos at sumunod sa plano nito.

Sabi ni David: *"Sino po ba ako, Panginoong Diyos, at ano ang aking angkan upang ako'y dalhin ninyo sa ganitong kalagayan?"* (talata 18)

Nagtiwala siya sa kalooban ng Diyos. Hindi niya sinubukang baguhin ito. Siya'y nagpahinga sa katapatan ng Diyos.

Pangwakas:

Ang pananalangin ayon sa kalooban ng Diyos ay hindi paghahanap ng formula—ito ay pagbuo ng relasyon. Ito ay pagkilala sa Diyos, pagtitiwala sa Kanyang plano, pag-aangkop ng puso sa Kanya, at pagpahinga sa Kanyang kapangyarihan.

Ang mga panalangin mo ba ay naaayon sa Salita ng Diyos o sa sariling kagustuhan?

Ikaw ba'y nanalangin nang may kumpiyansa o nagsusumikap nang walang pagsuko?

Maging uri tayo ng mga taong nanalangin nang may tapang, nagtitiwala nang may kapayapaan, at namumuhay na nakaayon sa kalooban ng Diyos. Nawa'y sumabay ang ating puso sa panalangin ni Jesus: *"Hindi ang aking kalooban, kundi ang sa Iyo ang mangyari."*

5: Panalangin ng Pamamagitan (Intercessory Prayer)

Susing Talata: 1 Timoteo 2:1–2 *Una sa lahat, inaanyayahan ko ang bawat isa na manalangin, dumalangin, manikluhod at magpasalamat sa Diyos para sa lahat ng tao.,[2]Idalangin ninyo ang mga hari at ang lahat ng may kapangyarihan, upang tayo'y makapamuhay nang tahimik at panatag, may lubos na debosyon sa Diyos at marangal sa lahat ng paraan.*

Panimula:

Ang panalangin ay hindi lamang para sa sariling pangangailangan—ito rin ay tungkol sa pagtataas ng iba sa trono ng biyaya. Hinimok ni Pablo si Timoteo at ang iglesya na bigyang-pansin ang panalangin ng pamamagitan—panalangin para sa kapakanan ng iba. Ito'y salamin ng puso ni Cristo, ang ating walang hanggang Tagapamagitan.

Sa mensaheng ito, susuriin natin ang apat na dimensyon ng panalangin ng pamamagitan:

---

1. Manalangin para sa Lahat

Nagsisimula ang pamamagitan sa puso na bukas sa lahat. Sinabi ni Pablo: *"Ipanalangin ninyo ang lahat ng tao..."* Kasama rito ang ligtas at hindi ligtas, matuwid at makasalanan, malapit at malayo. Tinatawag tayong manalangin lampas sa sarili nating mundo. Hinuhubog tayo ng pamamagitan mula sa makasariling panalangin patungo sa sakripisyong pagmamahal.

Nanalangin ka na ba para sa taong hindi mo kilala? Isang kapitbahay, estranghero, o tao sa ibang bansa? Maaaring ilagay ng Espiritu Santo sa iyong puso ang isang tao upang panalanginan—isang panalanging maaaring magbago ng buhay.

Mula sa pangkalahatan, naging tiyak si Pablo sa isang grupo na madalas nating kaligtaan...

---

2. Panalangin para sa mga Namumuno

"Para sa mga hari at lahat ng may kapangyarihan..." (talata 2)

Iniutusan tayong ipanalangin ang mga nasa kapangyarihan. Isinulat ito ni Pablo habang ang Roma ay pinamumunuan ng masasamang lider—pero hinikayat pa rin niya ang iglesya na manalangin. Maaaring hindi tayo laging sumasang-ayon sa ating mga pinuno, ngunit tinatawag pa rin tayong manalangin para sa kanila.

Bakit? Upang tayo'y mamuhay nang mapayapa, may kabanalan at karangalan.

Ano ang maaaring mangyari kung ang bawat Kristiyano ay manalangin araw-araw para sa mga pambansa, lokal, at espirituwal na lider—na hingin sa Diyos na bigyan sila ng karunungan, integridad, at katuwiran. Ang panalangin ng pamamagitan ay nagbubukas ng pinto para sa pagkilos ng Diyos sa isang bansa.

Ngayon, alamin natin kung ano talaga ang anyo ng panalangin ng pamamagitan...

---

3. Tumayo sa Gitna

Ang pamamagitan ay pagtayo sa lugar ng iba sa panalangin.

Si Abraham ay nanalangin para sa Sodom (Genesis 18:22–33). Nakipag-usap siya sa Diyos hindi para sa sarili—kundi para sa isang makasalanang lungsod. Nakipagkasundo siya sa Diyos—hindi para sa sarili niya, kundi para sa iba. Handa siyang tumayong tagapamagitan sa pagitan ng hatol at biyaya.

Sino ang inaanyayahan ng Diyos na iyong ipanalangin? Isang naliligaw na kamag-anak? Anak na suwail? Bansa sa kaguluhan? Kapag ika'y namamagitan, sinasabi mo: *"Diyos ko, alalahanin mo sila. Maawa Ka. Ipamalas Mo ang biyaya. Iantala Mo ang hatol."*

Sa huli, ang panalanging namamagitan ay hindi lamang isang bagay na ating ginagawa—ito ay isang salamin ng mismong puso ni Jesus.

---

4. Pagninilay ng Puso ni Cristo

Si Jesus mismo ang dakilang Tagapamagitan.

Hebreo 7:25: *"Siya'y laging nabubuhay upang mamagitan para sa atin."*

Kapag tayo'y namamagitan sa panalangin, ginagaya natin si Cristo—na nanalangin para kay Pedro (Lucas 22:31-32), para sa mga pumatay sa Kanya (Lucas 23:34), at para sa lahat ng mananampalataya (Juan 17). Ang tunay na pamamagitan ay mula sa puso ng habag, hindi paghatol. Ibinababa nito ang awa ng langit upang tugunan ang pangangailangan ng lupa.

Ang iyong buhay panalangin ba ay salamin ng puso ni Jesus? Handa ka bang pasanin ang pasanin ng iba sa panalangin, gaya ng pagpasan Niya sa iyo?

Pangwakas:

Ang panalangin ng pamamagitan ay panawagan sa espirituwal na pagkamahinog. Hindi ito palaging kapansin-pansin —

madalas ito'y tahimik, lihim—ngunit makapangyarihan. Kapag ipinapanalangin natin ang iba—lalo na ang mga lider at maging ang mga kumokontra sa atin—tayo'y lumalakad sa yapak ni Abraham, at higit sa lahat, ni Cristo.

Sa linggong ito, gumawa ng listahan ng limang tao o grupo na ipapanalangin mo araw-araw. Isama ang isang taong may awtoridad, isang may pangangailangan, at isang taong nakasakit sa iyo. Hilingin sa Diyos na palambutin ang iyong puso at patulin ang iyong panalangin. Maging tagatayo sa agwat, tagapagdikit ng tulay, at larawan ni Cristo.

6: Pananalangin sa Espiritu

Susing Talata: *Efeso 6:18 "Manalangin kayo sa lahat ng pagkakataon, sa patnubay ng Espiritu. Laging maging handa at patuloy na manalangin para sa lahat ng mga hinirang ng Diyos"*

Panimula:

Ang panalangin ay hindi lamang tungkol sa ating sinasabi, kundi kung paano at kanino tayo nakikipag-ugnayan.

Sa Efeso 6:18, isinulat ni Pablo: *"Manalangin kayo sa Espiritu sa lahat ng pagkakataon, sa lahat ng uri ng panalangin at kahilingan. Sa ganitong layunin, maging mapagmatyag kayo at patuloy na manalangin para sa lahat ng mga hinirang ng Panginoon."*

Ang talatang ito ay kasunod ng katuruan tungkol sa baluti ng Diyos—ipinapaalala sa atin na ang panalangin ay hindi isang mahina o banayad na pangwakas, kundi isang makapangyarihang sandata. Sinasabi ni Pablo na tayo'y manalangin sa Espiritu—at iyan ang ating susuriin ngayon.

Tuklasin natin ang apat na mahahalagang katotohanan mula sa talatang ito.

---

1. Panalanging Pinangungunahan ng Espiritu

"Manalangin kayo sa Espiritu sa lahat ng panahon"

Ang tunay na panalangin ay nagmumula sa paggabay ng Banal na Espiritu, hindi sa galing ng tao. Ang "manalangin sa Espiritu" ay ang pagpayag na ang Banal na Espiritu ang gumabay, magbigay-inspirasyon, at magbigay-lakas sa iyong buhay panalangin. Kasama rito ang pananalangin ayon sa kalooban ng Diyos (Roma 8:26–27), at hindi lamang ayon sa pansariling kagustuhan. Nangangahulugan ito ng pagiging sensitive sa banal na paggabay—minsan ay bigla kang pangungunahan ng Espiritu na ipanalangin ang isang tao, o manalangin sa mas malalim at ganap na pagsuko. Hindi ito basta emosyonal o mistikal—ito ay sinadyang pagdepende sa tulong ng Espiritu.

Hilingin sa Espiritu Santo na gabayan ang iyong panalangin tuwing umaga. Isuko ang iyong isipan at bibig sa Kanyang pamumuno. Kapag hindi mo alam ang ipapanalangin, hayaan mong manalangin ang Espiritu sa loob mo. (Roma 8:26)

At habang tayo'y nananalangin sa Espiritu, ipinaaalala sa atin ni Pablo na manatiling gising sa espirituwal na kamalayan...

---

2. Maging Alerto at Matiyaga

"Laging maging handa at patuloy na manalangin para sa lahat ng mga hinirang ng Diyos"

Ang panalanging pinangungunahan ng Espiritu ay mapagmatyag at hindi sumusuko. Ang pagiging "mapagmatyag" ay nangangahulugang pagiging espirituwal na gising—may pagkilala sa mga panahon at kamalayan sa mga pag-atake ng kaaway. Sinabi ni Jesus sa Kaniyang mga alagad sa Halamanan ng Getsemani, "*Magbantay kayo at manalangin upang hindi kayo madaig ng tukso.*" (Mateo 26:41) Ang "*laging manalangin*" ay tumutukoy sa espirituwal na pagtitiyaga—hindi sumusuko kapag may panalanging tila walang kasagutan, kundi patuloy na nananalangin nang may pagtitiyaga.

Ang iyong panalangin ba ay gising o natutulog? Maging mapagmatyag para sa iyong pamilya, ministeryo, at puso. Huwag huminto kapag mahirap—magpatuloy sa pananalangin.

Ngunit bakit dapat maging masigasig? Sapagkat ang panalangin ay bahagi ng ating espirituwal na pakikipaglaban.

---

3. Panalangin at Espirituwal na Digmaan

Efeso 6:10–18 – Ang Baluti ng Diyos

Ang panalangin ay estratehiya sa espirituwal na labanan. Pagkatapos isuot ang buong baluti, sinabi ni Pablo na manalangin. Bakit? Sapagkat ang baluti ay hindi lang para sa depensa—ito'y naghahanda sa iyo para sa epektibong espirituwal na opensiba. Nais ng kaaway na putulin ang iyong ugnayan sa Diyos—ngunit pinananatili kang konektado at nababalutan ng panalangin. Sa digmaan, mahalaga ang komunikasyon sa punong-himpilan. Sa panalangin tayo tumatanggap ng mga utos mula sa langit at banal na lakas-panulungan.

Huwag lumaban ng laban sa laman—ilaban ito sa panalangin. Kapag umatake ang kaaway, huwag mataranta—manalangin sa Espiritu at manindigan.

Tulad ng patuloy na insenso sa tabernakulo (Exodo 30:7–8), ang ating panalangin ay umaakyat sa Diyos araw at gabi bilang kaaya-ayang handog.

At ang labang ito ay hindi lamang pansarili. Tayo ay tinawag upang manalangin para sa iba—lampas sa ating sarili...

---

4. Panalangin para sa Katawan ni Cristo

"...para sa lahat ng mga hinirang ng Panginoon."

Ang pananalangin sa Espiritu ay hindi makasarili—ito ay mapagpagkalingang panalangin para sa iba. Hinihimok tayo ni Pablo na itaas sa panalangin ang ating kapwa mananampalataya—lalo na yaong mga inuusig, nasa pamumuno, o dumaraan sa matitinding pagsubok. Ang mga mananampalatayang pinangungunahan ng Espiritu ay nagpapasan ng pasanin ng iba, hindi lamang ng sa sarili. Ang unang iglesya ay patuloy na nanalangin para sa isa't isa (Gawa 12:5; Colosas 1:9).

Gawin mong ugali ang ipanalangin ang iyong pamilya sa pananampalataya, mga lider, at mga manggagawa ng ebanghelyo. Hilingin sa Espiritu na maglagak sya ng mga tao na iyong idadalangin.

Pangwakas:

Ipininta ni Pablo ang larawan ng isang mandirigmang panalangin—hindi isang tahimik na relihiyoso, kundi isang taong ginagabayan ng Espiritu, matiyaga, at may malasakit sa iba.

Huwag tayong maging tahimik at tulog na iglesia. Maging isang iglesiang puspos ng Espiritu, gising, at nananalangin.

Sa linggong ito, maglaan ng oras araw-araw upang manalangin sa Espiritu. Hilingin sa Diyos na gisingin ang iyong pagka-alerto, tiyaga, at malasakit. Hayaan mong ang iyong panalangin ay umakyat na parang insenso—tuloy-tuloy, banal, at makapangyarihan.

7: Pasasalamat sa Panalangin

Susing Talata: *Filipos 4:6–7 "Huwag kayong mag-alala tungkol sa anuman, kundi sa bawat sitwasyon, sa pamamagitan ng panalangin at paghiling, na may pasasalamat, iharap ang inyong mga kahilingan sa Diyos. At ang kapayapaan ng Diyos, na higit pa sa lahat ng kaalaman, ay mag-iingat sa inyong mga puso at isipan kay Cristo Jesus."*

Panimula:

Sa isang mundo na puno ng pagkabahala at kawalan ng katiyakan, nagbibigay si Apostol Pablo ng divine prescription: manalangin ng may pasasalamat. Mapansin na hindi sinabi ni Pablo, *"Magdasal ka pagkatapos malutas ang iyong mga problema,"* kundi dalhin ang lahat sa Diyos sa bawat sitwasyon, at gawin ito ng may pusong puno ng pasasalamat.

Ang pasasalamat sa panalangin ay hindi lamang magandang asal—ito ay isang espirituwal na labanan, pagsamba, at isang sandata laban sa pag-aalala. Ngayon, ating susuriin ang kapangyarihan ng isang pasasalamat na buhay-pananalangin at kung paano ito nagdadala ng kapayapaan ng Diyos.

---

1. Manalangin ng may Pasasalamat

"...sa panalangin at paghiling, na may pasasalamat..."

Ang pasasalamat ang nagbubukas ng kapayapaan ng langit. Hindi tayo sinasabihan ni Pablo na magdasal nang may desperasyon—sinasabi niyang manalangin ng may pasasalamat. Ang pasasalamat ang nagpapalakas sa ating panalangin at ginagawang makapangyarihan ang ating pakikipag-ugnayan sa Diyos. Ipinapakita nito na ang ating tiwala ay hindi lamang sa hinihingi natin, kundi sa kung sino tayo humihingi.

Bago pa man dumating ang sagot, nagpasalamat na tayo dahil alam natin na Siya'y mabuti, tapat, at gumagalaw para sa atin.

Parang isang anak na nagpapasalamat sa kanilang magulang bago pa matanggap ang hinihiling. Ang ating pasasalamat ay nagsasabi: *"Alam ko na kaya mo ito, Panginoon."*

Simulan ang bawat panalangin hindi sa iyong mga problema, kundi sa iyong papuri. Magpasalamat sa Diyos para sa kung sino Siya, hindi lang sa kung ano ang ibinibigay Niya.

---

2. Pag-aalala ay Napapalitan ng Kapayapaan

"Huwag kayong mag-alala tungkol sa anuman... at ang kapayapaan ng Diyos... ay mag-iingat sa inyong mga puso at isipan..."

Hindi maaaring magkasama ang pag-aalala at kapayapaan sa isang puso. Kapag nanalangin tayo ng may pasasalamat, nagkakaroon tayo ng palitan—ang ating pag-aalala ay napapalitan ng kapayapaan ng Diyos. Hindi lamang sinabi ni Pablo na "huwag mag-alala"—sinasabi niyang kung paano tayo titigil sa pag-aalala: manalangin ng may pasasalamat.

Ang kapayapaan ng Diyos ay hindi ang pagkawala ng problema, kundi ang presensya ni Cristo sa gitna ng problema. Nagbabantay ang kapayapaan ng Diyos sa ating mga puso at isipan, tulad ng isang sundalo, na pinoprotektahan tayo mula sa pagnanasa ng takot.

Sa tuwing ikaw ay nag-aalala, pumili na magdasal kaysa mag-panic. Huwag paulit-ulit na isaisip ang iyong mga alalahanin—ipasa ito kay Diyos ng may pasasalamat.

3. Pasasalamat ay Nagbubukas ng Kagalakan

Ang pasasalamat ay nagbabago sa atmospera ng iyong puso. Kapag nagpapasalamat tayo, nagsisimula nating makita ang kamay ng Diyos sa lahat ng bagay, kahit sa mga pagsubok. At ang perspektibong ito ay nagbubunga ng kagalakan—isang kagalakan na hindi batay sa mga kalagayan, kundi sa presensya ng Diyos.

Ang pasasalamat ay nagbubukas ng pinto sa kagalakan, dahil tinatanggal nito ang ating pagtingin sa kakulangan at pinapalakas ang ating pagpapahalaga sa kung anong meron tayo—lalo na sa kung ano ang meron tayo kay Cristo.

Magtago ng "journal ng pasasalamat" at balikan ito kapag ang buhay ay mahirap. Ipagdiwang ang maliliit na tagumpay at magpasalamat sa mga sumagot na panalangin, gaano man ito kaliit. Kapag ang pasasalamat ay naging iyong pamumuhay, ang kagalakan ay nagiging iyong lakas (Nehemias 8:10).

---

4. Ang Pusong Puno ng Pasasalamat ay Kalugod-lugod sa Diyos

Hindi ang magarbong panalangin ang nagpapalugod sa Diyos, kundi ang pusong puno ng pasasalamat. Sa Lucas 17, pinagaling ni Jesus ang sampung ketongin, ngunit isa lamang ang bumalik upang magpasalamat—at ang isang iyon ay hindi lang gumaling, kundi buo ang kalusugan.

Ang pasasalamat ay nagbibigay galang sa Diyos. Ipinapakita nito na ang bawat mabuti at perpektong kaloob ay mula sa Kanya. Ang pusong puno ng pasasalamat ay pusong nagbibigay luwalhati sa Nagbigay, hindi lamang sa kaloob.

Gawing ugali ang pagpapasalamat, hindi lamang reaksyon sa mga pagpapala. Turuan ang iyong pamilya na manalangin hindi lamang para sa pangangailangan, kundi para sa mga natanggap na.

Halimbawa sa Lumang Tipan: Si Jehosafat ay Nagpasalamat Bago ang Labanan

2 Cronica 20:21–22 Pagkatapos niyang kausapin ang mga tao, pumili siya ng mga mang-aawit upang umawit ng papuri kay Yahweh dahil sa kanyang kabanalan. Inilagay niya sila sa unahan ng hukbo upang umawit ng: "Purihin si Yahweh! Ang pag-ibig niya ay walang hanggan!" 22 Habang sila'y umaawit at nagpupuri, inilagay ni Yahweh ang mga taong lulusob sa Juda sa isang bitag. Sila'y natalo!

Hindi hinintay ni Jehoshaphat ang tagumpay bago magpasalamat—isinugo niya ang mga mang-aawit sa unahan ng mga mandirigma. Ang kanilang pagpupuri ay nauna sa labanan—at ang Diyos ay tumugon sa pamamagitan ng makapangyarihang pakikialam mula sa langit.

Ito ang kapangyarihan ng pasasalamat sa pasimula pa lamang. Ipinapahayag nito: "*Diyos, nagtitiwala ako sa Iyo kahit hindi ko pa nakikita ang tagumpay.*"

Kapag ikaw ay humarap sa iyong mga laban, magdasal muna at magpuri. Magpasalamat bago dumating ang sagot—at tingnan kung anong mangyayari sa espirituwal na kalagayan.

Pangwakas:

Ang pasasalamat sa panalangin ay hindi isang dagdag na bagay—ito ay isang susi ng tagumpay.

Kapag ikaw ay nananalangin nang may pasasalamat, ipinagpapalit ang iyong pag-aalala para sa kapayapaan, Hinahayaan ang pasasalamat ang magbukas ng kagalakan, at inaalagaan ang pusong kalugud-lugod sa Diyos --- Mararanasan mo ang isang makalangit na kapayapaan na magbabantay sa iyong puso at isipan.

Habang nagtatapos tayo, magmuni-muni: Ano ang mga bagay na ipinagpapasalamat mo ngayon? Ano ang mga bagay na hindi mo pa napasalamat sa Diyos? Handa ka bang magpasalamat bago matapos ang laban?

Itaas natin ang isang panalangin ng pasasalamat, kahit ngayon pa lamang—sapagkat naniniwala tayong tapat ang Diyos, at ang Kaniyang kapayapaan ang maghahari.

8: Pananalangin para sa Kapatawaran at Pagsisisi

Susing Talata: *1 Juan 1:9 "Kung ipinapahayag natin ang ating mga kasalanan, siya ay tapat at makatarungan at patatawarin niya tayo sa ating mga kasalanan at lilinisin tayo sa lahat ng kalikuan."*

Panimula:

Walang panalangin na mas makapangyarihan at personal kaysa sa panalangin ng pagsisisi. Sa 1 Juan 1:9, pinaaalalahanan tayo na ang pagpapahayag ng kasalanan ay hindi para makamit ang kapatawaran, kundi para tanggapin ito. Ang kapatawaran ay malayang ibinibigay ng Diyos, ngunit kailangan natin Siyang lapitan nang may pagpapakumbaba at katapatan.

Ang tunay na kapatawaran ay hindi awtomatiko—nagsisimula ito sa pusong handang magpahayag, magsisi, at magpanumbalik.

Narito ngayon tayo upang tuklasin ang kahulugan ng pananalangin para sa kapatawaran at maranasan ang tunay na espirituwal na paglilinis.

---

1. Pagpapahayag bilang Pagsang-ayon

Ang pagpapahayag ay pagsang-ayon sa Diyos tungkol sa ating kasalanan.

Ang salitang Griyego para sa *"ipinapahayag"* ay "homologeo"—ibig sabihin ay *"magsabi ng parehong bagay."* Hindi tayo gumagawa ng palusot—tinatanggap natin ang ating kasalanan ayon sa tingin ng Diyos. Hindi lang ito pag-amin—ito ay pag-aangkop ng puso. Inaamin natin na ang kasalanan ay kasalanan, at ito'y naghihiwalay sa atin sa Diyos.

Parang isang batang nakabasag ng gamit at nagtago. Tanging sa oras na sabihin niyang, *"Ako po ang nakabasag,"* doon magsisimula ang pagwawasto at paghilom.

Ang pagpapahayag ay hindi para ipaalam sa Diyos ang hindi Niya alam—ito ay para sa pagbabago ng ating puso. Alam na ng Diyos ang lahat. Naghihintay Siya na huminto tayo sa pagtakbo at magsimulang umamin. Kapag tayo'y nagpapahayag ng ating kasalanan, may isang magandang bagay na nangyayari—pinapatawad tayo ng Diyos.

---

2. Katapatan ng Diyos sa Pagpapatawad

Pinapatawad tayo ng Diyos hindi dahil mabuti tayo, kundi dahil Siya ay tapat.

Ayon sa 1 Juan 1:9, "Siya ay tapat at makatarungan." Tapat sa Kanyang pangako, at makatarungan sapagkat si Jesus ay nabayaran na ang kabayaran ng ating kasalanan. Ang kapatawaran ay hindi base sa bigat ng ating kasalanan, kundi sa kabutihan ng ating Diyos. Hindi Siya nagtatanim ng galit—nalulugod Siya sa pagbibigay ng awa. (Mikas 7:18)

Tulad ng ama sa kwento ng alibughang anak (Lucas 15), hindi siya nagdalawang-isip—tumakbo siyang sinalubong ang nagsisising anak.

Huwag hayaang pigilan ka ng "guilt" na lumapit sa Diyos. Ang katapatan ng Diyos ay mas malaki kaysa sa iyong pagkabigo. Layunin ng Diyos ay hindi parusahan ka, kundi linisin ka. At kapag ang kapatawaran ay nangyari na, nagsisimula ang pagpapanumbalik.

---

3. Ang Panunumbalik ay Bunga ng Pagsisisi

Ang tunay na pagsisisi ay nagdudulot ng panunumbalik ng relasyon.

Ang kasalanan ay sumisira ng pakikisama, ngunit ang pagsisisi ay nagpapabalik sa atin sa Diyos. Hindi lang tayo pinatatawad ng Diyos—ibinabalik Niya ang nawasak.

Ipinapakita ng Awit 51 ang daing ni David, hindi lamang para sa kapatawaran kundi para sa pagpapanumbalik: "Ibalik mo sa akin ang kagalakan ng iyong pagliligtas."

Si David, matapos ang kasalanan ng pangangalunya at pagpatay, ay lumapit sa Diyos nang buong pagsisisi. Nanangis siya: *"O Dios, likhain mo sa akin ang isang malinis na puso, at bigyan mo ako ng isang tapat na espiritu."* (Awit 51:10)

Ang pagsisisi ay hindi tungkol sa kahihiyan—ito ay pagbabalik sa Ama. Ang Diyos ay handang ibalik ang iyong kapayapaan, kagalakan, at ugnayan sa Kanya.

---

4. Ang Paghilom ay Nagmumula sa Pagpapakumbaba

Ang pagkabasag ng puso ay hindi kahinaan—ito ay daan patungo sa kagalingan.

"*Ang Diyos ay laban sa mapagmataas, ngunit nagbibigay ng biyaya sa mapagpakumbaba.*" (Santiago 4:6) Kapag inamin natin ang ating pangangailangan sa Kanya, nagdadala Siya ng panloob na kagalingan. Awit 51:17: *"Ang pusong wasak at nagsisisi ay hindi mo itatakwil, O Diyos."*

Tulad ng sugat na hindi gagaling kung ito'y itinago at hindi ginamot, ang ating espirituwal na sugat ay kailangang ilantad sa Diyos upang maghilom. Ang kayabangan ang pumipigil sa maraming tao na makaranas ng tunay na kapatawaran. Lumapit kang basag at bukas sa Diyos—at hayaang Siya ang magpagaling.

Pangwakas:

Ang kapatawaran ay isang panalangin lang ang layo. Ihayag ang iyong kasalanan—sumang-ayon sa Diyos. Magtiwala sa Kanyang katapatan upang patawarin. Tanggapin ang panunumbalik sa pamamagitan ng pagsisisi. At lumakad sa kagalingang dulot ng pagpapakumbaba.

May kasalanan ka bang kailangan mong ilapit sa Diyos ngayon? Dala mo ba ang guilt, kahihiyan, o lihim na kasalanan?

Ang paanyaya ay bukas. Ipahayag. Magsisi. Manumbalik.

Gaya ni David, maaari mo ring ipanalangin: *"Maawa ka sa akin, O Diyos, ayon sa iyong dakilang pag-ibig..."* (Awit 51:1)

9: Panalangin para sa Kagalingan

Susing Talata: *Santiago 5:14–16 "May sakit ba ang sinuman sa inyo? Ipapatawag niya ang matatandang pinuno ng iglesya upang ipanalangin siya at pahiran ng langis sa pangalan ng Panginoon. At ang panalanging may pananampalataya ay magpapagaling sa maysakit. Itatayo siya ng Panginoon. At kung siya'y nagkasala, patatawarin siya. Kaya't ipahayag ninyo ang inyong mga kasalanan sa isa't isa at ipanalangin ninyo ang isa't isa upang kayo'y gumaling."*

Panimula:

Tayo ay nabubuhay sa isang mundong puno ng sakit, pighati, at pagkawasak. Ngunit ipinaalala sa atin ni Santiago na ang iglesya ay hindi walang magagawa—dahil ang panalangin ay makapangyarihan. Sa mensaheng ito, pag-aaralan natin ang kahulugan ng panalangin para sa kagalingan—hindi lamang pisikal, kundi pati espirituwal at emosyonal. Ang panalangin para sa kagalingan ay hindi mahiwaga—ito ay makabiblikal, praktikal, at makapangyarihan.

Tingnan natin nang mabuti ang apat na bahagi na binigyang-diin ni Santiago para sa kagalingan:

---

1. Tumawag sa mga Matatanda ng Iglesya

Sabi ni Santiago: *"Ipatawag ang matatandang pinuno ng iglesya upang ipanalangin siya..."* Ang proseso ng kagalingan sa katawan ni Cristo ay nagsisimula sa pagpapakumbaba at komunidad. Kailangan ng may sakit na humiling ng tulong—kilalanin ang pangangailangan sa espirituwal na pag-aalaga.

Bakit matatanda (elders)?

Dahil sila ay mga espirituwal na tagapangalaga—tinawag, hinog sa pananampalataya, at tapat sa panalangin. Ang kagalingan ay hindi nilalayong isolo, kundi dapat kasangkot ang katawan ni Cristo.

Huwag tiisin ang sakit nang mag-isa. Humingi ng tulong. Ang pagtawag sa mga pinuno ng iglesya ay isang hakbang ng pananampalataya.

At kapag naroon na ang mga matanda ng iglesia, ano ang dapat nilang gawin?......

---

2. Pagpapahid at Panalangin ng Pananampalataya

Sabi ni Santiago: *"Pahiran ng langis sa pangalan ng Panginoon. At ang panalanging may pananampalataya ay magpapagaling..."*

Ang langis ay hindi mahiwaga—ito ay simbolo lamang: Nangangahulugang presensya ng Banal na Espiritu. Ipinapakita ang paghihiwalay para sa kagalingan ng Diyos. Ginagawa ito *"sa pangalan ng Panginoon"*—ibig sabihin, ayon sa Kanyang kapangyarihan.

Ngunit ang nagpapagaling ay ang pananampalataya, hindi ang langis. Ang "*panalangin ng pananampalataya*" ay tiwala sa kakayahan ng Diyos na magpagaling, at sa Kanyang kalooban at oras.

Maaaring ang kagalingan ay biglaan o unti-unti, pisikal o espirituwal. Tungkulin natin ang manalangin ng may pananampalataya—ang Diyos ang bahala sa sagot.

Ngunit hindi tumigil si Santiago sa pisikal na kagalingan. Kaniyang iniuugnay ang kagalingan sa kalagayan ng puso.......

3. Pagpapahayag ng Kasalanan ay Nagdadala ng Kagalingan

Sabi ni Santiago: *"Kung siya'y nagkasala, patatawarin siya. Kaya't ipahayag ninyo ang inyong mga kasalanan..."* May koneksyon ang kalusugang espirituwal at pisikal. Hindi lahat ng sakit ay bunga ng kasalanan, ngunit ang hindi ipinapahayag na kasalanan ay nakakapinsala (Awit 32:3–5).

Nagsisimula ang kagalingan kapag hinarap natin ang mga nakatagong bagay sa puso. Bakit makapangyarihan ang pagpapahayag? Binabasag nito ang kahihiyan. Ibinabalik ang relasyon. Binubuksan ang daan sa tunay na kagalingan.

Kanino ka kailangang magpahayag? Mayroon bang lihim na kasalanan na hadlang sa iyong kagalingan?

Kapag nagsanib ang pananampalataya at pagpapahayag, ang Diyos ang nagdudulot ng kabuuang kagalingan.....

4. Pagpanumbalik ng Espiritu at Katawan

Sabi ni Santiago: *"Ipanalangin ninyo ang isa't isa upang kayo'y gumaling."* Hindi lang ito tungkol sa pisikal na kagalingan—ito'y tungkol sa kabuuang panunumbalik.

Ang tunay na kagalingan ay sumasaklaw sa:

- Katawan – pisikal na karamdaman
- Kaluluwa – emosyonal at mental na kalagayan
- Espiritu – kapatawaran at kalinisan

Layunin ng Diyos na ang Kanyang mga anak ay buo, hindi lang walang sakit.

Ang kagalingan ay hindi lang para sa pagbangon—ito ay para sa layunin. Kapag ikaw ay pinagaling ng Diyos, inihahanda ka Niyang maglingkod sa iba.

Ang Kagalingan ni Hezekias (2 Hari 20:1–6)

Nang sabihin ni propetang Isaias kay Haring Hezekias na siya'y mamamatay na, tumalikod siya at nanalangin nang taimtim. Umiyak siya sa presensya ng Diyos at inalala ang kanyang katapatan. Tumugon ang Diyos—hindi lamang ng kagalingan, kundi ng dagdag na 15 taon ng buhay.

Ipinapakita nito:

- Dinirinig ng Diyos ang taimtim at totoo nating mga panalangin.
- Ang kagalingan ay bunga ng relasyon sa Diyos, hindi relihiyosong ritwal.

Pangwakas:

Ang iglesya ay tinawag upang maging "tahanan ng kagalingan." Ang kagalingan ay hindi lang tungkol sa pagtanggal ng sakit—ito ay tungkol sa pagbabalik ng layunin. Maging ito'y biglaan o dahan-dahan, bahagya o ganap, tiyak ito: ang Diyos ay si Jehovah-Rapha—ang Panginoon na nagpapagaling.

May sakit ka ba? Tumawag sa mga lider ng iglesya.

May kasalanan o kahihiyan ka bang dinadala? Ipahayag at lumaya.

Ikaw ba'y pagod at nanghihina? Hayaan mong ang panalangin ng pananampalataya ang magpanumbalik sa iyo.

Maniwala tayong sama-sama: *"Ang panalangin ng taong matuwid ay makapangyarihan at mabisa."* *(Santiago 5:16b)*

10: Panalangin para sa Pagkakaisa

Susing Talata: *Juan 17:20–23 [20] "Hindi lamang sila ang ipinapanalangin ko, kundi pati ang mga maniniwala sa akin sa pamamagitan ng kanilang salita. [21] Nawa'y silang lahat ay maging isa. Kung paanong ikaw, Ama, ay nasa akin at ako'y nasa iyo, nawa'y sila man ay sumaatin upang ang sanlibutan ay maniwalang ikaw ang nagsugo sa akin. [22] Ibinigay ko na sa kanila ang karangalan na ibinigay mo sa akin, upang sila'y ganap na maging isa, gaya natin na iisa. [23] Ako'y nasa kanila at ikaw ay nasa akin upang lubos silang maging isa. Sa gayon, makikilala ng sanlibutan na ikaw ang nagsugo sa akin at sila'y minahal mo gaya ng pag-ibig mo sa akin."*

Panimula:

Bago ang krus, nanalangin si Jesus—hindi lamang para sa Kanyang mga alagad, kundi para sa lahat ng maniniwala sa Kanya—kabilang tayo. At ano ang Kanyang ipinanalangin? Hindi himala, hindi tagumpay, kundi pagkakaisa. Bakit? Dahil ang pagkakaisa ay hindi opsyon sa iglesya—ito ay mahalaga sa ating misyon. Ipinapakita nito ang puso ng Diyos at nagbibigay ng lakas sa ating patotoo sa sanlibutan.

---

1. Panalangin ni Jesus para sa Pagkakaisa (Juan 17:20–21)

"Hindi lamang sila ang ipinapanalangin ko, kundi pati ang mga maniniwala sa akin sa pamamagitan ng kanilang salita. [21] Nawa'y silang lahat ay maging isa

Ito ang pinakamahabang panalangin ni Jesus na nakatala sa Biblia—kilala bilang *High Priestly Prayer*. Ipinapakita nito na ang pagkakaisa ay laman ng Kanyang puso—hindi lamang para sa orihinal na mga disipulo, kundi para sa lahat ng mananampalataya. Ipinapakita ng panalanging ito na ang pagkakaisa ay hindi simpleng hangarin lamang—ito ay pasan ng puso ni Jesus.

Pansinin ang katagang: “Upang sila'y maging isa.” Iyan ang pangunahing daing. Hindi humihingi si Jesus ng pagkakapare-pareho—kundi ng pagkakaisa ng puso, espiritu, at layunin.

Prayoridad ba ang pagkakaisa sa iyong pamilya, iglesya, at panalangin? Ang pagkakaisa ay dapat magpasimula sa atin sapagkat dinalangin na ito ni Jesus .

Ngunit bakit napakahalaga ng pagkakaisa para kay Jesus? Sapagkat ito’y repleksyon ng isang mas dakilang bagay...

---

2. Pagkakaisa ay Pagsasalamin ng Presensya ng Diyos

"Kung paanong ikaw ay nasa akin at ako’y nasa iyo..." (talata 21)

Iniuugnay ni Jesus ang pagkakaisa ng mga Kristiyano sa relasyon ng Ama, Anak, at Espiritu Santo—tatlong Persona, iisang Diyos.nAng Ama, Anak, at Espiritu Santo ay tatlong natatanging pagpapakilala, subalit ganap na nagkakaisa. Ganito rin dapat ang pagkakaisa sa iglesya: hindi sapilitan, kundi bukal sa Espiritu.

Pagmasdan ang Isang orchestra—iba’t ibang instrumento, iba’t ibang tono, ngunit nagkakaisa sa iisang tugtugin sa ilalim ng iisang konduktor.

Ang ating mga relasyon ba ay nagpapakita ng pag-ibig at pagkakaisa ng Diyos? Hayaan mong ang Ama, ang Anak, at ang Espiritu Santo ang maging huwaran mo sa pakikipag-isa—natatangi, ngunit nagkakaisa sa pag-ibig at layunin.

At kapag ang Iglesia ay lumalakad sa ganitong uri ng pagkakaisa, may makapangyarihang nangyayari...

---

3. Ang Patotoo ng Iglesya ay Pinalalakas ng Pagkakaisa (John 17:23)

"Sa gayo'y makikilala ng sanlibutan na ikaw ang nagsugo sa akin..."

Ang pagkakaisa ay hindi lang panloob—ito ay ebanghelikal. Kapag tayo'y nagkakawatak-watak, nasisira ang imahe ni Cristo sa mata ng mundo. Ngunit kapag tayo'y nagkakaisa, nakikita ng mundo ang pagmamahal ng Diyos.

Sabi ni Jesus: "*Sa gayon, makikilala ng sanlibutan...*" — Ang pagkakaisa ang nagpapatotoo sa ating patotoo.

Ang nahating iglesia ay nagtutulak palayo sa mga naliligaw; ang nagkakaisang iglesia ay humihila sa kanila patungo sa krus. Sa aklat ng Mga Gawa 2, ang unang iglesya ay "iisa ang puso at kaluluwa"—kaya naman idinagdag ng Panginoon ang mga naliligtas araw-araw.

Ang asal mo ba ay nakatutulong o nakasisira sa patotoo ng iglesya? Maging kasangkapan ng pagkakaisa kay Jesu Cristo upang makita ng sanlibutan ang Panginoong Jesus sa pamamagitan natin.

Paano natin mapananatili ang pagkakaisang ito?

Sa pamamagitan ng isang pamumuhay na may pag-ibig at pagpapakumbaba...

---

4. Pamumuhay sa Pag-ibig at Pagpapakumbaba

"Ako sa kanila at ikaw sa akin—upang sila'y maging ganap na isa..." (talata 23)

Ang pagkakaisa ay hindi awtomatiko—ito ay isinasabuhay araw-araw. Kailangan ito ng pag-ibig na nagpapatawad at pagpapakumbabang naglalagay sa kapakanan ng iba.

Sabi ni Pablo: *"Pagkaisang-loob ninyong panatilihin ang pagkakaisang mula sa Espiritu."* (Efeso 4:3)

Hindi tayo ang lumilikha ng pagkakaisa—ang Espiritu ang gumagawa nito. Ngunit tungkulin nating ingatan ito sa pamamagitan ng pag-ibig, biyaya, at pagpapakumbaba.

Magpatawad agad. Magsalita nang may kabaitan. Maglingkod nang may kagalakan. Isuko ang personal na hangarin alang-alang sa layunin ng kaharian. Ang pagkakaisa ay hindi lang tungkol sa pagkakasundo—ito'y tungkol sa ugali. Piliin ang pag-ibig kahit hindi kayo magkaintindihan. Piliin ang kapayapaan kaysa sa pagmamataas.

Pagkakaisa sa Pagtatayo ng Tabernakulo (Exodo 35–36)

Sa pagtatayo ng tabernakulo, lahat ng Israelita ay nag-ambag. May nagbigay ng ginto, tela, kahoy, o kakayahan sa pananahi o paggawa. Walang gawaing maliit, walang handog na walang saysay. Ang tabernakulo—tirahan ng Diyos—ay naitayo dahil sa pagkakaisa.

Ngayon, tayo ang templo ng Banal na Espiritu. Kung nais nating manahan ang presensya ng Diyos, dapat tayong magkaisa sa puso, isipan, at layunin.

Pangwakas:

Ang panalangin ni Jesus ay hindi tungkol sa kaginhawaan, kundi sa pagkakaisa. Ang pagkakaisa ay nagpapahayag ng Diyos, nagpapalakas ng patotoo ng Iglesya, at nagdadala ng presensya Niya sa ating kalagitnaan. Ito'y panalangin ni Jesus—handa ka bang maging kasagutan dito?

Hayaang siyasatin ng Diyos ang iyong puso—mayroon bang hindi pa naaayos na alitan?

Magpasiya ngayon na maging tagapamayapa, hindi tagapaghati. Manalangin hindi lamang para sa iyong sariling pangangailangan, kundi para sa pagkakaisa ng katawan ni Cristo.

11: Panalangin para sa Lakas sa Gitna ng Pagsubok

Susing Talata: *Lucas 22:41–44 "Lumayo siya sa kanila nang may kaunting distansya, mga kasinlaki ng paghagis ng bato. Siya'y lumuhod at nanalangin: 'Ama, kung kalooban mo, ilayo mo sa akin ang kopang ito. Subalit huwag ang aking kalooban, kundi ang sa iyo ang masunod.' Nagpakita sa kanya ang isang anghel mula sa langit at siya'y pinalakas. Dahil sa matinding paghihirap, lalo siyang nanalangin at ang kanyang pawis ay tulad ng malalaking patak ng dugo na tumutulo sa lupa."*

Panimula:

May mga sandali sa ating buhay na para tayong nasa ating sariling Gethsemani—isang lugar ng matinding pasakit at pagdedesisyon. Sa Lucas 22:41–44, matatagpuan natin si Jesus sa Kanyang pinaka-taong sandali: nabibigatan, wasak, ngunit patuloy na nananalangin.

Ano ang ating gagawin kapag tayo'y nahaharap sa sarili nating Gethsemani? Kapag ang buhay ay tila dumidiin at ang ating kaluluwa ay labis na nabibigatan? Ang talatang ito ay nagbibigay sa atin ng makapangyarihang huwaran kung paano manalangin at paano magpatuloy sa kabila ng lahat.

---

1. **Panalangin sa mga Sandaling Gethsemani**
   "Lumayo siya... lumuhod at nanalangin." (talata 41)

   Ang Gethsemani ay hindi lugar ng himala, kundi lugar ng pakikipagbuno sa panalangin. Lumayo si Jesus kahit may mga kaibigan sa paligid—mas kailangan Niya ang pakikipag-isa sa Ama. May mga bagay na hindi kayang unawain ng iba—panalangin lang ang makakapagtaguyod sa iyo.

Huwag kang lumayo sa Diyos—lumapit ka sa Kanya. Ihiwalay ang sarili para manalangin. Sa Gethsemani, nagiging totoo ang pananampalataya.

At ano ang ipinanalangin ni Jesus sa oras ng kadiliman?

Siya'y nanalangin nang may katapatan at pagpapasakop.....

---

2. Matapat at Pagsukong Panalangin

"Ama, kung kalooban mo, ilayo mo sa akin ang kopang ito. Subalit huwag ang aking kalooban..." (talata 42)

Hindi nagkunwari si Jesus na ayos lang ang lahat—ibinuhos Niya ang Kanyang puso. Ngunit kahit sa Kanyang kahilingan, isinuko Niya ang Kanyang sarili: *“Hindi ang aking kalooban...”*

Ito ang pinakamatapang na panalangin: isang pusong nakaluhod sa harapan ng Diyos.

Maging tapat sa iyong panalangin. Kaya ng Diyos ang iyong sakit, takot, at tanong. Ngunit laging tapusin ang panalangin mo sa: “*Ngunit ang kalooban Mo ang masunod*.” Ang pagsuko ay hindi kawalan ng pag-asa—ito ay pagtitiwala sa mas mataas na plano.

At ano ang nangyayari kapag tayo'y nagpapasakop sa panalangin?

Ang langit ay tumutugon."

---

3. Lakas mula sa Diyos sa Sandali ng Kahinaan

"Nagpakita ang isang anghel mula sa langit at siya'y pinalakas." (talata 43)

Hindi inalis ng Diyos ang kopang pasakit—ngunit binigyan Niya ng lakas upang harapin ito. Si Jesus ay patuloy na pupunta sa krus—ngunit ngayon ay may lakas mula sa langit.

Kapag tayo'y nananalangin sa kahinaan, ipinapadala ng Diyos ang Kanyang kalakasan.

Maaaring hindi mawala agad ang problema, ngunit makakayanan mong daanan ito. Hindi ka kailanman nag-iisa sa iyong Gethsemani—nakikita ito ng langit, at nagpapadala ng tulong.

At ngayon ay dumako tayo sa isa sa mga pinakaemosyonal na bahagi ng talata..."

---

4. Tumutugon ang Langit sa Paghihirap

"Dahil sa matinding paghihirap, lalo siyang nanalangin at ang kanyang pawis ay tulad ng malalaking patak ng dugo..." (talata 44)

Ang matinding hirap ni Cristo ay umabot sa kondisyon ng *hematidrosis*—pagpapawis ng dugo. Ngunit kahit ganito ang hirap, lalo pa Siyang nanalangin.

Ang paghihirap ay hindi panahon para tumigil sa panalangin, kundi panahon para lalong manalangin. Kapag dumami ang luha, dagdagan mo ang panalangin. Huwag hayaan ang sakit na dalhin ka sa pagkalugmok—dalhin ka nito sa harapan ng Diyos. Maaaring hindi agad mawala ang sakit, ngunit ang presensya ng Diyos ay sasaiyo.

Pagsamba ni Job sa Gitna ng Pighati

"Tumindig si Job, pinunit ang damit, ahit ang ulo, at lumuhod upang sumamba..." (Job 1:20–22)

Tulad ni Jesus sa Gethsemani, nawala rin kay Job ang lahat. Ngunit ang naging tugon niya ay pagsamba, hindi pagkamuhi.

Si Job at si Jesus ay nagtuturo sa atin: ang tunay na pananampalataya ay hindi nasusukat sa kasaganaan, kundi sa panahon ng pagdurusa.

Pangwakas:

Ang Gethsemani ay lugar ng tagumpay, hindi sa pamamagitan ng espada, kundi sa pamamagitan ng pagsuko.

Ipinakita ni Jesus kung paano:

- Lumapit nang mag-isa sa Ama.
- Manalangin nang tapat at mapagpakumbaba.
- Isuko ang sariling kalooban.
- Tanggapin ang kalakasan mula sa langit.

Kaya kapag ang buhay ay dumidiin nang matindi, kapag ang luha ay umaagos na parang dugo, kapag dama mo ang pagdurog na tulad sa pisaan ng olibo—tandaan mo, hindi ka pinabayaan."

Ikaw ba ay nasa isang Gethsemani ngayon?

Handa ka bang manalangin tulad ni Jesus—totoo, taimtim, at buo ang pagsuko?

Nakikita ng langit ang iyong luha, at nakaabang ang lakas ng Diyos. Lumapit tayo sa dambana—hindi upang takasan ang kopang pasakit, kundi upang tumanggap ng tapang upang ito'y harapin. Sundan natin si Jesus—hindi lang sa tagumpay, kundi sa ganap na pagsuko.

12: Sama-samang Pananalangin

Susing Talata: *Gawa 1:14 – "Lagi silang nagkakaisa sa pananalangin, kasama ang mga babae at si Maria na ina ni Jesus, gayundin ang mga kapatid Niya."*

Gawa 2:42 "At patuloy silang nanatili sa turo ng mga apostol, sa pagsasamahan, sa pagpuputul-putol ng tinapay, at sa pananalangin."

Panimula:

Bago pa man isinilang ang iglesya, ang mga mananampalataya ay nagtipon at nanalangin nang sama-sama. Bago dumating ang Pentecostes, unang dumating ang panalangin. Sa Gawa 1:14, makikita natin ang mga unang alagad na "nagkakaisa sa pananalangin."
At sa Gawa 2:42, *"At patuloy silang nanatili sa turo ng mga apostol, sa pagsasamahan, sa pagpuputul-putol ng tinapay, at sa pananalangin."*

Ang sama-samang pananalangin ay hindi opsyonal—ito ay mahalaga. Nagdudulot ito ng paggising, pagkakaisa, kalakasan, at direksyon.

Tayo'y tinatawag pabalik sa puso ng iglesyang nananalangin.

---

1. Ang Lakas ng Sama-sama

Gawa 1:14 – "Lagi silang nagkakaisa sa pananalangin..."

Pansinin ang salitang "nagkakaisa." May kapangyarihan sa pagkakaisa. Hindi naghiwa-hiwalay ang mga alagad para manalangin nang mag-isa—sila ay nagtipon. Habang hinihintay nila ang pangako ng Espiritu Santo, hindi sila walang ginagawa—sila'y aktibong nananalangin, may iisang puso at tinig.

Tingnan natin ang Isang posporo—madaling patayin. Ngunit tipunin ang marami at sindihan—magkakaroon ka ng apoy na tumatagal. Ganyan ang nangyayari kapag ang iglesya ay nananalangin nang sama-sama.

Ikaw ba ay committed sa sama-samang pananalangin?

Huwag maliitin ang kapangyarihang ibinubunga ng mga mananampalatayang nananalangin sa pagkakaisa. Ang pinagkaisang panalanging ito ay hahantong sa isang makapangyarihang pangyayari...

---

2. Ang Pagsisikap sa Panalangin ay Nagbubukas ng Paggising

Gawa 2:42 – "Nanatili sila... sa pananalangin."

Hindi sila pabaya sa panalangin. Sila'y masigasig, tapat, at disiplinado. Inihanda ng kanilang debosyon ang kalangitan para sa pagbuhos ng Espiritu. Sa Gawa 2:41, "mga tatlong libo ang nadagdag sa kanilang bilang sa araw na iyon." Ang panalangin ang nagbubungkal sa lupa; ang Diyos ang nagpapabuhos ng ulan ng "revival".

Sa 2 Cronica 20:1–4, hinarap ng Juda ang malaking hukbo—at nagtipon sila upang manalangin at mag-ayuno. Ang tugon ng Diyos? Tinalo Niya ang kalaban kahit walang tabak na inilabas!

Ang paggising ay hindi dumarating sa pamamagitan ng programa, kundi sa pamamagitan ng panalangin. Kung nais nating kumilos ang Diyos, kailangan muna nating kumilos sa pananalangin—nang sama-sama.

---

3. Ang Iglesyang Nananalangin ay Iglesyang May Kapangyarihan

Ang iglesyang nananalangin ay hindi mahina. Ito ay puwersa sa espiritu. Wala man silang gusali o budget, mayroon silang panalangin—at iyon ang kanilang lakas. May mga himala, katapangan, at mabilis na paglaganap ng ebanghelyo—dahil sila'y nanalangin.

Sa Gawa 12, si Pedro ay nakakulong, ngunit *"ang iglesya ay taimtim na nananalangin para sa kanya."* At anong nangyari? Nagpakita ang anghel at siya'y pinalaya!

Nais mo bang makakita ng kagalingan, kalayaan, at pagbabago ng buhay?

Magsimula sa panalangin. Ang kapangyarihan ng Diyos ay nananatili para sa iglesyang nananalangin.

Ngunit ang panalangin ay hindi lamang tungkol sa kapangyarihan—ito rin ay tungkol sa pagtitiyaga sa pagkakaisa.

---

4. Panatilihing Nagniningas ang Apoy ng Pagkakaisa

Ang pagkakaisa ay hindi kusang dumarating—ito ay binabantayan at pinapalakas. Sa paglawak ng iglesya, may mga hamon—pero patuloy silang nagtitipon sa panalangin. Ang panalangin ay nagpapalambot ng puso, nagpapababa ng sarili, at ibinabalik ang atensyon kay Cristo.

Ang panalangin ay hindi lang pakikipag-usap sa Diyos—ito ay pagkakahanay sa isa't isa.

Dumalo sa prayer meeting ng inyong simbahan. Magsimula ng small group prayer. Magbuo ng prayer circle sa inyong ministry.

Habang tayo'y nananalangin nang magkakasama, lalo pang lumalakas ang apoy ng pagkakaisa.

Pangwakas:

Ang unang iglesya ay inikot ang buong mundo—at lahat ng iyon ay nagsimula sa panalangin. Sila ay nagkaisa. Sila ay naging tapat. Sila ay naging makapangyarihan. Pinanatili nila ang apoy ng pananalangin.

Huwag lang tayong magsalita tungkol sa panalangin—maging iglesyang nananalangin tayong muli.

Handa ka bang mag-commit sa sama-samang panalangin?

Maninindigan ka ba para sa pagkakaisa sa katawan ni Cristo?

Tutulong ka ba upang muling pag-alabin ang apoy ng panalangin at paggising sa iglesya?

Ipahayag natin ngayon: "*Panginoon, gawin Mo kaming tahanan ng panalangin!*"

13: Pananalangin na may Mapagpatawad na Puso

Susing Talata: *Marcos 11:25 – "Kapag kayo'y nananalangin, at may sama kayo ng loob sa sinuman, patawarin ninyo siya upang kayo'y patawarin din ng inyong Ama na nasa langit."*

Panimula:

Ang panalangin ay isang banal na koneksyon sa pagitan natin at ng Diyos—ngunit ito'y maaaring maantala. Isa sa mga pinakamalaking hadlang sa mabisang panalangin ay ang puso na hindi nagpapatawad. Alam ito ni Jesus, kaya't Kanyang iniuugnay ang pagpapatawad sa panalangin. Sa Marcos 11:25, malinaw ang Kanyang sinabi: *"Bago ka manalangin — magpatawad ka muna."*

Ngayong araw, tatalakayin natin ang apat na pangunahing prinsipyo upang makapanalangin tayo nang may pusong bukas at magaan sa harap ng Diyos.

---

1. Pagpapatawad Bago ang Petisyon

Hindi ka makakausad sa panalangin kung may kinikimkim ka laban sa kapwa.

Sinabi ni Jesus, *"Kapag kayo'y nananalangin..."*—ipinapakita nitong ang panalangin ay inaasahang bahagi ng ating buhay. Ngunit agad Niyang idinugtong, *"...patawarin ninyo siya..."* Bago ka humiling, siguraduhin mong nakapagpalaya ka na ng kapatawaran.

Ang panalangin ay hindi lang tungkol sa mga salitang sinasambit, kundi sa kalagayan ng ating puso.

Huwag mong ipagpaliban ang panalangin, ngunit huwag mo ring balewalain ang hinanakit. Bago ka humarap sa Diyos, itanong mo: *"May taong kailangan ko bang patawarin?"*

Bakit ito napakahalaga?

Dahil ang kapaitan ay nakaaapekto sa ating espirituwal na daloy.

---

2. Ang Kapaitan ay Hadlang sa Panalangin

Ang pusong hindi nagpapatawad ay humahadlang sa ugnayan natin sa Diyos. Ang kapaitan ay parang espirituwal na kolesterol—binabara nito ang daloy ng biyaya sa panalangin. Sa Hebreo 12:15, binabalaan tayo laban sa *ugat ng kapaitan* na sumisira at dumudungis sa marami.Kapag hindi tayo nagpapatawad, parang invisible wall ito sa pagitan natin at sa Diyos.

Suriin ang iyong puso: May sakit ka bang kinikimkim hanggang ngayon? Hilingin sa Diyos na ipakita ang mga hindi mo nakikitang hadlang.

Ngunit anong pamantayan ng pagpapatawad ang dapat nating sundin?
Ipinakita ito sa atin ni Jesus sa pamamagitan ng Kanyang sariling halimbawa.

---

3. Magpatawad Gaya ng Pagpapatawad sa Iyo

Tayo ay tinawag na ipagkaloob sa iba ang habag na tinanggap natin mula sa Diyos. Sa Panalangin ng Panginoon ay sinasabi: *"Patawarin Mo kami, gaya ng pagpapatawad namin..."* Hindi ito lamang kahilingan—ito ay pananagutan. Ang tunay na pagpapatawad ay hindi nangangahulugang sang-ayon ka sa ginawang mali—kundi inihahayag mong isinusuko mo ito sa Diyos.

Kapag tumanggi tayong magpatawad, nakakalimutan natin ang habag na atin ding natanggap. Alalahanin kung gaano kalaki ang pinatawad sa'yo ng Diyos. Ang pagpapatawad ay hindi pakiramdam—kundi isang hakbang ng pananampalataya.

Habang tayo'y nagpapatawad, may makapangyarihang nangyayari sa ating sariling puso.

---

4. Ang Diyos ang Nagpapagaling sa Pamamagitan ng Pagpapatawad

Ang pagpapatawad ay pintuan ng pagpapagaling sa damdamin at espiritu.

Nang ipinahayag ni Jose ang kanyang sarili sa kanyang mga kapatid (Genesis 50), may sapat siyang dahilan upang magalit at gumanti. Ngunit pinili niyang magpatawad—at dahil dito, pinagaling ng Diyos ang buong pamilya.

Sinabi ni Jose: *"Ang inyo'y masama ang layunin sa akin, ngunit ginamit ito ng Diyos para sa kabutihan..."* (Genesis 50:20)

Iyan ang kapangyarihan ng pusong mapagpatawad—nakakakita ito sa kabila ng sakit tungo sa layunin ng Diyos." Ang pagpapatawad ay hindi nagbabago ng nakaraan, ngunit ito'y nagpapagaling ng iyong pananaw, damdamin, at kinabukasan.

Hilingin sa Diyos na pagalingin ang mga sugat na iniwan ng iba. Pakawalan mo ito—hindi dahil karapat-dapat sila, kundi dahil karapat-dapat kang lumaya.

Ang hindi pagpapatawad ay isang bilangguan—at ang panalangin ang susi. Ngunit kailangan mong magpatawad upang maging tunay na malaya. Itinuturo sa atin ni Jesus na ang isang mabisang buhay panalangin ay nagsisimula sa isang malinis at bukas na puso.

Pangwakas:

Ang hindi pagpapatawad ay isang bilangguan—at ang panalangin ang susi. Ngunit kailangan mong magpatawad upang maging malaya. Itinuturo sa atin ni Jesus na ang mabisang panalangin ay nagsisimula sa pusong malinis at bukas.

Mayroon ka bang taong kailangan patawarin ngayon? Bago ka umalis, isuko ang sakit na iyon sa Diyos. Hayaan mong ang iyong mga panalangin ay pumaitaas na walang hadlang at punô ng habag.

14: Tapat at Patuloy na Pananalangin

Susing Talata: *Roma 12:12 – "Maging masaya kayo sa inyong pag-asa, magtiyaga kayo sa kapighatian, at maging tapat kayo sa pananalangin."*

1 Tesalonica 5:17 – "Manalangin kayong walang patid."

Panimula:

Ang panalangin ay hindi lang dapat ginagamit bilang "emergency button" kapag may problema—ito ay dapat na lifestyle. Sa kanyang mga sulat, paulit-ulit na pinapaalalahanan tayo ni Pablo na manalangin nang walang patid at maging tapat sa pananalangin. Sa mundong abala at punô ng pagkamadalian, parang imposibleng sundin ang panawagan na *"manalangin nang walang patid."* Ngunit ang totoo, inaanyayahan tayo ng Diyos sa patuloy at malapit na pakikipag-ugnayan sa Kanya. Ang pananalangin nang walang patid ay hindi tungkol sa tuloy-tuloy na pagsasalita, kundi tungkol sa tuloy-tuloy na koneksyon.

---

1. **Pananalangin Nang Walang Patid**

1 Tesalonica 5:1 "Manalangin kayong walang patid."

Ang panalangin ay hindi isang kaganapan lamang—ito ay relasyon. Hindi ibig sabihin na laging nakayuko tayo sa buong araw—ang ibig sabihin ay mamuhay tayong may kamalayan sa presensya ng Diyos. Parang paghinga—natural, regular, at mahalaga. Isinasama natin ang Diyos sa lahat ng bahagi ng ating araw—malalaki man o maliliit.

Isipin ang usapan sa text message kasama ang matalik na kaibigan—hindi mo kailangang mag-hello ulit palagi. Tuloy-tuloy lang ang ugnayan. Ganoon din ang panalangin.

Isama mo si Lord sa biyahe, sa trabaho, habang naglalaba o nagluluto—nais Niya itong bahagi ng lahat ng bagay sa buhay mo.

Habang tayo'y lumalakad sa tuloy-tuloy na panalangin, lalalim din ang ating relasyon sa Diyos.

---

2. **Katapatan ang Nagpapalalim ng Relasyon**

Roma 12:12 "Maging tapat sa pananalangin."

Ang katapatan sa pananalangin ay nagpapalalim ng ugnayan sa Diyos. Tulad ng kahit anong relasyon—kailangan ito ng oras, komunikasyon, at atensyon. Ang tapat na pananalangin ay nagtuturo sa atin ng pagtitiwala, lalim, at espirituwal na pag-unlad. Hindi nasusukat ang panalangin sa haba o ganda ng salita—kundi sa katapatan at kahandaan ng puso.

Si Nehemias (Nehemias 1:4–11) ay nanalangin muna bago gumawa—nang may pag-iyak, pag-aayuno, at katapatan. Ang pagiging malapit niya sa Diyos ang nagbigay sa kanya ng tapang at karunungan upang muling itayo ang pader ng Jerusalem.

Ikaw ba'y nananalangin lang kapag may problema? O ikaw ba'y namumuhay na ang pundasyon ay ang araw-araw na pakikipag-usap sa iyong Ama?

Magsimula ng araw-araw na oras para makipag-usap sa Diyos—umaga, tanghali, o gabi.

Ang tapat na panalangin ay hindi lang tungkol sa disiplina—ito rin ay mahalaga sa ating emosyonal at espirituwal na kalagayan.

---

3. Katuwang sa Kagalakan, Pagtitiis, at Panalangin

Roma 12:12 "Maging masaya sa pag-asa, magtiyaga sa kapighatian, at maging tapat sa pananalangin."

Pinag-uugnay ng panalangin ang ating damdamin at pagtitiis. Ang talatang ito ay nag-uugnay ng kagalakan, pagtitiis, at panalangin. Kapag tayo'y may pag-asa, nananatili tayong masaya. Kapag tayo'y dumaranas ng pagsubok, nananatili tayong matiisin. At sa lahat ng kalagayan, nananatili tayong mapanalanginin. Ang panalangin ang tulay na tumutulong sa atin na makatawid mula sa mga pagsubok tungo sa tagumpay.

Kung walang panalangin, ang pag-asa ay lumalamig at ang pagtitiis ay nauubos. Ngunit sa panalangin, kahit sa gitna ng pagdurusa, tayo'y nakakahanap ng lakas. Hindi lang tayo nakaliligtas—tayo'y lumalago.

Kapag ikaw ay natutuksong magreklamo, manalangin.

Kapag ikaw ay nabibigatan, manalangin.

Kapag ikaw ay nagagalak, manalangin.

Sa bawat emosyonal na panahon, gawin mong tugon ang panalangin. Kapag naging bahagi ng bawat sandali ang panalangin, ito'y nagiging pamumuhay—hindi lamang huling takbuhan.

---

4. Pamumuhay May Patuloy na Pakikipag-ugnayan sa Diyos

Ang panalangin ay dapat gawing istilo ng pamumuhay, hindi lang tungkulin sa relihiyon. Ang mga unang mananampalataya sa Aklat ng Gawa ay "nanatiling tapat sa panalangin" (Gawa 2:42). Hindi ito opsyonal—ito'y mahalaga. Ang pakikipag-ugnayan sa Diyos ay nangangahulugang palagi kang abot ng

Kanyang presensya. Ang layunin ng panalangin ay hindi pagpapakitang-gilas—kundi koneksyon.

Habang naglilingkod bilang tagapagdala ng alak sa hari, ipinagpatuloy ni Nehemias ang kanyang pananalangin. Sa Nehemias 2:4, nanalangin muna siya bago nagsalita sa hari—ibig sabihin, ang panalangin ay bahagi ng kanyang pang-araw-araw na gawain.

Isama mo ang Diyos sa mga pangkaraniwang bagay. Hayaan mong ang panalangin ang bumalot sa iyong araw. ibulong ang mga panalangin ng pasasalamat, ibuga ang mga daing ng tulong, makinig sa katahimikan, at magpahinga sa Kanyang presensya.

Pangwakas:

Hindi hinihingi ng Diyos ang perpeksiyon sa panalangin—hinihiling Niya ang iyong presensya. Nais Niya na lakaran mo ang araw-araw na buhay kasama Siya.

Ang tapat at patuloy na pananalangin ay magbubunga ng kapayapaan, layunin, at kapangyarihan

Handa ka bang maging istilo ng buhay ang pananalangin?

Kaya mo bang kausapin ang Diyos gaya ng iyong paghinga?

Handa ka bang gawing unang tugon ang panalangin, hindi huling sandalan?

Maging isa tayong iglesia—isang bayan—na nananalangin nang walang patid.

15: Panalangin na May Katapangan

Susing Talata: *Hebreo 4:16 – "Kaya't lumapit tayo sa trono ng kagandahang-loob ng Diyos nang may katapangan upang tumanggap tayo ng awa at makatagpo ng tulong sa panahon ng pangangailangan."*

Panimula:

Maraming beses, lumalapit tayo sa Diyos na parang mga pulubing nakikiusap—sa halip na bilang mga anak ng Hari. Ngunit malinaw ang sinasabi ng Biblia: lumapit tayo nang may katapangan. Hindi mayabang, kundi may pagtitiwala—dahil alam natin kung sino tayo kay Kristo. Sa Hebreo 4:16, tayo'y iniimbitahan sa trono ng kagandahang-loob, hindi upang matakot, kundi upang manalig—dahil sa ginawa ni Jesus para sa atin.

Sa mensaheng ito, matututuhan natin kung paano manalangin na may katapangan—hindi dahil tayo ay mabuti, kundi dahil si Kristo ay dakila.

---

1. Paglapit Dahil kay Kristo

Ang katapangang mayroon tayo ay hindi natin pinagsikapan — ito'y ibinigay sa atin. Sa Hebreo 4, ipinakilala si Jesus bilang Dakilang Pinakapunong Pari na nakauunawa sa ating mga kahinaan at nagbukas ng daan patungo sa presensya ng Diyos. Dahil sa Kanyang sakripisyo sa krus, napunit ang tabing (Mateo 27:51), at nabuksan ang daan patungo sa Diyos.

Sa Lumang Tipan, tanging ang pinakapunong pari lang ang puwedeng pumasok sa Kabanal-banalang Lugar, minsan lamang sa isang taon.

Ngayon, bawat mananampalataya ay may malayang paglapit—anumang oras, saanman.

Huwag hayaan ang guilt o kahihiyan ang pumigil sa panalangin.

Ang paglapit mo sa Diyos ay hindi base sa iyong kabutihan, kundi sa ginawa ni Jesus para sa iyo.

---

2. Lumapit Nang Walang Takot

Ang salitang "walang takot" sa Griyego ay nangangahulugang may malayang pagsasalita—malaya tayong makipag-usap sa Diyos. Hindi ito trono ng paghuhusga, kundi trono ng biyaya. Ang pananalangin nang may katapangan ay nangangahulugang pwede tayong humiling ng malalaking bagay, hindi lang ng mga "safe" prayers.

Ang isang anak ay hindi takot na kumatok sa silid ng ama. Lumalapit siya nang may tiwala. Ganyan ang nais ng Diyos sa ating panalangin.

Huwag kang makuntento sa maliit na panalangin lamang. Manalig sa Diyos para sa paghilom, tagumpay, at himala. Ilapit sa Kanya ang iyong mga pangangailangan, panaginip, at kahit ang iyong mga pakikipaglaban.

At ano ang ating makikita sa trono na ito? Hindi hatol—kundi mas higit pa...

---

3. Biyaya at Awa ang Naghihintay

Sa trono ng Diyos, hindi lang tayo nagsasalita—tumatanggap tayo. Awa ang kahabagan ng Diyos na hindi ibinibigay ang kaparusahan na nararapat sa atin. Biyaya naman ang kapangyarihang ibinibigay Niya kahit hindi natin ito karapat-dapat.

Hindi tira-tira ang ibinibigay ng Diyos—kundi kasaganahan ng biyaya (Roma 5:17). Ang panalangin ay hindi pagsubok na baluktutin ang kalooban ng Diyos—kundi pagtanggap ng inihanda na Niyang ibigay.

Kung ikaw ay nagkulang—may awa para sa iyo.

Kung ikaw ay pagod—may biyaya na magpapatatag sa iyo.

Lumapit nang may pananabik, dahil ang Diyos ay mapagbigay at mapagmahal. At magandang balita—ang Diyos ay hindi lang nagbibigay, nakikinig din Siya.

---

4. Nakahanda Siyang Makinig

1 Pedro 3:12 – "Ang mga mata ng Panginoon ay nasa mga matuwid, at ang Kanyang mga tainga ay bukás sa kanilang mga panalangin."

Hindi bingi ang Diyos sa boses mo—mahalaga ito sa Kanya. Oo, maaaring may mga panalanging tila walang sagot—pero tiniyak ng Salita ng Diyos: nakikinig Siya.

Si Moises ay nanalangin para sa Israel nang ang Diyos ay handang wasakin sila dahil sa kanilang kasalanan (Exodo 32:9–14). Matapang siyang nanalangin, pinalalahanan ang Diyos sa Kanyang mga pangako—at ang Diyos ay nahahabag. Ang ganitong klaseng panalangin ay bukás din para sa atin—hindi upang ipilit ang ating gusto, kundi upang manalangin para sa awa ng Diyos sa iba.

Sino ang ipinapanalangin mo ngayon?

Naniniwala ka bang nakikinig ang Diyos sa panalangin mo?

Lumapit nang may tiwala—dahil ang Diyos ay nalulugod sa tinig mo.

Pangwakas:

Hindi tayo mga espirituwal na ulila—tayo'y mga anak ng Diyos. Hindi tayo lumalapit upang mamakaawa ng tira-tira —kundi upang lumapit sa trono bilang tagapagmana. Hindi dahil tayo'y karapat-dapat—kundi dahil karapat-dapat si Jesus.

Ang panalangin mo ba'y mahina o matapang?

Ikaw ba'y umiiwas sa trono, samantalang ang Diyos ay naghihintay sa'yo?

Ngayong araw, ang trono ng biyaya ay bukás. Lumapit. Tanggapin ang awa. Matagpuan ang biyaya. Lumapit nang may katapangan—at tingnan kung ano ang kayang gawin ng Diyos.

Walang Hanggang Paghuhukom: Ang Di-Matinag na Katotohanan

Hebreo 6:2 – "Tungkol sa mga aral ng paglilinis, ng pagpapatong ng mga kamay, ng muling pagkabuhay ng mga patay, at ng walang hanggang paghuhukom."

Sa panahon ng mga pangakong madaling maglaho at pamantayang pabago-bago, may isang katotohanang nananatiling matatag at walang hanggan—ang realidad ng walang hanggang paghuhukom. Isa itong malalim at seryosong paksa na tumatagos sa bawat kaluluwa, tumatawag sa atin upang magnilay nang masinsinan sa ating mga buhay, mga pagpili, at sa ating walang hanggang kapalaran.

Sa ating serye ng pangangaral na pinamagatang, "Walang Hanggang Paghuhukom: Ang Di-Matinag na Katotohanan," ating buong tapang na susuriin ang katiyakan ng paghuhukom ayon sa ipinahayag sa Banal na Kasulatan. Bawat mensahe ay idinisenyo hindi lamang upang magbabala kundi upang magbigay din ng pag-asa, maghikayat ng pagsisisi, at muling pagtatalaga ng buhay kay Kristo.

Ang walang hanggang paghuhukom ay isa sa anim na pangunahing aral na binanggit sa Hebreo 6:1–2, ngunit ito'y madalas na hindi napag-uusapan. Layunin ng seryeng ito na magdala ng kaliwanagan, paninindigan, at kaaliwan sa pamamagitan ng katotohanang biblikal na bawat kaluluwa ay haharap sa Diyos balang araw. Ang walang hanggang paghuhukom ay hindi upang takutin ang mananampalataya, kundi upang hikayatin tayong mamuhay nang may takot sa Diyos at may pagkaapurahan sa ating pang-araw-araw na pamumuhay. Tatalakayin natin ang katarungan ng Diyos sa

Kanyang paghatol sa masasama, ang Kanyang pagkamakatarungan sa paggantimpala sa tapat, at ang seryosong katotohanan na ang ating mga pagpili sa buhay na ito ay may walang hanggang kahihinatnan.

Habang mas lalo nating sinisid ang makapangyarihang mga katotohanang ito mula sa Biblia, nawa'y lalong maging malinaw sa ating puso ang pagkaapurahan ng walang hanggan, na nagtutulak sa atin na mamuhay nang may layunin, sigasig, at katapatan para sa kaluwalhatian ng Diyos. Ang katotohanan ng walang hanggang paghuhukom ay hindi lamang humahamon kundi mapagpalang umaakay sa atin tungo sa pag-asa at kaligtasan na matatagpuan lamang kay Jesu-Cristo.

1: Itinakdang Minsan Lamang Mamatay, Pagkatapos ay Paghuhukom

Susing Talata: *Hebreo 9:27 – "Itinakda na ang mga tao'y minsan lamang mamatay, at pagkatapos nito ay ang paghuhukom."*

Panimula:

Namumuhay tayo sa mundong abala sa paghahanda. Ang mga tao ay naghahanda para sa paaralan, karera, bakasyon, at pagreretiro. Tiniyak natin ang ating mga bahay, sasakyan, at maging ang ating buhay. Ngunit kakaunti lamang ang naghahanda para sa isa at tanging tiyak na pagharap—ang kamatayan. Ang Hebreo 9:27 ay malinaw na nagsasaad: *"Itinakda na ang mga tao'y minsan lamang mamatay, at pagkatapos nito ay ang paghuhukom."* Ang talatang ito ay nagpapaalala sa atin ng dalawang hindi matatakasan na katotohanan: lahat tayo ay mamamatay, at lahat tayo ay haharap sa paghuhukom ng banal na Diyos.

---

1. Ang Katiyakan ng Kamatayan

Bawat hininga natin ay hakbang patungo sa kawalang-hanggan. Walang sinuman ang ligtas dito. Mula sa pinakadakilang hari hanggang sa pinakahamak na tao, lahat ay humarap sa kamatayan. Sa Genesis 5, paulit-ulit ang mapait na katotohanan: *"at siya'y namatay."* Kahit ang mga tapat na patriarka ay hindi nakaiwas dito. Hindi ito itinatago ng Biblia—bagkus ay tinatanggap at ipinapaalala ito upang tayo ay mamuhay na may pananaw sa kawalang-hanggan.

2. Ang Katotohanan ng Paghuhukom

Hindi nagtatapos ang lahat sa kamatayan. Ayon sa Biblia, pagkatapos ng kamatayan ay may paghuhukom. Hindi tayo huhusgahan ayon sa pamantayan ng tao, kundi ayon sa katuwiran ng Diyos. Sabi sa Roma 14:12, *"Kaya't bawat isa sa atin ay magbibigay-sulit sa Diyos tungkol sa kanyang sarili."* Ito'y hindi haka-haka o opinyong panrelihiyon. Ito ay tiyak na itinalaga ng Diyos. Hindi ito tungkol sa reinkarnasyon o pagtulog ng kaluluwa—kundi isang personal at banal na pagsusuri ng ating mga buhay.

---

3. Ang Baha: Isang Halimbawa ng Paghuhukom

Sa Genesis 6, mababasa natin na ang mga isip ng tao ay puro kasamaan sa lahat ng panahon. Nalungkot ang Diyos at hinatulan ang mundo sa pamamagitan ng baha. Ngunit si Noe ay nakatagpo ng biyaya sa paningin ng Diyos. Sumunod siya sa utos ng Diyos at naging tagapagturo ng katuwiran (2 Pedro 2:5). Sa loob ng 120 taon, nagbabala siya sa mga tao, ngunit tumanggi silang makinig. Nang dumating ang paghuhukom, ito'y biglaan at ganap. Tanging ang mga nasa loob ng arka ang naligtas. Isa itong makapangyarihang paunang larawan ng huling paghuhukom. Si Jesus ang ating Arka. Yaong mga nasa Kanya ay maliligtas; yaong tumanggi sa Kanya ay haharap sa baha ng poot ng Diyos.

Pangwakas:

Ang walang hanggang paghuhukom ay hindi isang alamat o talinghaga. Ito'y isang itinalagang pakikipagtagpo sa Diyos.

Ngunit sa Kanyang habag, ang Diyos ay naglaan ng daan ng pagtakas—at ang daang iyon ay si Hesu-Cristo.

Kung hindi mo pa Siya tinatanggap, ngayon ang araw ng kaligtasan. At kung ikaw ay nasa kay Cristo na, mamuhay tayo araw-araw na may kamalayang espirituwal at pagkaapurahan sa harap ng kawalang-hanggan.

Maghanda tayo hindi lang para sa weekend o sa pagreretiro, kundi para sa pinakahuling pakikipagtagpo sa buhay na Diyos.

2: Ang Matuwid na Hukom

Susing Talata: *2 Timoteo 4:8 – "Ngayon ay nakalaan na para sa akin* ang putong ng katuwiran na igagawad sa akin ng Panginoon, ang matuwid na Hukom, sa araw na iyon..."

Panimula:

Sa mundong puno ng kawalang-katarungan, katiwalian, at pagkakamali ng tao, ang ideya ng isang ganap at matuwid na Hukom ay nagbibigay ginhawa at paggising sa ating konsensya. Itinuturo ng Kasulatan na darating ang paghuhukom—hindi ayon sa pamantayang may kapintasan ("flawed") ng tao, kundi ayon sa sakdal na katuwiran ni Jesu-Cristo. Sa 2 Timoteo 4:8, ipinahayag ni Apostol Pablo ang kanyang matibay na pagtitiwala sa Panginoon, ang "matuwid na Hukom," na maggagawad sa kanya ng gantimpala—at hindi lamang sa kanya kundi sa lahat ng naghahangad sa muling pagparito ni Cristo. Tuklasin natin kung sino ang Hukom na ito, paano Siya humahatol, at ano ang kahulugan nito sa ating panahon.

---

1. **Ang Diyos ang Matuwid na Hukom**

   Sa Genesis 18:25, buong tapang ngunit may paggalang na sinabi ni Abraham: "Hindi ba't ang Hukom ng buong lupa ay gagawa ng tama?"

   Ang tanong na ito ay nagpapahayag ng isang dakilang katotohanan—ang lahat ng hatol ng Diyos ay tama at makatarungan. Hindi gaya ng mga hukom sa mundo, ang Diyos ay hindi naaapektuhan ng pagkiling, suhol, o pulitika. Ang Kanyang likas na pagkatao ay banal, at ang Kanyang katarungan ay dalisay.

Sabi sa Awit 9:8, "*Hinahatulan niya ang sanlibutan nang may katuwiran at ang mga bansa nang may pagkapantay-pantay.*"

---

2. **Ang Pagtitiwala ni Pablo sa Hukom**

Sa pagtatapos ng kanyang buhay, hindi natakot si Pablo sa paghuhukom. Sa halip, sabik niyang inaasahan ang gantimpalang putong ng katuwiran.

Hindi ipinagmalaki ni Pablo ang kanyang mga gawa kundi ang katapatan ng Diyos. Ang kanyang tiwala ay nakaugat sa isang buhay na isinuko kay Cristo, kahit sa gitna ng pagsubok at pag-uusig.

Dagdag pa niya, ang koronang ito ay hindi lang para sa kanya kundi para sa lahat ng nagnanais sa pagparito ni Cristo.

---

3. **Ang Matuwid na Hukom ay Gantimpala at Hahatol**

Si Jesus ay parehong Tagapagligtas at Hukom (Juan 5:22). Ang Siyang namatay para sa ating mga kasalanan ang Siyang titingin sa ating mga buhay.

Ang Kanyang gantimpala ay makatarungan, at ang Kanyang paghuhukom ay pinal. Walang apela sa Kanyang hukuman, pero wala ring pagkakamali.

Para sa mga tapat, ang araw ng paghuhukom ay hindi araw ng takot kundi araw ng kagalakan at pagtatagumpay. Ngunit para sa mga suwail, ito'y araw ng pagsusulit at kabayaran.

Tugon Natin sa Matuwid na Hukom. Mamuhay nang may pananabik sa pagparito ni Cristo. Ang pananabik na ito ang maghuhubog ng ating pamumuhay ngayon.

Lumakad sa katuwiran—hindi upang kitain ang kaligtasan, kundi upang kalugdan ang Siyang nagligtas sa atin.

Magtiwala sa katarungan ng Diyos sa mundong puno ng kamalian. Kahit sa gitna ng kawalang-katarungan, nakikita ng Matuwid na Hukom at Siya ang magtatama ng lahat.

Pangwakas:

Ang Diyos ay hindi lamang Hukom—Siya ang Matuwid na Hukom. Nawa'y ang katotohanang ito ay maging aliw sa mga pagod, pagtutuwid sa mga nalilihis, at hamon sa mga kampante. Habang ating hinihintay ang Kanyang pagparito, mamuhay tayo sa kabanalan, pinapanday ng pag-asa, at nakaugat sa katiyakan na sa ating pagharap sa Kanya, makakasumpong tayo ng awa, katarungan, at perpektong pag-ibig.

Nawa'y mapabilang tayo sa mga tatanggap ng putong ng katuwiran—hindi dahil sa ating pagiging perpekto, kundi dahil sa ating matapat na debosyon sa Kanya na ganap sa lahat ng Kanyang daan.

3: Luklukan ng Paghuhukom ni Cristo

Susing Talata: *2 Corinto 5:10 – "Sapagkat tayong lahat ay kailangang humarap sa luklukan ng paghuhukom ni Cristo..."*

Panimula:

Bilang mga mananampalataya, madalas nating ipinapahayag na tayo ay naligtas sa pamamagitan ng biyaya—at totoo ito—ang kaligtasan ay tunay na kaloob mula sa Diyos. Ngunit malinaw ding itinuturo ng Kasulatan na kahit ang mga mananampalataya ay haharap balang araw sa Luklukan ng Paghuhukom ni Cristo—hindi upang pagdesisyunan ang ating kaligtasan, kundi upang suriin ang ating katapatan at pagiging katiwala. Ayon sa 2 Corinto 5:10, *"Sapagkat tayong lahat ay kailangang humarap sa luklukan ng paghuhukom ni Cristo, upang tumanggap ang bawat isa ayon sa kanyang mga ginawa habang nasa katawan, maging mabuti man o masama."* Ngayon, ating tatalakayin ang kahulugan ng luklukan ng paghuhukom para sa mga mananampalataya, paano susuriin ang ating mga gawa, at paano tayo dapat mamuhay batay sa katotohanang ito.

---

1. Ano ang Luklukan ng Paghuhukom ni Cristo?

Ang salitang Griyego para sa "judgment seat" ay "*bema seat*." Sa sinaunang kultura ng Gresya at Roma, ito'y isang mataas na entablado kung saan umuupo ang mga hukom upang gantimpalaan ang mga atleta sa kanilang mga tagumpay. Ito ay lugar ng pagkilala, gantimpala, at karangalan—hindi ng paghatol sa kapahamakan.

Ganoon din, ang Luklukan ng Paghuhukom ni Cristo ay hindi para sa kahatulang mapahamak. Ayon sa Roma 8:1, *"Ngayon nga'y wala nang hatol sa kapahamakan para sa mga na kay Cristo Jesus."* Sa halip, ito ay paghuhukom ukol sa pagpaparangal. Dito susuriin at gagantimpalaan ang ating mga gawa, layunin, at paglilingkod.

Mahalagang maunawaan ang pagkakaibang ito: ang ating walang hanggang kaligtasan ay tiyak at nakasalalay kay Cristo lamang. Ngunit mahalaga pa rin sa Diyos kung paano tayo namuhay—kung paano natin ginamit ang ating mga kaloob, yaman, at pagkakataon. Ipinapakita ng luklukan ng paghuhukom na hindi nakakalimutan ng Diyos ang ating katapatan.

---

2. Susuriin ang Ating mga Gawa

Matingkad na inilalarawan ng Kasulatan ang proseso ng pagsusuri sa 1 Corinto 3:12–15:

"Kung ang sinuman ay nagtatayo sa pundasyong ito gamit ang ginto, pilak, mahahalagang bato, kahoy, dayami o damo, ang kanyang gawa ay mahahayag, sapagkat ang Araw ang maglalantad nito. Sa pamamagitan ng apoy ito'y susubukin, upang malaman ang uri ng gawa ng bawat isa..."

Ang ating buhay—ang ating ginawa, layunin, at pamamaraan—ay haharap sa banal na apoy ng katuwiran ng Diyos.

Isang makapangyarihang halimbawa mula sa Lumang Tipan ay ang Exodo 32, nang ang mga Israelita ay gumawa ng gintong guya. Nais nilang sumamba, ngunit ito ay may maling motibo at pagsuway. Pinalitan nila ang Diyos ng kanilang sariling anyo ng pagsamba. Dahil dito, agad at matindi ang hatol ng Diyos.

Ipinapaalala ng kwentong ito na kahit mabuting intensyon, kung hindi naaayon sa utos ng Diyos, ay walang kabuluhan sa Kanyang harapan. Hindi tayo dapat magtayo ng buhay Kristiyano gamit ang makasanlibutang pamamaraan, kayabangan, o kompromiso. Ang tanging mananatili ay yaong ginawa nang may pagsunod at para sa kaluwalhatian ng Diyos.

---

3. Mamuhay upang Kalugdan Siya

Ngayong alam nating tayo ay haharap sa Luklukan ng Paghuhukom ni Cristo, paano tayo dapat mamuhay? Ayon kay Pablo sa 2 Corinto 5:9, *“Kaya't pinagsisikapan naming kalugdan Siya, maging nananatili man kami sa katawan o wala na.”*

Ang ating layunin ay hindi dapat tagumpay sa mundo, kasikatan, o sariling karangalan, kundi mapalugod ang ating Panginoon at Tagapagligtas. Bawat desisyon, kilos, at layunin ay dapat tanungin: *“Kalugod-lugod ba ito sa Diyos?”*

Maglingkod nang Taos-Puso: Ang iyong ministeryo at gawain ay dapat bunga ng pag-ibig kay Cristo at sa kapwa, hindi para sa sariling ambisyon.

Hangarin ang Kababaang-Loob: Bantayan ang puso laban sa kayabangan at paghahangad ng sariling papuri. Lahat ay mula sa Diyos, para sa Diyos, at sa pamamagitan ng Diyos.

Manatiling Tapat: Magpatuloy sa pagsunod kahit mahirap at hindi napapansin. Ang Diyos na nasa langit ay nakakakita at hindi nakakalimot.

Pangwakas:

Iglesia, darating ang araw na tayong lahat ay haharap sa Luklukan ng Paghuhukom ni Cristo. Isipin mong mabuti ang araw na iyon. Isalarawan mong ikaw ay nakatayo sa harapan ni Jesus—ang Siyang nag-alay ng lahat para sa iyo, ang Siyang nagmamahal sa iyo ng lubos at walang hanggan. Sa araw na iyon, wala nang mas mahalaga kundi ang marinig natin ang Kanyang mga salitang: *"Mabuti, mabuti at tapat na alipin."*

Hayaan mong ang katotohanang ito ang magbigay-sigla sa iyo ngayon. Mamuhay nang may layunin. Maglingkod nang may katapatan. Magbigay nang bukas-palad. Magmahal nang totoo. Tandaan: ang ating buhay dito sa lupa ay panandalian lamang kumpara sa kawalang-hanggan. Mamuhay tayo bawat sandali na may pananabik sa araw na tayo ay haharap sa Kanya na nakakakita ng lahat ng bagay at humahatol nang may ganap na katarungan.

Nawa'y hangarin nating lahat ang kaluguran ng Panginoon, upang sa Kanyang luklukan, hindi kahihiyan ang ating madama kundi gantimpala at kagalakan. Muling italaga natin ang ating sarili araw-araw para sa kaluwalhatian, karangalan, at papuri ng ating Panginoong Jesu-Cristo.

4: Binuksan ang mga Aklat

Susing Talata: *Pahayag 20:12 – "At nakita ko ang mga patay, dakila at hamak, na nakatayo sa harap ng trono, at binuksan ang mga aklat..."*

Panimula

May talaan ang langit. Bawat kilos, salita, at kaisipan ay ganap na kilala ng Diyos. Walang bagay na nakaliligtas sa Kanyang paningin. Ang aklat ng Pahayag ay nagbibigay ng malinaw at makapangyarihang larawan ng huling paghuhukom, kung saan ang di-mabilang na mga kaluluwa ay haharap sa banal na Diyos habang ang mga aklat ay binubuksan. Sa sandaling ito, ang katotohanan ng bawat buhay ay ilalantad, at ang walang hanggang kapalaran ay ipapasiya. Sa mensaheng ito, sisilipin natin ang mga aklat na binabanggit ng Kasulatan at ang kahulugan nito para sa ating walang hanggang hinaharap.

---

1. **Ang Aklat ng mga Talaan**

   Nakikita ng Diyos ang Lahat (Hebreo 4:13) *"Walang anumang nilalang na nakatago sa paningin ng Diyos. Ang lahat ay hayag at lantad sa Kanyang paningin na siyang dapat nating pagsulitan."*

   Alam ng Diyos ang lahat—bawat lihim, kaisipan, at motibo ng puso. Nakikita Niya ang hindi kayang makita ng tao. Alam Niya ang hindi kayang malaman ng iba. Ang Kanyang paghuhukom ay ganap, tumpak, at walang kinikilingan.

   Pangitain ni Daniel. Sa *Daniel 7:10,* nakita ng propeta ang isang kahanga-hangang pangitain ng trono ng Diyos:

"Isang ilog ng apoy ang umaagos mula sa harap Niya. Libu-libo ang naglilingkod sa Kanya, sampu-sampung libo ang nakatayo sa harap Niya. Naupo ang hukuman, at binuksan ang mga aklat."

Ang malinaw na larawang ito mula sa Lumang Tipan ay nagpapatunay sa pagkakapare-pareho ng plano ng Diyos: Maingat na itinatala ng langit ang buhay ng sangkatauhan, at darating ang araw na ang lahat ng talaang ito ay ihahayag. Binibigyang-diin ng pangitaing ito ang bigat at kaseryosohan ng banal na paghatol. Tinitiyak nito sa atin ang katiyakan ng pinal na katarungan ng Diyos.

---

2. Ang Aklat ng Buhay

Mga Pangalan na Naitala Dahil sa Biyaya. Isang aklat na natatangi at mahalaga—ang Aklat ng Buhay—ang binanggit sa Kasulatan. Dito nakatala ang mga pangalan ng mga taong iniligtas sa pamamagitan ng pananampalataya kay Cristo. Sa Filipos 4:3, binanggit ni Pablo: *"...ang kanilang mga pangalan ay nakasulat sa Aklat ng Buhay."* Ang mga pangalan sa aklat na ito ay isinusulat mismo ni Cristo. Ang kaligtasan ay hindi ayon sa ating gawa kundi buong-buong biyaya ng Diyos.

Pagpasok sa Langit. Tanging ang mga nakasulat sa Aklat ng Buhay ang makapapasok sa langit. Sa Pahayag 21:27: *"Walang anumang marumi ang makapapasok doon... kundi ang mga ang pangalan ay nakasulat sa Aklat ng Buhay ng Kordero."*

Kung wala sa aklat na ito, walang pag-asa. Ngunit kung naroon, may katiyakan ng walang hanggang buhay kay Cristo.

---

3. Ang Pamantayan ng Paghuhukom

Susuriin ang mga Gawa. Ang huling paghuhukom ay hindi nakabatay sa damdamin o layunin lamang, kundi sa mga aktwal na gawa. Sa Pahayag 20:12, malinaw ang sinabi: *"At ang mga patay ay hinatulan ayon sa kanilang mga ginawa, ayon sa nasusulat sa mga aklat."* Bawat gawa ay may bigat sa kawalang-hanggan. Maging ang maliliit na kilos ay may halaga sa paningin ng Diyos.

Walang Hanggang Kapalaran na Batay sa Relasyon. Ngunit sa huli, ang batayan ng kaligtasan ay hindi ang kabutihan ng gawa kundi ang relasyon kay Cristo. Ang mabubuting gawa ay ebidensiya ng tunay na pananampalataya. Ang ugnayan kay Jesus ang nagpapasya ng ating walang hanggang hantungan.

Pangwakas

Ngayon, nakita natin sa Salita ng Diyos na ang langit ay may tumpak na talaan. Ang mga aklat ay tiyak na bubuksan. Balang araw, ikaw at ako ay haharap sa Makapangyarihang Diyos, at ang buong buhay natin ay ilalantad sa Kanyang banal na presensya. Ngunit ito ang pinakamahalagang tanong ngayong araw:

Nakasulat ba ang pangalan mo sa Aklat ng Buhay?

Ito ang tanong na may walang hanggang epekto at napakahalagang sagutin agad. Kung hindi ka pa tiyak, ngayon ang iyong pagkakataon—maaaring ito na ang iyong huling pagkakataon upang tiyakin ang iyong hinaharap. Magtiwala nang lubos kay Jesu-Cristo. Tanggapin ang Kanyang biyaya at kapatawaran. Kapag ginawa mo ito, ang iyong pangalan ay isusulat magpakailanman sa Aklat ng Buhay ng Kordero, at maaari mong harapin ang kawalang-hanggan na may kapanatagan at kagalakan.

Nawa'y ang araw na ito ang maging araw ng kaligtasan—ang araw na ang iyong pangalan ay maisulat sa Aklat ng Buhay magpakailanman.

5: Susubukin ng Apoy ang Bawat Gawa

Susing Talata: *1 Corinto 3:13 – "Ang gawa ng bawat isa ay mahahayag... ito ay mahahayag sa pamamagitan ng apoy..."*

Panimula:

Bilang mga mananampalataya, dapat nating maunawaan na hindi lamang ang ating nagawa ang mahalaga sa Diyos, kundi pati ang ating motibo at pamamaraan. Darating ang araw na ang bawat gawa natin ay daraan sa pagsubok ng banal na apoy ng Diyos. Ang pagsusuring ito ay hindi para sa kaligtasan, kundi upang masubok ang katapatan at kadalisayan ng ating mga gawa. Ayon kay Apostol Pablo: *"Ang gawa ng bawat isa ay mahahayag, sapagkat ang Araw ang maglalantad nito. Ito'y mahahayag sa pamamagitan ng apoy."* (1 Corinto 3:13).

Ngayong araw, ating suriin nang masinsinan: Ang mga gawa ba natin ay mananatili o matutupok sa apoy?

---

1. **Kalidad Higit sa Dami (Quality over Quantity)**
   Madalas nating sinusukat ang tagumpay sa dami o panlabas na resulta, ngunit iba ang pamantayan ng Diyos.
   <u>Mga Gawang Itinayo Kay Cristo ang Mananatili.</u> Ang ating paglilingkod ay dapat tunay na nakaugat kay Cristo. Ang mga gawa na bunga ng katapatan, kababaang-loob, at pagsunod sa Kanyang Salita ay tulad ng ginto, pilak, at mamahaling bato—matibay at mananatili sa pagsubok ng apoy.

   <u>Mga Gawang May Makasariling Motibo ang Masusunog.</u> Ang mga gawa na may layuning magpasikat, magtagumpay para sa sariling ambisyon, o makakuha ng papuri mula sa mundo ay katulad ng kahoy, dayami, at tuyong damo—matutupok

sa banal na apoy. Magsuri tayo ng tapat: Ano ang motibo ng ating paglilingkod?

Ang Di-Katanggap-Tanggap na Apoy nina Nadab at Abihu (Levitico 10:1–2) Ang Lumang Tipan ay nagpapakita ng bigat ng banal na pamantayan ng Diyos. Sina Nadab at Abihu, mga anak ni Aaron, ay naghandog ng "apoy na di-pinahintulutan" sa harapan ng Panginoon. Ang kanilang pagsamba ay hindi ayon sa malinaw na tagubilin ng Diyos. Dahil dito, agad silang nilamon ng apoy mula sa presensya ng Panginoon: *"Dahil dito, lumabas ang apoy mula kay Yahweh at tinupok sila, kaya't sila'y namatay sa harap ng altar ni Yahweh."* (Levitico 10:2)

Nais ng Diyos ang Banal at Tapat na Pagsamba. Ang kanilang malungkot na wakas ay babala sa atin ngayon: Ang ating pagsamba at paglilingkod ay dapat may paggalang at pagsunod. Hindi dapat tayo maglingkod ng pabaya o may pakunwaring kabanalan. Nakikita ng Diyos ang tunay na laman ng ating puso.

---

2. Walang Hanggang Gantimpala o Kawalan

Bagama't ang mga mananampalataya ay naliligtas sa pamamagitan ng biyaya, ang ating gantimpalang walang hanggan ay nakasalalay sa kalidad ng ating mga gawa.

Ililigtas Ngunit Walang Gantimpala

Bagaman ang mga mananampalataya ay ligtas sa biyaya, ang gantimpala ay nakabatay sa kalidad ng ating mga gawa. Sa 1 Corinto 3:15, sinabi ni Pablo: *"Kung masunog ang kanyang gawa, siya'y mawawalan ng gantimpala, ngunit maliligtas siya, gaya ng isang tumakas mula sa apoy."*

Isang napakaseryosong paalala—ang kalangitan ay maaaring maabot, ngunit may panghihinayang sa mga nasayang na pagkakataon.

Maglingkod nang May Katapatan

Dahil dito, muling italaga natin ang ating sarili sa paglilingkod na may katapatan. Huwag tayong maglingkod para sa palakpak ng tao o pansariling pakinabang. Gawin natin ang bawat gawain na para bang ang Panginoon mismo ang nanonood.

Pangwakas:

Mga kapatid, tanungin natin ang ating sarili ngayon:

Ang mga gawa ba natin ay para sa kaluwalhatian ng Diyos, o para sa ating sarili? Ang ating paglilingkod ba ay ginto o dayami? Darating ang araw na lahat ng ating gawa ay daraan sa apoy ng banal na pagsusuri. Mamuhay tayo araw-araw na may kamalayang ito na ang huling pagsusulit ng ating pananampalataya. Nawa'y ang ating mga gawa ay manatili, magbigay ng kaluwalhatian sa Panginoon, at sumunod sa pamantayan ng Kanyang kabanalan.

Ipagdasal natin na mula ngayon, ang lahat ng ating paglilingkod ay tunay na magpupuri sa Diyos at tatagal sa harap ng apoy ng Kanyang katuwiran.

6: Walang Hanggang Kapahamakan vs. Walang Hanggang Buhay

Susing Talata: *Mateo 25:46 – "At ang mga ito'y mapapasa kaparusahang walang hanggan, ngunit ang mga matuwid ay sa buhay na walang hanggan."*

Panimula

Dalawa lamang ang walang hanggang hantungan ng bawat kaluluwa: buhay na walang hanggan o kaparusahang walang hanggan. Bagama't hindi komportableng tanggapin ang katotohanang ito, hindi ito ikinubli ni Jesus. Maliwanag at matapang Niyang itinuro ang tungkol sa langit at impiyerno. Paulit-ulit Siyang nagbababala sa atin tungkol sa kawalang-hanggan, hinihimok tayong mamuhay nang may karunungan at pumili nang tama. Sa mundong pilit binabawasan ang bigat ng mga katotohanang espirituwal, kailangan nating maging malinaw.

Ngayon, titingnan natin ang mabigat na realidad ng walang hanggang paghuhukom batay sa turo ni Jesus at sa halimbawa ng Lumang Tipan: ang mga lungsod ng Sodoma at Gomorra.

---

1. Ang Huling Pagkakahiwalay (Mateo 25:31–46)

Sa Mateo 25, inilarawan ni Jesus ang huling paghuhukom bilang isang dakilang paghiwalay:

- Mga Tupa at mga Kambing . Sa Kanyang pagbabalik, pag hihiwalayin ni Cristo ang mga tao sa dalawang grupo—ang mga tupa sa Kanyang kanan at ang mga kambing sa kaliwa.

Hindi kayamanan, kasikatan, o tagumpay ang batayan, kundi pagsunod, pag-ibig, at katapatan sa Kanya.

- Dalawang Hantungan . Sa Mateo 25:46, malinaw ang Kanyang sinabi: *"At ang mga ito'y mapapasa kaparusahang walang hanggan, ngunit ang mga matuwid ay sa buhay na walang hanggan."*
    - Para sa mga matuwid: buhay na walang hanggan sa presensya ng Diyos.
    - Para sa masasama: kaparusahang walang hanggan, hiwalay sa Diyos.

Walang gitna. Walang neutral. Lahat ay haharap sa realidad ng kawalang-hanggan—piliin si Cristo o mapahiwalay sa Kanya magpakailanman.

---

2. Babala mula sa Sodoma at Gomorra (Genesis 19)

Ang kuwento sa Lumang Tipan tungkol sa Sodom at Gomorra ay isang malinaw at seryosong babala tungkol sa katotohanan ng banal na paghuhukom.

- **Isang Lungsod na Winakasan**

    Inilarawan sa Genesis 19 kung paano hinatulan ng Diyos ang Sodoma at Gomorra dahil sa kanilang kasamaan, pagsuway, at katigasan ng puso. Ang kanilang imoralidad ay nagdala ng matinding poot mula sa Diyos.

- **Babala para sa mga Di-makadiyos**

    Sa 2 Pedro 2:6, sinabi ni Apostol Pedro:

    "Kung hinatulan niya ang mga lungsod ng Sodoma at Gomorra at tinupok sa apoy, na ginawa Niyang halimbawa ng mangyayari sa mga di-makadiyos..."

Ang hatol ay biglaan, matindi, at ganap—isang paalala na ang galit ng Diyos laban sa hindi nagsisising kasalanan ay totoo at seryoso.

---

3. Pumili Ngayon

Ang walang hanggang kapalaran ay hindi ipinapasiya sa araw ng paghuhukom, kundi ngayon, habang nabubuhay tayo.

- **Mga Desisyong Gumuguhit ng Tadhana**

  Ang ating mga paniniwala, pasya, at gawa ay humuhubog kung saan natin gugugulin ang kawalang-hanggan. Wala nang pangalawang pagkakataon pagkatapos ng kamatayan.

  Sabi ng Hebreo 9:27: *"Itinakda na ang mga tao'y minsan lamang mamatay, at pagkatapos nito ay ang paghuhukom."*

- **Paanyaya sa Buhay**

  Malinaw ang layunin ng Diyos: nais Niya ang lahat ay maligtas at magkaroon ng buhay na walang hanggan (*1 Timoteo 2:4*).

  Si Jesus mismo ang nagsabi: *"Ang sinumang nakikinig sa aking salita at sumasampalataya sa nagsugo sa akin ay may buhay na walang hanggan at hindi na hahatulan kundi lumipat na mula sa kamatayan tungo sa buhay."* (*Juan 5:24*)

- **Huwag Maghintay**

  Huwag ipagpaliban ang desisyon. Gaya ng agarang paglabas ni Lot mula sa Sodoma, ngayon ang araw ng pagsisisi at pananampalataya.

Pangwakas

Minamahal, huwag nating sugalan ang ating walang hanggang kaluluwa. Ang kawalang-hanggan ay totoo, at ang mga kahihinatnan ay hindi na mababago. Ipinakita na sa atin ni Cristo ang dalawang landas—at iniimbitahan Niya tayong piliin ang buhay. Magtiwala nang lubusan kay Jesus, tanggapin ang Kanyang kapatawaran, at lumakad sa katapatan. Mamuhay tayo araw-araw na may kamalayang may kawalang-hanggan, may karunungan, at may pag-asa.

Gaya ng sinabi ni Josue noon (Josue 24:15) *"Pumili kayo ngayon kung sino ang inyong paglilingkuran... Ngunit ako at ang aking sambahayan ay maglilingkod sa Panginoon."*

7: Hindi Bawat Nagsasabi ng 'Panginoon, Panginoon'

Susing Talata: *Mateo 7:21–23 – "Hindi bawat nagsasabi sa akin, 'Panginoon, Panginoon,' ay papasok sa kaharian..."*

Panimula

Nakakakilala ka ba ng taong tila relihiyoso sa panlabas ngunit malayo sa Diyos sa kanyang pamumuhay? Madaling tawagin si Jesus na "Panginoon," ngunit nagbabala si Jesus na hindi sapat ang salita kung walang kasamang tunay na pagkilala at pagsunod. Marami ang nagpapahayag ng pananampalataya kay Cristo ngunit hindi talaga Siya kilala o sinusunod nang tapat.

Sa araling ito, sisiyasatin natin kung ano ang ibig sabihin ng tunay na pagkakilala kay Cristo—hindi lang sa pananalita kundi sa buhay na isinusuko sa Kanya. Hindi naiimpluwensyahan ng Diyos ang mga panlabas na anyo ng relihiyon kung nananatiling sarado ang puso.

---

1. Hungkag na Pagpapahayag ng Pananampalataya

Maliwanag ang sinabi ni Jesus sa Mateo 7:21: *"Hindi bawat nagsasabi sa akin, 'Panginoon, Panginoon,' ay papasok sa kaharian ng langit, kundi ang sumusunod sa kalooban ng aking Ama na nasa langit."*

Pansinin ang dalawang mahalagang katotohanan dito:

- Una, hindi sapat ang salita lamang. Ang pagtawag kay Jesus na "Panginoon" ay walang halaga kung hindi ito sinusuportahan ng tapat na pagsunod at pagtalima.

• Pangalawa, ang tunay na pagsunod sa kalooban ng Diyos ang sukatan.

Hindi hinahangaan ng Diyos ang mabubulaklak na pananalita kundi ang matapat at araw-araw na pagsunod.

Kung taliwas ang ating pamumuhay sa aral at likas ni Cristo, ang ating pagpapahayag ng pananampalataya ay hungkag.

---

2. Ang Paghimagsik ni Cora: Babala mula sa Lumang Tipan

Ang matinding halimbawa ng *hungkag na pagpapahayag* at *mapagmataas na paghihimagsik* ay makikita sa Bilang 16, sa kwento ni Cora:

Si Cora at 250 pinuno ay hinarap sina Moises at Aaron, sinabing: *"Sobra na kayo! Ang buong kapulungan ay banal, at ang Panginoon ay kasama nila."* (*Bilang 16:3*)

Gumamit sila ng banal na wika at tila makadiyos, ngunit ang kanilang puso ay puno ng inggit, pagmamataas, at pagsuway sa pamumunong itinalaga ng Diyos.

Ang Diyos ay hindi nalinlang sa kanilang panlabas na kabanalan. Bumuka ang lupa at nilamon sila ng buhay, isang malupit na paalala na ang Diyos ay tumitingin sa katapatan ng puso, hindi sa panlabas na anyo.

Kagaya ni Cora, marami ngayon ang marunong magsalita tungkol sa Diyos ngunit hindi Siya sinusunod sa puso. Ang tunay na pananampalataya ay kilala sa pagsunod, hindi sa salita lamang.

---

3. Relasyon, Hindi Relihiyon

Sa Mateo 7:22–23, sinabi ni Jesus:

“Marami ang magsasabi sa akin sa araw na iyon, ‘Panginoon, Panginoon, hindi ba’t nanghula kami sa iyong pangalan, nagpalayas ng mga demonyo sa iyong pangalan, at gumawa ng maraming himala sa iyong pangalan?’ Ngunit sasabihin ko sa kanila nang malinaw, ‘Hindi ko kayo kailanman nakilala. Lumayo kayo sa akin, kayong mga gumagawa ng kasamaan!’”

Kahit ang himala, propesiya, at makapangyarihang gawa ay hindi garantiya ng tunay na relasyon kay Cristo. Ang mahalaga sa Kanya ay hindi ang ating pagganap, kundi ang ating ugnayan.

Ang higit na mahalaga kay Jesus ay hindi ang ating mga nagawa kundi ang personal na pagiging malapit at tunay na kaugnayan sa Kanya. Malinaw ang Kanyang sinabi: 'Hindi ko kayo kilala.' Ang tanong na dapat nating sagutin ngayon ay hindi, 'Aktibo ba ako sa simbahan?' o 'Nakagawa ba ako ng mga kahanga-hangang bagay sa espirituwal?' Kundi, 'Tunay ko bang kilala si Jesus, at kilala ba Niya ako?'

Ang tunay na pananampalataya ay hindi lamang relihiyon; ito ay isang masigla at buhay na relasyon kay Cristo—na bumabago sa atin upang maging mga taong may kagalakan at mapagpakumbabang sumusunod sa Kanya mula sa puso.

Pangwakas

Mga kapatid, magsiyasat tayo nang tapat sa harap ng Diyos. Ang relihiyosong pananalita at mababaw na kabanalan ay hindi makapagliligtas - Tanging ang buhay na relasyon at pagsuko kay Jesus ang makapagliligtas.

Kilala mo ba talaga si Jesus—hindi lang sa isip kundi sa puso? Sumasalamin ba ang iyong buhay sa masayang pagsunod sa Kanyang Salita, o puro salita lang ang iyong pananampalataya?

Iwanan natin ang huwad na pagpapahayag. Hangarin nating makilala si Cristo nang malalim, personal, at totoo. Nawa'y mamuhay tayo sa paraang maririnig natin sa Kanya, *"Mabuti, mabuti at tapat na alipin,"* at hindi ang *"Hindi ko kayo kailanman nakilala."*

Tiyakin mo ngayon na tunay mong kilala si Cristo—at higit pa roon, tiyakin mong kilala ka Niya.

8: Babala ni Jesus: Sa Aba ninyong mga Hindi Nagsisisi

Susing Talata: *Lucas 10:14 – "Ngunit sa Araw ng Paghuhukom ay magiging mas magaan para sa Tiro at Sidon kaysa sa inyo."*

Panimula

Sa Ebanghelyo ayon kay Lucas, nagbigay si Jesus ng matitinding babala sa mga lungsod ng Corazin, Betsaida, at Capernaum. Ito ang mga lugar na nakasaksi ng maraming kamangha-manghang himala mula mismo kay Jesus, ngunit nanatiling matigas ang puso at tumangging magsisi. Nakagugulat na sinabi ni Jesus na mas magaan pa ang hatol sa mga makasalanang lungsod gaya ng Tiro at Sidon kaysa sa kanila. Bakit? Sapagkat ang mas malaking pribilehiyo ay nangangailangan ng mas mataas na pananagutan.

Ngayon, sisiyasatin natin kung ano ang ibig sabihin nito para sa atin sa kasalukuyan sa pamamagitan ng aral ng pananagutan at pagsisisi, gamit ang halimbawa ng Nineve.

---

1. Pananagutan Ayon sa Liwanag ng Katotohanan

Ipinapakita ni Jesus na ang mas maliwanag na kapahayagan mula sa Diyos ay nangangahulugan ng mas malaking pananagutan.

- Nakita ng Corazin at Betsaida ang mga himala: Mga bulag na nakakakita, mga pilay na nakalalakad, mga may sakit na gumaling. Ngunit hindi sila nagsisi.

- Sa kabila nito, sinabi ni Jesus na ang mga paganong lungsod gaya ng Tiro at Sidon, na hindi nakasaksi ng ganoong mga himala, ay mas magaan ang magiging hatol.

Tayo rin ay may malaking pribilehiyo—lagi nating naririnig ang Salita ng Diyos, may access sa Biblia at ebanghelyo. Ngunit ito rin ay nangangahulugan na mas malaki ang ating pananagutan na tumugon sa katotohanan.

---

2. Ang Pagsisisi ng Nineve (Jonas 3–4)

Isang kahanga-hangang halimbawa ng agarang pagsisisi ay ang Nineve—isang lungsod kilala sa kasamaan:

- Ang mensahe ni Jonas: *"Apatnapung araw pa at ang Nineve ay gigibain!"* (*Jonas 3:4*)
- Tugon ng mga taga-Nineve: Nag-ayuno sila, nagsuot ng sako, at tumalikod sa kasamaan.
- Tugon ng Diyos: *"Nang makita ng Diyos ang kanilang mga ginawa at kung paanong sila'y tumalikod sa kanilang masamang gawain, siya'y nahahabag at hindi na itinuloy ang kaparusahan."* (*Jonas 3:10*)

Maging si Jesus mismo ay nagbigay-puri sa kanilang pagsisisi: *"Ang mga taga-Nineve ay titindig sa paghuhukom laban sa lahing ito at ito'y hahatulan, sapagkat sila'y nagsisi nang ipangaral ni Jonas—at narito, higit pa kay Jonas ang narito."* (*Mateo 12:41*)

Ang Nineve ay mas kaunti ang liwanag na natanggap, ngunit sila ay agad na tumugon sa babala ng Diyos. Tayo ba ay ganoon din? O paulit-ulit nating tinatanggihan ang Kanyang paanyaya?

---

3. Ang Diyos ay Maawain, Ngunit Makatarungan Din

- **Ang Diyos ay mahahabagin:** Handa Siyang magpatawad sa mga tunay na nagsisisi. Hindi Siya nasisiyahan sa paghahatol.
- **Ngunit ang Diyos ay makatarungan din:** Ang patuloy na pagtanggi sa pagsisisi ay tiyak na humahantong sa kahatulan. Ang awa at katarungan ng Diyos ay kapwa tunay na bahagi ng Kanyang likas na pagkatao. Ang biyaya ay paanyaya sa pagsisisi, ngunit ang matigas na pagtanggi ay humihingi ng katarungan. Kapag tinanggihan ng mga tao ang biyaya ng Diyos, ang kahatulan ay nagiging kinakailangan at tiyak.

  Ipinahayag ni Jesus ang Kanyang kalungkutang may pagkadismaya sa mga lungsod na ayaw magsisi, sapagkat alam Niya ang mabigat na kaparusahang naghihintay sa kanila. Gaya ng sinabi Niya sa Lucas 10:15: *'At ikaw, Capernaum, iisipin mo bang iaangat ka hanggang sa langit? Hindi! Ibababagsak ka sa Hades."*

Hindi ito galit ng isang mapaghiganting Diyos, kundi paalala ng isang mahahabagin at mapagligtas na Tagapagligtas—nagbibigay babala upang tayo ay maligtas, hindi mahatulan.

Sabi sa Roma 2:4: *"Ang kabutihan ng Diyos ay nagtutulak sa iyo sa pagsisisi."*
Ang pagtanggi sa Kanyang kabutihan ay pagpili sa hatol.

Pangwakas:

Maliwanag ang babala ni Jesus: huwag balewalain ang biyaya ng Diyos.
Tulad ng mga taga-Nineve, tumugon tayo agad sa Kanyang paanyaya. Isang babala lang ang narinig nila, ngunit sila'y nagsisi.

Ilang babala na ba ang ating natatanggap? Ngayon ang araw ng awa; bukas ay maaaring araw ng paghuhukom. Sabi ni Jesus: *"Magsisi kayo, sapagkat ang kaharian ng langit ay malapit na."* (*Mateo 4:17*)

Piliin ang pagsisisi. Piliin ang kababaang-loob. Yakapin ang habag ng Diyos ngayon—habang may panahon pa.

9: Hahatulan ang Buhay at ang Patay

Susing Talata: *1 Pedro 4:5 – "Ngunit sila'y magbibigay-sulit sa Diyos na handang humatol sa mga buhay at sa mga patay."*

Panimula

Isa sa pinakamalalim at pinakapayak na katotohanan sa Kasulatan ay ito: Si Jesu-Cristo ay muling darating bilang Hukom. Hindi lamang Siya muling babalik upang iligtas, kundi upang hatulan at panagutin ang buong sangkatauhan. Maliwanag ang sinabi ni Apostol Pedro: Si Jesus ang hahatol sa mga buhay at sa mga patay. Lahat ng kaluluwa—mula noon hanggang ngayon at sa hinaharap—ay haharap sa Kanya. Walang makakatakas sa Kanyang ganap na paghuhukom.

Ang tanong para sa atin ay: Handa ba tayong magbigay-sulit sa Kanya?

---

1. Ang Pangkalahatang Paghuhukom

Unang-una, unawain natin na ang paghuhukom ng Diyos ay para sa lahat. Walang sinuman ang exempted sa banal na pagtutuos.

- Itinuturo ng Kasulatan na lahat ng tao mula sa bawat bansa, lahi, at wika ay haharap sa Diyos.
- Maging ang mga nabubuhay sa pagdating ni Cristo at ang mga matagal nang namatay ay haharap sa Kanyang hukuman.
- Sabi sa Hebreo 4:13: *"Walang anumang nilikha ang nakatago sa Kanyang paningin. Ang lahat ay lantad at hayag sa harap Niya na dapat nating pag-ukulan ng pagsulit."*

Ang katotohanang ito ay paanyaya sa atin na mamuhay nang may karunungan at kababaang-loob.

---

2. Nahatulang Sambahayan ni Eli (Halimbawa sa Lumang Tipan)

Isang seryosong babala mula sa Lumang Tipan ang makikita sa buhay ni Eli sa 1 Samuel 2–4:

- Ang mga anak ni Eli, sina Hophni at Phinehas, ay lumapastangan sa Diyos. Inabuso nila ang kanilang tungkulin bilang mga saserdote, sinira ang kabanalan ng mga hain, at namuhay sa lantad na kasamaan.
- Si Eli, bagaman nalalaman ang kasalanan ng kanyang mga anak, hindi ito pinigil nang may kabigatan at disiplina.
- Dahil sa kanilang kapabayaan at paglapastangan sa kabanalan ng Diyos, dumating ang hatol: Natalo ang Israel sa digmaan. Namatay ang dalawang anak ni Eli. Namatay si Eli sa pagkadinig ng balita.

Ipinapakita ng kwentong ito na hindi lamang ang mga patay ang hinahatulan ng Diyos, kundi pati ang mga buhay, habang nasa lupa pa.

Sinusuri Niya ang ating pamumuhay at ang ating tugon sa Kanyang mga utos.

---

3. Inaasahan ng Diyos ang Tapat na Katiwala

Bawat isa sa atin ay pinagkatiwalaan ng Diyos ng mga responsibilidad, kaloob, pamilya, at impluwensya. Balang araw, magbibigay-sulit tayo kung paano natin pinamahalaan ang mga ito.

- Paano natin ginamit ang mga pagkakataong ibinigay sa atin?
- Tayo ba ay naging tapat na kinatawan ni Cristo sa ating tahanan, trabaho, at pamayanan?
- Pinamamahalaan ba natin ang ating buhay ayon sa Kanyang Salita?

Tulad ni Eli, mananagot tayo hindi lang sa ating sariling gawain kundi pati sa ating naging impluwensya sa iba. Ang pagiging katiwala ay isang sagradong tungkulin, na nangangailangan ng masikap, tapat, at banal na pamumuhay.

Pangwakas

Mga kapatid, ang paghuhukom ay tiyak at hindi maiiwasan. Si Cristo, ang Matuwid na Hukom, ay nakahanda nang humatol sa mga buhay at mga patay. Nawa'y maging paalala sa atin ang kwento ni Eli: Seryoso ang Diyos sa pagiging katiwala natin sa Kanyang mga ipinagkatiwala.

Tugunan natin ito nang may kababaang-loob, ingat, at buong debosyon. Mamuhay tayo ngayon na may paghahanda, upang sa pagdating ni Cristo ay madinig natin ang Kanyang mga salitang puno ng papuri:

"Mabuti, mabuti at tapat na alipin." Amen.

10: Ang Huling Hatol: Walang Hanggan - Kasama o Hiwalay sa Diyos

Susing Talata: *Pahayag 21:8 – "Ngunit ang mga duwag, ang mga hindi sumasampalataya... ay itatapon sa lawa ng apoy at asupre. Ito ang ikalawang kamatayan."*

Panimula

Ang huling paghuhukom ang siyang sukdulan ng kasaysayan ng sangkatauhan. Sa araw na iyon, nakasalalay ang ating kawalang-hanggan—ito'y magiging araw ng hatol kung saan ang bawat kaluluwa ay haharap sa walang hanggang pakikisama sa Diyos o walang hanggang paghiwalay sa Kanya. Wala nang mas mahalagang pasya, at wala nang mas agarang sandali kaysa sa harapin natin ang katotohanang ito. Sa pag-unawa natin sa walang hanggang paghuhukom, nauunawaan natin ang bigat ng ating espirituwal na kapalaran.

---

1. Ang mga Duwag at Hindi Sumasampalataya (Pahayag 21:8)

Nagbigay babala si Apostol Juan tungkol sa mga hindi makakapasok sa buhay na walang hanggan:

"Ngunit ang mga duwag, ang mga hindi sumasampalataya, ang mga kasuklam-suklam, ang mga mamamatay-tao, ang mga nakikiapid, ang mga mangkukulam, ang mga sumasamba sa diyus-diyosan, at ang lahat ng sinungaling—ang kanilang bahagi ay sa lawa ng apoy at asupre. Ito ang ikalawang kamatayan."

- **Duwag –**

Yaong mga nahihiyang kilalanin si Cristo o natatakot sa opinyon ng mundo. Natakot sila sa kapahamakan sa lupa ngunit hindi nila inisip ang kapahamakan ng kaluluwa.

- **Hindi Sumasampalataya –**

  Hindi lamang yaong tahasang tumatanggi kay Cristo, kundi maging yaong tahimik na tumatanggi na tanggapin ang Kanyang biyaya.

Maliwanag na itinuturo ng Kasulatan ang bigat ng walang hanggang kahatulan. Ang kabigatan ng babalang ito ay dapat magbunsod sa bawat isa sa atin na magsiyasat ng sarili at magnilay-nilay.

Isipin mong nakatayo ka na sa hangganan ng kawalang-hanggan, at doon mo lang napagtanto na tinanggihan mo ang mismong nag-alok sa iyo ng buhay. Walang anumang bagay sa mundong ito ang karapat-dapat ipagpalit sa iyong kaluluwang walang hanggan.

---

2. Ang Pagtindig ng Matuwid (Awit 1:5)

Sa kabaligtaran ng Pahayag 21:8, sinabi sa Awit 1:5:

"Kaya't ang masama ay hindi tatayo sa paghuhukom, ni ang mga makasalanan sa kapulungan ng mga matuwid."

- May malinaw na paghiwalay sa pagitan ng matuwid at ng masama.
- Ang matuwid ay yaong pinawalang-sala sa pamamagitan ng pananampalataya kay Cristo. Hindi dahil sa sariling gawa, kundi dahil sa katuwiran ni Jesus.
- Ang masama ay walang kakayahang harapin ang banal na paghuhukom ng Diyos. Wala silang Tagapamagitan, walang Tagapagtanggol, at walang balabal ng katuwiran.

Tulad ng pagharap sa hukom nang walang abogado o tagapagtanggol, ganyan ang kalagayan ng mga wala kay Cristo sa huling paghuhukom. Ngunit ang matuwid, natatakpan ng dugo ni Jesus, ay may ganap na katiyakan sa harap ng trono ng Diyos.

---

3. Ngayon ang Panahon (2 Corinto 6:2)

Ang bigat ng hatol na walang hanggan ay tumatawag sa atin na kumilos agad:

"Ngayon ang panahon ng pagtanggap ng Diyos; ngayon ang araw ng kaligtasan." (2 Corinto 6:2)

- Hindi garantisado ang bukas. Ang Biblia ay malinaw: maaaring magsimula ang kawalang-hanggan anumang oras.
- Mapanganib ang pagkaantala sa mga bagay ukol sa pananampalataya. Ngayon ang takdang panahon upang piliin si Cristo.
- Bagama't ang hatol ay sa hinaharap, ang desisyon ay ngayon.

Tulad ng mga pasaherong nasa lumulubog na barko na kailangang mabilis na sumakay sa lifeboat, tayo rin ay kailangang tumugon agad sa paanyaya ni Cristo. Ang pagkaantala ay maaaring magdulot ng kawalang-hangganang kapahamakan.

Pangwakas

Sa huling paghuhukom, wala nang neutral na lugar—tanging walang hanggang pakikisama sa Diyos o walang hanggang paghiwalay sa Kanya. Ang hatol ay magiging pinal, permanente, at hindi na mababago.

Ngayon ang oras upang gawin ang pinakahalagang pasya ng iyong buhay. Piliin si Cristo. Tanggapin ang Kanyang alok ng kapatawaran at buhay na walang hanggan. Huwag mo nang ipagpaliban. Ang daan patungo sa kaligtasan ay malinaw.

Nawa'y ang araw na ito ang maging araw ng iyong pagpili ng buhay.

Ang Banal na Espiritu: Ipinangako ni Jesus

Sa buong ministeryo Niya sa lupa, madalas magsalita si Jesus tungkol sa isang banal na pangako—isang makapangyarihan, nakaaaliw, at nagbibigay-buhay na presensiya na darating pagkatapos ng Kanyang kamatayan at muling pagkabuhay. Ang pangakong ito ay ang Banal na Espiritu, na isinugo upang manahan sa bawat mananampalataya, gumabay, magbigay-lakas, at magbago sa atin mula sa loob.

Sa ating serye ng pangangaral na pinamagatang "Ang Banal na Espiritu: Ipinangako ni Jesus," tayo ay maglalakbay sa kahanga-hangang katuparan ng pangako ni Cristo at matutuklasan natin ang malalim na epekto ng Banal na Espiritu sa ating pang-araw-araw na buhay. Bawat sermon ay magliliwanag ng ibang aspeto ng banal na kaloob na ito—kung paanong ang Espiritu ay umaaliw sa atin, nagpapalakas sa ating kahinaan, nagpapahayag ng katotohanan ng Diyos, nagpapalakas sa ating patotoo, nagpapatunay ng ating pagkukupkop sa pamilya ng Diyos, nagpapabago ng ating mga puso, nagpapabanal ng ating pamumuhay, patuloy na nagpupuno sa atin, at nagpapatatag sa atin sa walang hanggang pag-asa.

Ihanda mo ang iyong puso upang maranasan ang lalim at kapangyarihan ng Espiritu ng Diyos sa isang bago at personal na paraan. Habang tayo'y lumalalim sa Kasulatan at ginugunita ang mga pangako ni Cristo, nawa'y tayo'y mapanibago at mapalakas ng buhay at nakapagpapabagong presensiya ng Banal na Espiritu—ang mahalagang kaloob na tiniyak ni Jesus sa bawat mananampalataya.

1: Ang Pangakong Natupad

Susing Talata: *Gawa 2:38–39 – "Sumagot si Pedro, 'Magsisi kayo at magpabautismo ang bawat isa sa inyo sa pangalan ni Jesu-Cristo para sa kapatawaran ng inyong mga kasalanan. At tatanggapin ninyo ang kaloob na Banal na Espiritu. Sapagkat ang pangako ay para sa inyo, at sa inyong mga anak, at sa lahat ng nasa malayo—sa lahat ng tinatawag ng ating Panginoong Diyos.'"*

Panimula:

Sa kasaysayan ng bayan ng Diyos, isa sa pinakamahalaga at makapangyarihang pangakong ibinigay ng Diyos ay ang pagbuhos ng Kanyang Banal na Espiritu sa lahat ng sumasampalataya. Mula sa mga sinaunang propesiya hanggang sa mga salitang mismong binigkas ni Jesu-Cristo, ang pangako ng Banal na Espiritu ay laging sentro ng plano ng Diyos sa pagtubos at pagbibigay-kapangyarihan sa Kanyang bayan.

---

1. **Ang Pangakong Inihayag**

- Bago pa man ang Araw ng Pentecostes, nangusap na ang Diyos sa pamamagitan ni Propeta Joel tungkol sa isang panahon ng malawakang pagbuhos ng Espiritu:

  Joel 2:28–29 – *"Pagkatapos ng mga bagay na ito, ibubuhos Ko ang Aking Espiritu sa lahat ng tao. Magpapahayag ng mensahe ang inyong mga anak na lalaki at babae, mananaginip ang inyong matatanda, at makakakita ng pangitain ang inyong kabataan. Pati sa mga lingkod, lalaki't babae, ibubuhos Ko ang Aking Espiritu sa mga araw na iyon."*

- Ang propesiya ni Joel ay rebolusyonaryo sapagkat ipinahayag nito na ang Banal na Espiritu ay para sa lahat—babae at lalaki, bata at matanda, alipin man o pinuno.

---

2. Ang Pangakong Pinagtibay ni Jesus

- Mismo si Jesus ay nagpatibay ng pangakong ito sa Kanyang mga alagad bago Siya umakyat sa langit:

  Juan 14:16–17 – *"Hihingi Ako sa Ama, at bibigyan Niya kayo ng isa pang Tagapayo upang manatili sa inyo magpakailanman—ang Espiritu ng katotohanan."*

- Tiniyak ni Jesus sa Kanyang mga tagasunod na hindi sila maiiwang nag-iisa, kundi magkakaroon ng kasama at gabay sa pamamagitan ng Banal na Espiritu.

---

3. Ang Pangakong Natupad sa Pentecostes

- Sa Araw ng Pentecostes, makapangyarihang tinupad ng Diyos ang Kanyang pangako, gaya ng isinalarawan sa Gawa 2:1–4:

  "Nang sumapit ang Araw ng Pentecostes, silang lahat ay nagkakatipon sa isang lugar. Biglang dumating ang isang ugong mula sa langit na parang hagupit ng malakas na hangin, at napuno nito ang bahay na kinaroroonan nila. May nakita silang parang mga dila ng apoy na lumapag sa bawat isa sa kanila. At silang lahat ay napuspos ng Banal na Espiritu at nagsimulang magsalita sa iba't ibang wika ayon sa ipinasasabi ng Espiritu.

- Ang kaganapang ito ang naging hudyat ng bagong kapanahunan—ang kapanganakan ng Iglesia na puspos ng Espiritu upang tuparin ang misyong ibinigay ni Cristo.

---

4. Ang Pangakong Para sa Lahat

- Maging si Pedro ay matapang na nagpahayag na ang pangako ng Banal na Espiritu ay hindi lamang para sa mga apostol kundi para sa lahat ng mananampalataya:

  Gawa 2:38–39 – Isang malinaw na pahayag na ang pangako ay bukas sa lahat ng tatawagin ng Diyos.

- Sa pamamagitan ng pagsisisi, bautismo, at pananampalataya kay Cristo, ang bawat mananampalataya ay maaaring maranasan ang dakilang kaloob na ito.

---

5. Ang Karanasan ng Pangako sa Panahon Ngayon

- Ang katuparan ng pangako ng Diyos ay patuloy na nararanasan hanggang ngayon, habang ang mga mananampalataya sa buong mundo ay nakakaranas ng kapangyarihan, aliw, at pagbabagong dala ng Banal na Espiritu.
- Pinapalakas Niya tayo, ginagawang banal, at pinagkakalooban ng lakas upang magpatotoo ukol kay Jesu-Cristo.

Pangwakas:

Ang pangako ng Banal na Espiritu ay hindi lamang bahagi ng kasaysayan—ito ay isang buhay na katotohanan. Kung paanong tinupad ng Diyos ang Kanyang salita sa mga mananampalataya sa Jerusalem, tinutupad Niya rin ito sa atin ngayon. Buksan natin ang ating puso sa pananampalataya at pananabik. Mamuhay tayong puspos ng Espiritu.

Ngayon, iniimbitahan tayo ng Diyos na muling maranasan ang Kanyang makapangyarihang presensiya. Handa ka na bang tanggapin muli ang kapangyarihan ng pangako ni Cristo? Yakapin natin ang Kanyang pangako at mamuhay sa ilalim ng kapangyarihan, aliw, at pag-asa na hatid ng Banal na Espiritu—ang mahalagang kaloob na ipinangako ni Jesus sa bawat mananampalataya.

2: Ang Espiritu ng Kaaliwan

Susing Talata: *Juan 14:16 "At ako'y hihingi sa Ama, at kayo'y bibigyan niya ng ibang Tagapagtanggol upang makasama ninyo magpakailanman."*

Panimula:
Madalas nating maranasan ang mga pangyayari sa buhay na nagdudulot ng labis na kabigatan, pagkalito, at pangangailangan ng katiyakan. Sa gitna ng mga personal na pagsubok, hindi inaasahang hamon, o matinding kalungkutan, hinahangad natin ang kaaliwan at kapayapaan. Salamat, sapagkat ipinangako ni Jesus ang Banal na Espiritu—ang Kaaliwan—na nagbibigay ng lakas, kapayapaan, at walang hanggang presensya sa bawat sitwasyong ating kinakaharap. Sa mensaheng ito, ating tuklasin ang kahanga-hangang kaaliwan ng Banal na Espiritu ayon sa Kasulatan, kalakip ang mga halimbawa mula sa Lumang Tipan at Bagong Tipan.

---

1. Ang Pangako ni Jesus ng Kaaliwan

Sa ating susing talata, inaliw ni Jesus ang Kanyang mga alagad sa pamamagitan ng pangakong darating ang ibang Tagapagtanggol—ang Banal na Espiritu—na mananatili sa kanila magpakailanman. Nauunawaan Niya ang kanilang takot at pangamba, kaya't tiniyak Niya sa kanila na hindi nila kailanman haharapin ang buhay nang mag-isa.

Juan 14:18 – "Hindi ko kayo iiwan bilang mga ulila; ako'y paparito sa inyo."

Ang Kaaliwan, o Tagapagtanggol, ay siyang kasama natin sa bawat hakbang—gumagabay, nagbibigay katiyakan, at nagpapalakas sa mga mananampalataya sa gitna ng mga pagsubok. Ang Banal na Espiritu ay hindi malayo o di-kilala; Siya'y malapit, at nauunawaan Niya ang ating pinakamalalim na pangangailangan.

---

2. Kaaliwan sa Gitna ng Takot (Halimbawa sa Bagong Tipan)

Pagkamatay ni Jesus, ang mga alagad ay natakot at nagkulong sa isang silid, walang kasiguruhan sa kinabukasan. Ngunit sa gitna ng kanilang pangamba, nagpakita si Jesus sa kanila at ibinigay ang kapayapaan at kaaliwan sa pamamagitan ng Banal na Espiritu.

Juan 20:19-22 – Dumating si Jesus at tumayo sa gitna nila at sinabi, "Kapayapaan ang sumainyo!" Ipinakita Niya ang Kanyang mga kamay at tagiliran. Natuwa ang mga alagad nang makita nila ang Panginoon. Muli Niyang sinabi, "Kapayapaan ang sumainyo! Kung paanong isinugo ako ng Ama, isinusugo ko rin kayo." Pagkasabi nito, hiningahan Niya sila at sinabi, "Tanggapin ninyo ang Banal na Espiritu."

Alam ni Jesus ang eksaktong pangangailangan ng Kanyang mga alagad sa kanilang pinakamahinang sandali. Ang Kanyang presensya at pangako ay nagpalit ng takot sa tapang, at ng kalituhan sa layunin.

---

3. Kaaliwan sa Panahon ng Panghihina (Halimbawa sa Lumang Tipan)

Matapos harapin ni Propeta Elias ang mga bulaang propeta, siya ay pinanghinaan ng loob at natakot nang bantaan siya ni Reyna Jezebel. Sa labis na pagod at takot, tumakas si Elias sa ilang at nagnasa ng kamatayan.

1 Hari 19:4 – "Sobra na, Panginoon," wika niya. "Kunin na Ninyo ang aking buhay; hindi ako higit kaysa aking mga ninuno."

Ngunit sa kanyang pinakamadilim na sandali, nagpadala ang Diyos ng kaaliwan at lakas. Isang anghel ang ginising siya at pinakain upang ihanda siya para sa susunod na yugto ng kanyang paglalakbay.

1 Hari 19:7 – "Bumangon ka at kumain. Sapagkat mahaba pa ang lalakbayin mo."

Ang kaaliwan ng Diyos ay bumuhay kay Elias sa katawan, damdamin, at espiritu, binigyan siya ng bagong lakas at pag-asa upang magpatuloy.

Tulad ng mga alagad at ni Elias, tayo rin ay dumaraan sa mga sandaling tila wala nang pag-asa. Ngunit hindi tayo kailanman iniwan ng Diyos. Ang Banal na Espiritu—ang ating Kaaliwan—ay laging naririyan. Sa ating takot, pangamba, at panghihina, Siya ang nagbibigay ng kapayapaan, lakas, at katiyakan. Sa bawat pagsubok, maaasahan natin ang Kanyang presensya.

Pangwakas:

Anuman ang bigat ng pasanin mo ngayon, alalahanin mo ang pangako ni Jesus: ang Banal na Espiritu, ang Kaaliwan, ay laging kasama mo. Hayaan mong aliwin Niya ang iyong puso, palitan ang takot ng kapayapaan, ang kahinaan ng lakas, at ang kalituhan ng layunin. Kung paanong inaliw ni Jesus ang Kanyang mga alagad at inaliw ng Diyos si Elias, gayundin ang gagawin ng Banal na Espiritu para sa iyo.

3: Ang Katulong sa Panahon ng Kahinaan

Susing Talata: *Roma 8:26 "Gayon din naman, tinutulungan tayo ng Espiritu sa ating kahinaan. Sapagkat hindi natin alam kung paano dapat manalangin, ngunit ang Espiritu ang Siyang namamagitan para sa atin sa paraang hindi kayang bigkasin ng salita."*

Panimula:

Dumarating ang mga sandali na tila wala na tayong lakas—kapag ang mga pasanin ng buhay ay sobra na at tila hindi na natin kayang magpatuloy. Minsan, pakiramdam natin tayo'y nag-iisa sa laban. Ngunit ipinapaalala ng Kasulatan na hindi tayo kailanman nag-iisa. Sa ating kahinaan, mayroong Katulong—ang Banal na Espiritu—na ipinangako ni Jesus, upang tayo'y palakasin at suportahan sa bawat hamon ng buhay.

Ngayong araw, ating pag-aaralan ang katotohanang sa mismong panahon ng ating kahinaan, dumarating ang Banal na Espiritu—hindi upang tayo'y hatulan, kundi upang palakasin, aliwin, at bigyan tayo ng tagumpay.

---

1. Pag-unawa sa Ating Kahinaan

Sa Roma 8:26, hayagang inamin ni Apostol Pablo ang kahinaan ng tao. Maaaring ito'y pisikal, emosyonal, espirituwal, o maging sa pananalangin. Minsan hindi natin alam kung ano ang ipapanalangin. Ngunit sa ganitong mga pagkakataon, ang Banal na Espiritu ang siyang namamagitan para sa atin, ginagawa ang ating mahinang panalangin na makapangyarihang daing sa harap ng Diyos.

Naranasan ito ni Pablo mismo. Siya'y dumaan sa matinding pagsubok—ang "tinik sa laman"—at tatlong beses na nakiusap sa Diyos na ito'y alisin. Ngunit ang sagot ng Diyos ay: *"Sapat na sa iyo ang aking biyaya, sapagkat ang aking kapangyarihan ay nahahayag sa kahinaan"* (2 Corinto 12:9). Natuklasan ni Pablo na sa kanyang kahinaan, higit na nahahayag ang lakas ng Diyos.

---

2. Halimbawa ni Moises

Makikita rin natin ang prinsipyong ito sa buhay ni Moises. Sa Exodo 17:10-13, habang nakikipaglaban ang Israel laban sa mga Amalekita, nanatili si Moises sa tuktok ng burol, hawak ang tungkod ng Diyos. Habang taas ang kanyang kamay, nananalo ang Israel. Ngunit nang mapagod siya, humina ang kanyang katawan, at lumamang ang kaaway.

Nang mapagtanto ang kanyang pangangailangan, lumapit sina Aaron at Hur kay Moises. Sila ay naging katuwang, inalalayan ang kanyang mga kamay hanggang sa makamtan ang tagumpay. Hindi kinailangang akuin ni Moises ang kanyang kahinaan nang mag-isa. Naglaan ang Diyos ng mga katuwang upang siya'y alalayan sa oras ng kanyang kahinaan. Sa katulad na paraan, ang Banal na Espiritu ay lumalapit din sa atin, nagbibigay ng banal na lakas at suporta kapag naabot na natin ang hangganan ng ating kakayanan.

---

3. Ang Lakas ng Espiritu sa Ating Buhay

Ang Banal na Espiritu, ang ating banal na Katulong, ay patuloy na kumikilos sa loob natin—madalas sa mga paraang hindi natin lubos na nauunawaan. Siya'y namamagitan para sa atin kapag ang ating mga panalangin ay tila nauudlot, umaaliw kapag ang pag-asa ay tila malayo, at nagpapalakas sa mismong mga sandali ng ating kahinaan. Hindi Niya agad inaalis ang ating mga paghihirap; sa halip, binibigyan Niya tayo ng kapangyarihang magtiis at mapagtagumpayan ang mga ito, upang sa ating kahinaan, lalo pang mahayag ang kaluwalhatian ng Diyos.

Tulad ng natutunan ni Pablo na magalak sa kanyang kahinaan—dahil doon ay higit na naipapakita ang kapangyarihan ng Diyos—tayo rin ay maaaring harapin ang ating mga pagsubok nang may kapanatagan. Maaari nating yakapin ang ating mga limitasyon, sapagkat ito ang pintuan upang maranasan ang malalim na presensiya at kapangyarihan ng Banal na Espiritu sa ating buhay.

Pangwakas:

Sa panahon ng kahinaan, alalahanin mo na may Katulong kang mas malapit pa sa iyong hininga—ang Banal na Espiritu. Tanggapin ang Kanyang pangakong Siya'y tumutulong, nagpapalakas, at nananatili sa iyo sa bawat sandali ng iyong kahinaan. Tulad ni Moises na tinulungan nina Aaron at Hur, at ni Pablo na tumanggap ng biyaya ng Diyos, ikaw man ay makatatayo nang matatag.

Ngayon, anyayahan natin ang Banal na Espiritu sa ating kahinaan. Ipagkatiwala natin sa Kanya ang ating mga limitasyon at hayaan Siyang gawing patotoo ng katapatan at biyaya ng Diyos ang ating mga pagsubok.

Tayo'y manalangin, at tanggapin ang Katulong na handang palakasin tayo sa oras ng ating pangangailangan.

4: Ang Espiritu ng Katotohanan

Susing Talata: *Juan 16:13 "Ngunit pagdating ng Espiritu ng katotohanan, papatnubayan Niya kayo sa buong katotohanan. Sapagkat hindi Siya magsasalita mula sa Kanyang sarili; kundi ang lahat ng Kanyang maririnig ang Kanyang sasalitain, at ipahahayag Niya sa inyo ang mga bagay na darating."*

Panimula:

Sa isang mundong puno ng kalituhan, panlilinlang, at iba't ibang tinig na humihingi ng ating pansin, lubhang kailangan natin ang malinaw na patnubay at di-nagbabagong katotohanan. Ang mabuting balita ay hindi tayo iniwang mag-isa upang harapin ang mga kabiguan at kasinungalingan ng buhay. Ipinangako ni Jesus ang Banal na Espiritu—ang Espiritu ng Katotohanan—na siyang gagabay sa atin sa buong katotohanan. Sa mensaheng ito, ating pag-aaralan ang mahalagang pangakong ito at ang matinding hangarin ng Espiritu na patnubayan ang ating buhay.

---

1. Pagkilala sa Espiritu ng Katotohanan (Juan 16:13)

Bago ang Kanyang pagkakapako sa krus, ibinigay ni Jesus ang pangako ng Espiritu sa Kanyang mga alagad—ang Espiritu ng Katotohanan. Alam Niya ang kalituhan, takot, at kawalang-katiyakan na kanilang haharapin matapos ang Kanyang pag-alis. Kaya't tiniyak Niya na may kasama silang patnubay—ang Banal na Espiritu na magtuturo, magpapahayag ng kalooban ng Diyos, at gagabay sa kanila sa buong katotohanan.

---

2. Pinatnubayan ng Katotohanan: Ang Halimbawa ni Felipe (Gawa 8:26-39)

Sa aklat ng Gawa, makikita natin kung paano aktibong gumagabay ang Espiritu ng Katotohanan sa buhay ng mananampalataya. Inutusan ng Espiritu si Felipe na lapitan ang isang karo kung saan naroroon ang isang pinunong taga-Etiopia. Agad siyang sumunod, ibinahagi ang katotohanan ng Kasulatan, at ipinakilala si Jesu-Cristo. Dahil sa kanyang pagsunod, naligtas at nabautismuhan ang opisyal.

Dito makikita natin kung paanong tumpak na ginabayan ng Espiritu si Felipe—sa oras, lugar, at mensahe. Hanggang ngayon, ang Espiritu ay gumagabay pa rin sa atin patungo sa mga "divine appointments" kung saan ang katotohanan ng Diyos ay bumabago ng buhay.

---

3. Gabay ng Espiritu sa Lumang Tipan: Ang Kwento ni Samuel (1 Samuel 3)

Bago pa man bumaba ang Espiritu sa Pentecostes, gumagabay na ang Diyos sa Kanyang mga lingkod sa katotohanan. Isang halimbawa ay si Samuel, na bata pa lamang ay naglilingkod na sa templo kasama si Eli. Isang gabi, narinig ni Samuel ang tinig ng Diyos ngunit hindi niya agad ito nakilala. Sa tulong ni Eli, natutunan niyang makinig at tumugon nang tama sa tinig ng Diyos.

Ang katotohanang ipinahayag ng Diyos kay Samuel ay naging mahalaga hindi lamang sa kanyang buhay, kundi sa buong Israel. Dahil sa kanyang pagsunod sa tinig ng Diyos, siya'y naging makapangyarihang propeta ng kanyang henerasyon.

---

4. Pamumuhay sa Katotohanan Ngayon

Tulad nina Felipe at Samuel, nais din ng Espiritu ng Katotohanan na tayo ay patnubayan sa araw-araw nating buhay. Ngunit upang marinig ang Kanyang tinig, kinakailangan tayong maging mapagpakumbaba, mapagmasid, at nakaugat sa Salita ng Diyos.

Paano natin maririnig at masusundan ang Espiritu ng Katotohanan?

Regular na panalangin at pagninilay: Maglaan ng tahimik na panahon upang makinig sa Espiritu sa panalangin.

Palagiang pag-aaral ng Salita ng Diyos: Hayaang ang Kanyang Salita ang magsaturate sa ating puso upang malinaw nating madama ang Kanyang patnubay.

Pagsunod sa maliliit na bagay: Kapag tapat tayo sa maliliit na utos, mas lalong tumatalas ang ating pandinig sa Espiritu sa mas mahahalagang hakbang ng pananampalataya.

Pangwakas:

Sa panahong tila nawawala o binabaluktot ang katotohanan, may tiyak tayong mapagkakatiwalaan—ang Banal na Espiritu, ang Espiritu ng Katotohanan. Tulad nina Felipe at Samuel, tayo'y tinatawagan na makinig, sumunod, at magtiwala. Kapag pinili nating mamuhay na pinangungunahan ng Espiritu, makakalakad tayo nang may kapanatagan, karunungan, at layunin—na may katiyakang tinutupad ni Cristo ang Kanyang pangako: "gagabayan tayo sa buong katotohanan."

Nawa'y buksan natin ang ating puso at pandinig sa araw na ito, handang tumugon sa tinig ng Espiritu, at magpasakop sa Kanyang pangunguna saan man Niya tayo dalhin.

5: Pinalakas upang Magpatotoo

Susing Talata: *Gawa 1:8 "Ngunit tatanggap kayo ng kapangyarihan pagdating sa inyo ng Espiritu Santo, at kayo'y magiging mga saksi Ko sa Jerusalem, sa buong Judea at Samaria, at hanggang sa dulo ng daigdig."*

Panimula:

Minamahal sa Panginoon, tayo ay namumuhay sa isang mundong naghahanap ng katotohanan, pag-asa, at kahulugan. Bilang mga tagasunod ni Jesus, ipinagkatiwala sa atin ang dakilang tungkulin—ang magpatotoo sa Kanya at ihayag ang mensahe ng kaligtasan sa lahat ng tao. Ngunit minsan, tila napakalaki ng misyong ito, at mararamdaman nating tayo'y kulang o natatakot. Subalit purihin ang Diyos! Hindi Niya tayo tinawag upang magpatotoo gamit lamang ang sariling kakayahan. Bagkus, ipinangako Niya ang kapangyarihan ng Banal na Espiritu upang tayo'y mapalakas at maihanda para sa gawain.

Ngayong araw, ating pagnilayan kung paanong pinalalakas tayo ng Banal na Espiritu upang maging matapang, malinaw, at mabisa sa ating pagpapatotoo kay Cristo—na may mga halimbawa mula sa Lumang Tipan at Bagong Tipan.

---

1. Ang Pangako ng Kapangyarihan (Gawa 1:8)

Bago umakyat si Jesus sa langit, malinaw Niyang ibinahagi sa Kanyang mga alagad ang Kanyang estratehiya: kapangyarihan muna, bago ang pagpapatotoo. Hindi Niya sila isinugo na walang kagamitan o umaasa lang sa sariling galing. Sa halip, tiniyak Niya ang pagkakaloob ng supernatural na kapangyarihan—ang kapangyarihan ng Diyos sa pamamagitan ng Banal na Espiritu.

- Bakit kapangyarihan? Sapagkat ang pagpapatotoo ay may espirituwal na laban at pagtutol.
- Bakit Banal na Espiritu? Sapagkat ang gawain ng Diyos ay nangangailangan ng kapangyarihan mula sa Diyos.

Ang Banal na Espiritu ay hindi lamang Tagapag-aliw kundi Siya rin ang kapangyarihan ng Diyos na nagbibigay lakas sa mga mananampalataya upang ipahayag si Cristo nang may kumpiyansa, tapang, at bisa.

---

2. Pinalakas sa Bagong Tipan: Ang Halimbawa ni Pedro (Gawa 2:14-41)

Alalahanin si Pedro—na minsang ikinaila si Jesus ng tatlong beses dahil sa takot. Ngunit nang bumaba ang Banal na Espiritu sa Pentecostes, tumindig siya sa gitna ng Jerusalem, at buong tapang na ipinahayag ang pagkamatay at pagkabuhay na muli ni Cristo.

- Ang mahiyain ay naging matapang.
- Ang natatakot ay naging walang takot.
- Ang nag-aalinlangan ay naging matatag.

Dahil napuspos siya ng Espiritu, ang kanyang mensahe ay nagkaroon ng kapangyarihan at bisa. Ang bunga? Tatlong libong kaluluwa ang naligtas sa araw na iyon! Hindi ito gawa lamang ng tao, kundi ebidensiya ng kapangyarihan ng Espiritu Santo.

---

3. Pinalakas sa Lumang Tipan: Ang Kwento ni Jeremias (Jeremias 1:6-9)

Bago pa man ang Pentecostes, pinapalakas na ng Diyos ang Kanyang mga lingkod upang magpatotoo. Si Jeremias ay isang batang propeta na una'y natakot at nag-atubiling magsalita para sa Diyos. Ngunit tiniyak sa kanya ng Panginoon:

"Huwag mong sabihin, 'Ako'y bata pa.' Sapagkat ikaw ay susuguin Ko sa sinumang Aking ipag-utos, at sasalitain mo ang anumang iutos Ko sa iyo. Huwag kang matakot sa kanila, sapagkat Ako'y kasama mo upang iligtas ka... Pagkatapos iniunat ng Panginoon ang Kanyang kamay at hinipo ang aking bibig at sinabi, 'Isinilid Ko ang Aking mga salita sa iyong bibig.'"

Itinuturo ng kwento ni Jeremias na ang kapangyarihan ng Diyos ay ibinibigay sa sinumang Kanyang tinawag, gaano man sila kahina o kabata. Hindi tayo pinababayaan—ang Diyos mismo ang nagpapalakas sa atin upang magsalita para sa Kanya.

Tulad nina Pedro at Jeremias, tayo rin ay pinangakuan ng parehong Banal na Espiritu na nagbibigay ng kakayahan, lakas, at katapangan.

- Tayo'y pinalakas upang magpatotoo sa ating tahanan, kapitbahayan, trabaho, at komunidad.
- Tayo'y pinalakas upang manindigan para kay Cristo kahit may pagtutol o pagtanggi.
- Tayo'y pinalakas upang ipahayag ang Ebanghelyo nang malinaw, may habag, at may kapangyarihan.

Hindi ito sa galing o talino natin nagmumula, kundi sa kapangyarihan ng Banal na Espiritu na gumagawa sa atin—na siyang nagbabago ng buhay at nagliligtas ng mga kaluluwa.

Pangwakas:

Ngayon, iniimbitahan tayo ng Diyos na lumabas sa ating mga comfort zone—hindi sa sariling lakas kundi sa kapangyarihan ng Kanyang Espiritu. Tanggapin natin nang buong tapang ang misyong ibinigay ni Cristo. Tandaan ang Gawa 1:8—ito'y pangako para sa iyo at sa akin. Ang Banal na Espiritu ay magpupuspos sa atin ng kapangyarihan upang maging mabisa at masaganang saksi para kay Cristo.

Habang ikaw ay humahayo, magtiwala sa kapangyarihan ng Espiritu Santo sa iyong buhay, at makikita mo kung paanong gagamitin ng Diyos ang iyong patotoo upang baguhin ang mundong nasa paligid mo.

6: Ang Espiritu ng Pag-aampon

Susing Talata: *Roma 8:15 "Sapagkat hindi espiritu ng pagkaalipin ang inyong tinanggap upang muling matakot, kundi espiritu ng pag-aampon ang inyong tinanggap, kaya't tayo'y tumatawag, 'Abba, Ama!'"*

Panimula:

Sa kabuuan ng ating buhay, may likas tayong pagnanais na maramdaman ang tunay na pagkabilang—isang lugar kung saan tayo ay buong pusong tinatanggap, minamahal, at pinapahalagahan. Marami ang nakararanas ng kalungkutan, kawalan ng seguridad, at takot. Subalit bilang mga tagasunod ni Cristo, binigyan tayo ng katiyakang walang katulad sa pamamagitan ng Banal na Espiritu—ang katiyakan ng pag-aampon sa pamilya ng Diyos.

Ang Espiritu ng Pag-aampon ay hindi lamang nagbibigay kaaliwan, kundi tunay na binabago ang ating pagkakakilanlan at layunin sa buhay. Ating tuklasin ngayon ang kamangha-manghang katotohanan ng pagiging anak ng Diyos, kalakip ang mga halimbawa mula sa Lumang at Bagong Tipan.

---

1. Pag-unawa sa Ating Espirituwal na Pag-aampon

Sa Roma 8:15, malinaw na itinuro ni Apostol Pablo na ang ating pag-aampon sa pamilya ng Diyos ay sa pamamagitan ng Banal na Espiritu. Isang sadyang kilos ito ng pag-ibig at biyaya ng Diyos—mula sa pagiging ulilang espirituwal tungo sa pagiging Kanyang minamahal na anak.

Hindi ito nakabatay sa ating kabutihan o galing, kundi isang libreng handog na natatanggap sa pamamagitan ng pananampalataya kay Cristo.

---

2. Halimbawa sa Bagong Tipan: Mga Mananampalataya Bilang Anak ng Diyos (Galacia 4:6-7)

Pinalawak pa ni Pablo ang kanyang turo sa *Galacia 4:6-7 "At dahil kayo'y mga anak, isinugo ng Diyos ang Espiritu ng Kanyang Anak sa ating mga puso, na tumatawag, 'Abba, Ama.' Kaya't hindi ka na alipin, kundi anak; at kung ikaw ay anak, ikaw rin ay tagapagmana sa pamamagitan ng Diyos."*

Sa pamamagitan ng Espiritu, tayo'y nagkakaroon ng malapit at personal na ugnayan sa Diyos—nang may pagtawag na "Abba," isang salitang tulad ng "Daddy," na nagpapahayag ng matinding pagdaramdam at pagkakalapit.

Mula sa pagiging alipin ng takot, tayo ay inangat bilang mga anak at tagapagmana ng Diyos, na may bagong pagkatao at kinabukasan sa Kanya. Ang ating nakaraan ay hindi na ang ating pagkakakilanlan—tayo ngayon ay minamahal na anak ng Diyos.

---

3. Halimbawa sa Lumang Tipan: Si Moises na Inampon ng Anak ni Paraon (Exodo 2:1-10)

Isang makapangyarihang larawan ng pag-aampon ay ang kwento ni Moises. Ipinanganak siyang Hebreong alipin, ngunit inilagay siya ng kanyang ina sa isang basket sa Ilog Nilo—kung saan siya'y natagpuan at inampon ng anak ni Paraon.

Bagamat isinilang sa pagkaalipin, siya'y inampon sa karangalan, at tumanggap ng edukasyon, oportunidad, at pribilehiyo na hindi karaniwan sa kanyang pinagmulan.

Ang kanyang kwento ay sumasalamin sa ating espirituwal na pag-aampon: tayo'y ipinanganak sa pagkaalipin ng kasalanan, ngunit dahil sa habag ng Diyos, tayo'y inaangat mula sa kawalan tungo sa kalayaan at layunin sa Kanyang kaharian.

---

4. Mga Bunga ng Ating Pag-aampon

Ang ating pag-aampon bilang anak ng Diyos ay may malalim at praktikal na epekto sa ating buhay:

- Seguridad sa Pag-ibig ng Diyos – Hindi na tayo nabubuhay sa takot; mayroon tayong katiyakan sa Kanyang wagas at di-nagbabagong pag-ibig.
- Malapit na Ugnayan sa Ama – May diretsong akses tayo sa Diyos sa pamamagitan ng Espiritu, na nagpaparanas ng tunay na pakikipagniig sa Kanya.
- Pamana at mga Pribilehiyo – Bilang mga anak ng Diyos, tayo ay tagapagmana ng mga pangakong walang hanggan.
- Pagbabago ng Pagkakakilanlan – Hindi na ang ating kasalanan o kahinaan ang nagsasabi kung sino tayo, kundi ang katotohanang tayo ay minamahal na anak ng Diyos.

Pangwakas:

Ngayon, yakapin mo ang makapangyarihang katotohanan ng iyong pag-aampon sa Diyos sa pamamagitan ng Banal na Espiritu. Anuman ang iyong nakaraan o kasalukuyang pinagdaraanan, pinili ka ng Diyos upang maging Kanyang anak.

Hayaang ang katotohanang ito ang bumalot sa iyong puso, at baguhin ang takbo ng iyong buhay. Tumawag ka nang may kagalakan at pasasalamat, “Abba, Ama!” at mamuhay nang may buong kumpiyansa sa pag-ibig, ugnayan, at mana na iyong taglay bilang minamahal na miyembro ng pamilya ng Diyos.

7: Ang Espiritu ng Pagbabago

Susing Talata: *2 Corinto 3:18 "At tayong lahat, na walang talukbong ang mukha habang pinagmumuni-munihan ang kaluwalhatian ng Panginoon, ay unti-unting nababago sa Kanyang wangis, mula sa kaluwalhatian tungo sa lalong mataas na kaluwalhatian, na mula sa Panginoon na siyang Espiritu."*

Panimula:

Ang pagbabago ay nasa pinakapuso ng paglalakbay ng isang Kristiyano. Kapag nanahan sa atin ang Banal na Espiritu, nagsisimula ang isang malalim na pagbabago—hindi lamang sa panlabas na anyo o kilos, kundi sa pinakaugat ng ating pagkatao.

Hindi tayo tinawag ng Diyos upang manatiling pareho matapos nating makatagpo Siya. Sa pamamagitan ng makapangyarihang pagkilos ng Banal na Espiritu, ang ating dating pagkatao ay patuloy na binabago upang magliwanag ang wangis ni Cristo sa atin.

Ngayong araw, ating sisiyasatin ang Espiritu ng Pagbabago at kung paanong binabago Niya ang ating buhay nang may kapangyarihan.

---

1. Pagharap sa Espiritung Nagbabago

Ang tunay na pagbabago ay nagsisimula kapag tayo'y tunay na nakatagpo ang buhay na Diyos. Sa Gawa 9:1-19, makikita natin ang matinding pagbabagong nangyari kay Saulo. Dati siyang malupit na tagapag-usig ng mga Kristiyano, ngunit nang makatagpo niya si Cristo, siya'y naging si Pablo—ang masigasig na apostol ni Jesus.

Tulad ni Pablo, kailangan nating maging bukas sa isang malalim na pakikipagtagpo kay Cristo, at hayaang ang Espiritu ang magpasimula ng tunay na pagbabago sa ating puso. Ang ating pagbabagong espirituwal ay nagsisimula sa tapat na pagkilala at pakikipagtagpo kay Jesus.

---

2. Pakikipagbuno Patungo sa Pagbabago

Ang pagbabago ay kadalasan hindi agad-agad; ito'y maaaring maging isang masalimuot na proseso. Sa Genesis 32:24-30, makikita natin si Jacob na nakipagbuno sa Diyos. Masakit at mabigat ang pakikipagtagpong iyon, ngunit doon siya binago—mula sa Jacob tungo sa Israel. Ang kanyang bagong pangalan ay tanda ng mas malalim at personal na kaugnayan sa Diyos.

Minsan, ang pagbabago ay nangangailangan ng pakikipagbuno sa panalangin, kababaang-loob, at ganap na pagsuko. Maaaring masakit, ngunit ang bunga nito ay pagkakatuklas ng ating tunay na pagkakakilanlan sa Diyos.

---

3. Nababago sa Wangis ni Cristo

Ang ating susing talata sa 2 Corinto 3:18 ay nagpapaalala sa atin na ang pagbabago ay isang patuloy na proseso. Habang tayo'y patuloy na tumitingin kay Jesus, tayo'y unti-unting nagiging kawangis Niya. Ang gawain ng Banal na Espiritu ay baguhin tayo araw-araw upang masasalamin natin ang kaluwalhatian ni Cristo sa ating buhay.

Ang araw-araw na pakikipagniig sa Diyos sa pamamagitan ng pagbabasa ng Salita, panalangin, at pagsamba ay mahalaga sa pagbabago. Bawat sandali sa presensya ng Diyos ay hugis na ibinibigay ng Espiritu para maging tulad tayo ni Cristo.

---

4. Pamumuhay ng Isang Binagong Buhay

Ang pagbabagong ginagawa ng Espiritu Santo ay hindi lamang panloob, kundi nakikita sa ating relasyon, pag-uugali, at mga gawa. Ang binagong buhay ni Pablo ay makikita sa kanyang pagmiministeryo, malasakit, tapang, at katapatan sa pananampalataya.

Hayaang makita ang ating binagong puso sa konkretong paraan—sa pamamagitan ng pag-ibig, kabutihan, at integridad sa lahat ng aspeto ng ating buhay. Ang mga ebidensya ng pagbabagong ito ang nagpapatunay ng ating tunay na pananampalataya.

Pangwakas:

Ang Espiritu ng Pagbabago ay buhay at aktibo sa bawat mananampalataya. Tulad nina Pablo at Jacob, tayo'y tunay na binabago ng Diyos kapag tayo'y nagpapasakop sa Kanyang Espiritu. Nawa'y buong puso nating tanggapin ang kapangyarihan ng pagbabago na hatid ng Espiritu Santo. Bilang mga patotoo ng Kanyang biyaya at kapangyarihan, tayo ay tinatawagan upang magliwanag sa wangis ni Cristo.

Habang ikaw ay nagpapatuloy sa paglakad, yakapin mo ang proseso ng pagbabago. Magtiwala na ang Banal na Espiritu ay patuloy na kumikilos—binabago ka araw-araw, hakbang sa hakbang, patungo sa kaluwalhatiang wangis ni Cristo.

8: Ang Espiritu ng Pagpapaging-Banal

Susing Talata: *1 Corinto 6:11 "At ganyan ang ilan sa inyo noon. Ngunit kayo'y nilinis na, kayo'y pinaging-banal na, kayo'y inaring-ganap na sa pangalan ng Panginoong Jesu-Cristo at sa pamamagitan ng Espiritu ng ating Diyos."*

Panimula:

Ang pagpapaging-banal ay isang malalim at tuluy-tuloy na gawain ng Banal na Espiritu sa buhay ng mananampalataya. Ito ay isang proseso ng pagbabago—mula sa dating pagkatao patungo sa wangis at karakter ni Cristo. Ang pagpapaging-banal ay nangangahulugang tayo ay itinalaga, nilinis, at ginawa nang banal para sa banal na layunin ng Diyos.

Hindi ito isang minsanang karanasan lamang, kundi isang patuloy na proseso ng espirituwal na paglago at paglilinis. Sa pamamagitan ng Banal na Espiritu, hinuhubog ang ating puso, binabago ang ating pag-uugali, at binibigyang-lakas tayong mamuhay nang may kabanalan.

Ngayon, ating tuklasin kung paanong ang Banal na Espiritu ang nagpapaging-banal sa atin at tumutulong sa ating pagtupad sa pagtawag ng Diyos sa ating buhay.

---

1. Ang Kahulugan ng Pagpapaging-Banal

Ang pagpapaging-banal ay ang banal na gawaing itinatalaga tayo at ginagawang banal ng Diyos. Inihihiwalay tayo sa kasalanan at itinatangi para sa paglilingkod at kaluwalhatian ng Diyos. Aktibong kumikilos ang Banal na Espiritu upang ang ating buhay ay patuloy na magpakita ng wangis ni Cristo.

Halimbawa sa Lumang Tipan: Sa Isaias 6:1-8, nakita ni Propeta Isaias ang kabanalan ng Diyos sa templo. Doon niya naunawaan ang kanyang karumihan, at agad siyang nilinis ng Diyos gamit ang baga mula sa altar. Ipinapakita nito ang gawaing paglilinis at pagtatangi ng Diyos sa isang hinirang.

---

2. Naranasang Pagpapaging-Banal

Hindi teorya lamang ang pagpapaging-banal. Ito ay isang personal at makapangyarihang karanasan ng bawat mananampalataya. Kapag nanahan ang Banal na Espiritu sa atin, nagsisimula ang isang panloob na pagbabago—ang ating pagnanasa, pag-iisip, at kilos ay unti-unting inaayon sa katuwiran ng Diyos.

Halimbawa sa Bagong Tipan: Sa 1 Tesalonica 5:23, nanalangin si Apostol Pablo, *"Nawa'y ang Diyos ng kapayapaan ay lubusang magpabanal sa inyo. Nawa'y ang inyong espiritu, kaluluwa, at katawan ay mapanatiling walang kapintasan sa pagdating ng ating Panginoong Jesu-Cristo."*

Ipinapakita nito na ang pagpapaging-banal ay sumasaklaw sa buong pagkatao—espiritu, kaluluwa, at katawan.

---

3. Isinabubuhay na Pagpapaging-Banal

Ang pagpapaging-banal ay nakikita sa araw-araw nating pamumuhay—sa ating asal, pag-uugali, at pakikitungo sa kapwa. Ang Banal na Espiritu ang gumagabay sa atin tungo sa katuwiran, pag-ibig, at pagsunod sa Diyos.

Bilang mga mananampalataya, ang ating buhay ay dapat magpakita ng ebidensya ng pagpapaging-banal. Ayon sa Galacia 5:22-23, ang bunga ng Espiritu—pag-ibig, kagalakan, kapayapaan, pagtitiyaga, kabutihan, kabaitan, katapatan, kahinahunan, at pagpipigil sa sarili—ay mga palatandaan ng isang pusong binabago at pinapaging-banal ng Espiritu Santo.

---

4. Layunin ng Pagpapaging-Banal

Ang layunin ng pagpapaging-banal ay upang ang mga mananampalataya ay maging salamin ng kabanalan ng Diyos sa harap ng mundo. Sa pamamagitan ng Espiritu Santo, tayo'y inihahanda upang epektibong katawanin si Cristo at mamuhay sa paraang nagbibigay-luwalhati sa Diyos.

Tulad ni Isaias na tumugon sa tawag ng Diyos pagkatapos siyang linisin—*"Narito ako, ipadala mo ako!"* (Isaias 6:8)—tayo rin ay tinatawag upang yakapin ang proseso ng pagpapaging-banal. Huwag tayong sumuway kundi makipagtulungan sa Espiritu habang tayo'y hinuhubog na maging mga tunay na tagapagdala ng liwanag ni Cristo.

Pangwakas:

Ang pagpapaging-banal na ginagawa ng Banal na Espiritu ay mahalaga at di-maiiwasan sa buhay ng bawat Kristiyano. Habang tayo'y nagpapasakop sa Kanyang banal na gawain, tayo ay lumalalim sa ating relasyon sa Diyos at nagiging kapaki-pakinabang na kasangkapan sa Kanyang mga kamay.

Maging bukas tayo araw-araw sa gawaing ito ng Espiritu, at hayaang makita sa ating buhay ang wangis ni Cristo—sa pananalita, pag-iisip, at gawa.

Nawa'y ito ang ating panalangin: *"Banal na Espiritu, linisin mo ako, at gawin mong banal—katulad ni Jesus Cristo. Amen."*

9: Napuspos ng Espiritu

Susing Talata: *Efeso 5:18 "Huwag kayong maglalasing sa alak, na siyang ugat ng kaguluhan. Sa halip, mapuspos kayo ng Espiritu."*

Panimula:

Sa kabuuan ng Kasulatan, ang pagiging "napuspos ng Espiritu" ay tanda ng banal na kapangyarihan na bumabago ng karaniwang buhay tungo sa makapangyarihang patotoo. Bilang mga mananampalataya, ang dapat nating hangarin ay hindi ang pansamantalang kaligayahan o makamundong aliw, kundi ang patuloy na kapuspusan ng Banal na Espiritu. Ang isang puspos ng Espiritu ay pinalalakas upang mamuhay nang may tagumpay, magpatotoo nang may tapang, at tupdin ang layunin ng Diyos sa kanyang buhay.

Ating pag-aralan ngayon kung ano nga ba ang tunay na kahulugan ng pagiging puspos ng Espiritu, ayon sa mga makapangyarihang halimbawa mula sa Bibliya.

---

1. Pag-unawa sa Kahulugan ng Pagkapuspos ng Espiritu

Ang pagiging puspos ng Espiritu ay hindi isang minsanang karanasan, kundi isang patuloy na pagbabago at pagsuko sa Espiritu Santo. Hindi ito tulad ng panandaliang kasiyahang mula sa mundo, na nagdudulot ng kabiguan. Sa halip, ang kapuspusan ng Espiritu ay nagbibigay ng pangmatagalang kagalakan, lakas, at layunin.

Upang mapuspos ng Espiritu, kinakailangan ang buong pusong pagsuko sa Kanyang pamumuno—ibinibigay natin sa Kanya ang buong kontrol ng ating puso, isipan, at mga gawa.

---

2. Halimbawa sa Bagong Tipan: Ang Unang Iglesia (Gawa 4:31)

"Pagkatapos nilang manalangin, nayanig ang lugar na kanilang tinutuluyan. Silang lahat ay napuspos ng Banal na Espiritu at buong tapang nilang ipinahayag ang salita ng Diyos."

Ang mga unang mananampalataya ay dumaan sa matinding pag-uusig, ngunit sa halip na matakot, mas lalo nilang hinanap ang Espiritu ng Diyos. Dahil sa kanilang taimtim na pananalangin, sila ay napuspos ng Espiritu at nagsalita nang may tapang at pananampalataya.

Ang kanilang halimbawa ay nagpapakita ng kahalagahan ng patuloy na paghahangad sa kapuspusan ng Espiritu, lalo na sa panahon ng pagsubok.

---

3. Halimbawa sa Lumang Tipan: Si David na Pinahiran at Pinuspos (1 Samuel 16:13)

"Kinuha ni Samuel ang sisidlan ng langis at pinahiran si David sa harap ng kanyang mga kapatid. Mula sa araw na iyon, ang Espiritu ng Panginoon ay makapangyarihang sumakanya."

Ang pagpapahid kay David ay hindi lamang isang simbolikong ritwal, kundi isang makapangyarihang sandali ng espirituwal na kapuspusan. Mula noon, ang Espiritu ng Diyos ay sumakanya nang may kapangyarihan, nagbigay ng tapang, karunungan, at pananampalataya na higit sa kanyang kakayahan.

Ang buhay ni David ay paalala na kapag tayo ay napuspos ng Espiritu, ginagawa tayong mabisa at makapangyarihang kasangkapan para sa kaluwalhatian ng Diyos.

---

4. Paano Mamuhay nang Puspos ng Espiritu

Ang isang puspos na buhay ay bunga ng araw-araw na desisyong sumunod sa Diyos:

- Buong Pusong Pagsuko – Isuko ang lahat sa Diyos, at hayaang Siya ang mamuno sa bawat bahagi ng iyong buhay.
- Patuloy na Panalangin – Ang panalangin ay nag-aanyaya sa presensya at kapangyarihan ng Espiritu.
- Pagbabad sa Salita ng Diyos – Ang Kanyang Salita ang nagbibigay-liwanag at nagpapalalim ng ugnayan sa Espiritu.
- Masunuring Puso – Tumugon agad sa gabay at pagsaway ng Espiritu.

Habang patuloy nating isinasabuhay ang mga disiplina ng pananampalataya, ang ating buhay ay nagiging malinaw na patotoo ng kapuspusan ng Espiritu.

---

5. Epekto ng Kapuspusan ng Espiritu

Ang buhay na puspos ng Espiritu ay kapansin-pansin—may bunga at may impluwensya. Ito ay makikita sa:

- Matapang na Pagpapatotoo – Kakayahang ipahayag ang Ebanghelyo kahit sa gitna ng pagtutol.
- Bunga ng Espiritu – Pagbabagong makikita sa pag-ibig, kagalakan, kapayapaan, pagpipigil sa sarili, at iba pa.

- <u>Layunin at Direksyon sa Buhay</u> – Gabay ng Diyos, pabor ng langit, at epekto sa ibang buhay.

Kapag pinili nating mamuhay na puspos ng Espiritu, tayo ay nagiging malinaw na larawan ni Cristo at nagdadala ng makapangyarihang impluwensya para sa kaharian ng Diyos.

Pangwakas:

Ipanalangin nating lagi tayong mapuspos ng Banal na Espiritu, sapagkat sa Kanyang kapangyarihan tayo ay pinalalakas, ginagabayan, at pinapaging-mabisa sa ating paglilingkod sa Diyos. Nawa'y tularan natin ang sigasig ng mga unang Kristiyano, at ang tapang ni David, habang hinahayaan nating ang ating pang-araw-araw na buhay ay maging buhay na patotoo para kay Cristo.

Mapuspos ka ng Espiritu!

10: Ang Espiritu ng Pag-asa

Susing Talata: *Roma 15:13 "Nawa'y puspusin kayo ng Diyos ng pag-asa ng buong kagalakan at kapayapaan sa inyong pananampalataya, upang kayo'y umapaw sa pag-asa sa pamamagitan ng kapangyarihan ng Banal na Espiritu."*

Panimula:

Ang pag-asa ay isang mahalagang puwersa sa buhay ng bawat mananampalataya. Hindi ito basta positibong pag-iisip o panandaliang pag-asa; ang tunay na pag-asa ay nakaugat sa likas at mga pangako ng Diyos.

Bilang mga anak ng Diyos, tayo'y binigyan ng Banal na Espiritu—ang Espiritu ng Pag-asa—na nagbibigay sa atin ng lakas upang harapin ang mga pagsubok, kalituhan, at kahirapan nang may kagalakan, kapayapaan, at tiwala sa Diyos. Ngayon, ating pag-aaralan ang kapangyarihan ng pag-asang ito sa pamamagitan ng buhay ni Apostol Pablo at ni Abraham—mga halimbawa ng matibay na pag-asa sa gitna ng pagsubok.

---

1. Pinagmumulan ng Tunay na Pag-asa

Ang tunay na pag-asa ay nagmumula sa Diyos mismo. Ayon kay Pablo sa Roma 15:13, ang Diyos ay tinawag na *"Diyos ng pag-asa."* Ang pag-asang ito ay hindi panandalian o pabago-bago, kundi walang hanggan at matatag. Ipinagkakaloob Niya sa atin ang kagalakan, kapayapaan, at lakas, upang ang ating pag-asa ay umapaw sa pamamagitan ng kapangyarihan ng Banal na Espiritu.

Ituon ang iyong paningin sa Diyos bilang pinagmumulan ng matibay at di-nagbabagong pag-asa.

---

2. Halimbawa sa Bagong Tipan: Ang Pag-asang Matibay ni Pablo

Si Pablo ay may malalim na pag-unawa sa halaga ng pag-asa, lalo na sa panahon ng paghihirap at pagsubok. Sa Roma 5:3-5, isinulat niya: *"Hindi lamang ito, kundi tayo rin ay nagagalak sa ating mga paghihirap, sapagkat alam natin na ang paghihirap ay nagbubunga ng pagtitiyaga; ang pagtitiyaga ay nagbubunga ng katatagan ng karakter; at ang katatagan ay nagbubunga ng pag-asa. At ang pag-asa ay hindi humahantong sa pagkakahiya, sapagkat ang pag-ibig ng Diyos ay ibinuhos sa ating mga puso sa pamamagitan ng Banal na Espiritu."*

Ang pagtitiis ni Pablo ay nagpapatunay na sa bawat pagsubok, lalo pang tumitibay ang pag-asa. Ang kanyang mga paghihirap ay naging daan sa espirituwal na paglago at matibay na pananampalataya—patunay ng kapangyarihan ng Espiritu sa panahon ng pagsubok.

Tanggapin ang mga pagsubok bilang pagkakataon para palalimin ng Espiritu ng Diyos ang iyong pag-asa at patatagin ang iyong pananampalataya.

---

3. Halimbawa sa Lumang Tipan: Ang Tapat na Pag-asa ni Abraham

Sa Genesis 15:1-6, matutunghayan natin si Abraham na nanghawak sa pangako ng Diyos sa kabila ng kawalang posibilidad. Ipinangako ng Diyos sa kanya ang maraming lahi, ngunit sila ni Sarah ay matanda na at walang anak. Sa kabila nito, naniwala si Abraham sa Diyos.

"At sumampalataya si Abram sa Panginoon, at ito'y ibinilang sa kanya bilang katuwiran." (Genesis 15:6) Ang pag-asa ni Abraham ay hindi bulag na pag-asa, kundi kumpiyansang nakaugat sa tapat na pangako ng Diyos. Siya'y naging huwaran ng pananampalataya—isang buhay na patunay na ang pag-asang nakaangkla sa mga pangako ng Diyos ay hindi kailanman nabibigo.

Kumapit sa mga pangako ng Diyos, kahit tila imposibleng magkatotoo, sapagkat ang Espiritu ng Pag-asa ay magpapatatag sa iyo.

Pangwakas:

Ang Banal na Espiritu, ang Espiritu ng Pag-asa, ay kaloob ng Diyos sa bawat mananampalataya. Sa gitna ng pagsubok, paghihirap, at kawalan ng katiyakan, ang Espiritu ang nagbibigay lakas upang tayo'y manatiling matatag, masaya, at may kapayapaan. Tularan natin si Pablo at si Abraham—lubos na magtiwala sa Diyos ng pag-asa, at hayaan nating umapaw ang Kanyang Espiritu sa ating puso.

Nawa'y mapalakas ang iyong loob sa araw na ito. Anuman ang iyong hinaharap, tandaan: ang Espiritu ng Pag-asa ay nasa iyo. At sa pamamagitan ng Kanyang kapangyarihan, maaari nating sabihin nang may pagtitiwala: "Ang aking pag-asa ay tiyak na nakaugat kay Cristo lamang."

Tungkol sa May-Akda

W. A. ALMILLA

Kilalang kilala bilang Pastor Will o Kuya Will, siya ay isang tapat na lingkod ng Diyos, pastor, guro ng Bibliya, at manunulat na may matinding hangarin na ibahagi ang buhay-na-nagpapabagong katotohanan ng Salita ng Diyos. Tubong Pilipinas, maaga siyang nagsimula sa kanyang espirituwal na paglalakbay at tumugon sa tawag ng ministeryo, at kalaunan ay naglingkod nang buong katapatan sa iba't ibang mga Kristiyanong iglesia—kabilang na ang kanyang kasalukuyang tungkulin bilang isa sa mga pastor ng City of Grace Christian Church sa Las Vegas, Nevada.

Sa bawat aklat, sermon, at pagtuturo, layunin ni Pastor Will na luwalhatiin ang Diyos, patatagin ang iglesia, at hikayatin ang mga mananampalataya na mamuhay nang may layunin, pananampalataya, at pag-asa.

Mga Aklat ng May-Akda

Sermon Series: Bible Essential Teachings

Powerful collection of sermon outlines and Bible teachings that cover the foundational doctrines every believer should know—truths that shape both our lives now and our eternity.

Amazon Store Link: https://a.co/d/hslRpBp

When God Seems Silent Lessons from Job

Job's story delves into the complexities of human suffering, divine justice and faith. Job becomes the subject of heavenly test and endures unimaginable loss. His three friends came but instead of giving him comfort, they accused Job of having hidden sins.

Amazon Store Link: https://a.co/d/c5QBBbc

Kapag Tila Tahimik Ang Diyos Mga Aral Mula Kay Job

This is a Filipino Translation of the book "When God Seems Silent - Lessons From Job

Amazon Store Link: https://a.co/d/iPcckah

Why Me Lord? Finding Purpose in Suffering and Faith

Stories of resilience and hope and the bible answers for the mystery of sufferings. This book will seek to understand the role of suffering in our lives, examining how God's purposes are often fulfilled through the very trials we might wish to avoid.

Amazon Store Link: https://a.co/d/0Qm4QN6

The Seeds of Purpose: A Journey through the Soil of Life

As Maria tends to her garden—facing challenges, storms, and the joy of a bountiful harvest—she uncovers the deeper meaning of life's journey. With each seed planted, every weed pulled, and every storm weathered, Maria discovers that the principles of gardening mirror the process of becoming the person God intended her to be.

Amazon Store Link: https://a.co/d/dQ3FZMl

A Journey Through Parables: The Wisdom of Jesus

This book contains parables of Jesus and ideal companion for Bible study groups, Sunday school classes. Dive into the heart of Jesus' teachings with A Journey Through Parables. This enlightening book offers a fresh look at the parables of Christ, revealing their powerful lessons and timeless truths. Perfect for readers seeking to deepen their spiritual understanding, this book takes you on a transformative journey through each parable, uncovering the profound wisdom embedded within these simple yet profound stories.

Amazon Store Link: https://a.co/d/2qCWiby

Matthew Unveiled A Comprehensive Study Guide

Whether for personal reflection or enriching group discussions, this study guide will help you forge a stronger connection with the teachings of Jesus, gain a deeper understanding of true discipleship, and uncover ways to apply these timeless truths in today's world.

Amazon Store Link: https://a.co/d/f2GtiTD

Patient Care Essentials: A Guide for CNA and Caregivers

Guide/Manual for anyone dedicated to providing exceptional care. Whether you're a Certified Nursing Assistant, a family caregiver, or just stepping into the caregiving world, this book offers clear, step-by-step instructions on the skills you need to deliver compassionate, dignified care.

Amazon Store Link: https://a.co/d/dcfMt9P

APPENDIX

1

2

A

B

C

D

E

F

G

H

I

J

K

L

M

N

P

R

S

T

www.ingramcontent.com/pod-product-compliance
Lightning Source LLC
LaVergne TN
LVHW050838051026
849532LV00006BA/2018
* 9 7 9 8 3 4 9 2 9 5 5 8 4 *